D9900132

अखेरची लढाई

सवाई माधवराव पेशवे आणि नाना फडणीस यांच्या
जीवनचरित्रांवर आधारित ऐतिहासिक कादंबरी

स. शं. देसाई

मेहता पब्लिशिंग हाऊस

All rights reserved along with e-books & layout. No part of this publication may be reproduced, stored in a retrieval system or transmitted, in any form or by any means, without the prior written consent of the Publisher and the licence holder. Please contact us at **Mehta Publishing House,** Pune.

Email : production@mehtapublishinghouse.com

Website : www.mehtapublishinghouse.com

◆ *या पुस्तकातील लेखकाची मते, घटना, वर्णने ही त्या लेखकाची असून त्याच्याशी प्रकाशक सहमत असतीलच असे नाही.*

AKHERCHI LADHAI by S. S. DESAI

अखेरची लढाई : स. शं. देसाई / ऐतिहासिक कादंबरी

© अकल्पिता देसाई

author@mehtapublishinghouse.com

मराठी पुस्तक प्रकाशनाचे हक्क मेहता पब्लिशिंग हाऊस, पुणे.

प्रकाशक   : सुनील अनिल मेहता, मेहता पब्लिशिंग हाऊस,
             १९४१, सदाशिव पेठ, माडीवाले कॉलनी, पुणे – ४११०३०.

मुखपृष्ठ   : सतिश भावसार

प्रकाशनकाल : १९८२ / पुनर्मुद्रण : फेब्रुवारी, २०२१

P Book ISBN 9789353175597
E Book ISBN 9789353175603

E Books available on : play.google.com/store/books
                      www.amazon.in
                      https://books.apple.com

।एक।

शके १७१५ सालच्या शिशिर ऋतूतील पुणे. थंडीचा कडका आता ओसरत चालला आहे. आकाशात पांढुरके विरळ ढग कापसाच्या पुंजक्यांप्रमाणे अधूनमधून डोकावत आहेत; परंतु हवा अद्याप आल्हाददायक आहे. सकाळची वेळ आहे. ब्रह्मवृंद अनावृत्त अंगानं पळी-पंचपात्र घेऊन नदीवर तर्पणासाठी जात असलेला दिसत आहे. नदीचा प्रवाह आटत चालला आहे. ठिकठिकाणच्या खोलगट पाण्यात माणसं स्नान करीत आहेत. मुलं डुंबत आहेत, स्त्रिया कपडे धुवत आहेत, तर कुणी नदीकाठावर राहत असलेल्या, आपली खरकटी भांडी नदीवर आणून विसळत आहेत. शहरात रहदारी सुरू झाली आहे. दुकानं उघडली आहेत; परंतु ग्राहकांची वर्दळ जेमतेमच आहे. रस्त्यांवरून पादचारी, कुणी शिलेदार एखाद-दुसरा मेणा अथवा कुणा सरदाराची अथवा मुत्सद्द्याची घोडागाडी जाताना दिसत आहे. सरकारी कचेऱ्या सुरू व्हायला आल्या आहेत. अंगात बाराबंदी अंगरखा, डोकीस भली मोठी पगडी, कपाळाला गंधाची उटी, पायघोळ धोतर आणि पायांत पुणेरी जोडा अशा पोशाखात एखाद-दुसरा कारकून घाईघाईनं कचेरीला जात असलेला दिसत आहे. आता थोड्याच वेळात सरकार वाड्यात आणि शहरातील इतरी सरकारी कचेऱ्यांत कारकुनांची आणि सरकारी कचेऱ्यांत कामानिमित्तानं येणाऱ्या नागरिकांची मोठी ये-जा सुरू होणार आहे. सरकार वाड्यावर आणि इतर सरकारी कचेऱ्यांच्या प्रवेशद्वारांवर हत्यारबंद शिपाई पहारा करीत असलेले दिसत आहेत. एखाद-दुसरा चोपदार अधूनमधून इकडून तिकडे आणि तिकडून इकडे ये-जा करीत आहे. अशा वेळी एक घोडागाडी पेशव्यांचे मुख्य कारभारी बाळाजीपंत नाना यांच्या वाड्याच्या आवारात शिरत आहे. गाडी फाटकातून आत शिरताच वाड्यावरील काही हत्यारबंद अरब पहारेकरी चटकन गाडीच्या सामोरे आले. त्यांनी गाडीतील व्यक्तीकडे दृष्टिक्षेप केला आणि तिला सलामी ठोकली. गाडी बाळाजीपंत नाना यांच्या वाड्यासमोर येऊन उभी राहिली. त्याबरोबर गाडीचा सईस गाडीतून लगबगीनं खाली उतरला आणि अदबीनं

गाडीचं दार उघडलं. एक चाळीस-पंचेचाळीस वर्षांच्या उमरीचा पुरुष गाडीतून उतरला. त्याचं व्यक्तिमत्त्व अत्यंत रुबाबदार होतं. गाडी वाड्यासमोर येऊन उभी राहताच आतून एक चोपदार पळतच बाहेर आला व त्यानं त्या व्यक्तीस मुजरा करून तो अदबीनं हुकुमाची वाट पाहात राहिला.

"जा, मुख्य कारभाऱ्यांना जाऊन वर्दी दे, बेदरहून गोविंदराव पिंगळे आले आहेत." त्या व्यक्तीनं चोपदारास आज्ञा फर्माविली. चोपदार मुजरा करून आज्ञेप्रमाणे वाड्यात निघून गेला.

गोविंद भगवंत पिंगळे, निजामाच्या दरबारातील पेशव्यांचे एक वकील. मुख्य वकील गोविंद कृष्णा काळे यांचे सहकारी आणि पेशव्यांचे कारभारी बाळाजीपंत नाना यांचे विश्वासू हस्तक. नानांच्या खास निमंत्रणावरून त्यांना भेटण्यासाठी बेदरहून आले होते. गोविंदराव पिंगळे यांनी मुख्य कारभाऱ्यांची मार्गप्रतीक्षा करीत असता सगळीकडे ओझरता दृष्टिक्षेप केला. वाड्याच्या आवारात हत्यारबंद अरब पहारेकरी घोळक्या-घोळक्यांनी गप्पा छाटीत उभे असलेले दिसत होते. मात्र, वाड्याच्या प्रवेशद्वारावरील दोन पहारेकरी तेवढे मराठे होते. गोविंदराव पिंगळे यांचं मोगलाईतून पुण्यास बऱ्याच दिवसांनी आगमन झालं असल्यानं मुख्य कारभाऱ्यांच्या वाड्यावरील ते दृश्य त्यांना अपरिचित होतं. मुख्य कारभाऱ्यांचं सामर्थ्य आणि दरारा आता पुष्कळच वाढला होता. अवाढव्य मराठी दौलतीचा कारभार आता त्यांच्या हाती केंद्रित झाला होता. हिंदुस्थानात आणि दक्षिणेतही त्यांना आव्हान देऊ शकणारी त्यांच्या तोलाची आसामी आता कुणी उरली नव्हती. एक टिपू सुलतान होता; परंतु त्याचाही नक्षा गतसालीच मुख्य कारभाऱ्यांनी इंग्रजांच्या मदतीनं उतरविला होता. टिपूच्या मोहिमेवर ते जातीनं गेले होते. टिपू सुलतानाचा पराभव झाला होता. त्यानं इंग्रजांच्या आणि पेशव्यांच्या अटी मान्य केल्या होत्या. मुख्य कारभारी कर्नाटकातील मोहिमेवरून विजय संपादून आले होते. असं असता, आपल्या वाड्यावर त्यांनी बंदोबस्तासाठी अरब पहारेकरी ठेवावेत, ही अतर्क्य गोष्ट होती. गोविंदराव पिंगळे विचार करीत होते. त्यांच्या अंतश्चक्षूंसमोरून मुख्य कारभाऱ्यांच्या कर्तबगारीची आणि मुत्सद्देगिरीची चढती कमान झराझर सरकत होती. मुख्य कारभारी गेल्या पाव शतकापासून पेशव्यांच्या कारभारात होते. फडावरील एका साध्या कारकुनापासून त्यांच्या कर्तबगारीला प्रारंभ झाला होता; परंतु आपल्या अक्कलहुशारीनं आणि मुत्सद्देगिरीनं त्यांनी आज यशाचं शिखर गाठलं होतं. 'बुद्धिसागर नाना' म्हणून अख्ख्या हिंदुस्थानात नाव दुमदुमत होतं. ते तरवारबहाद्दर नव्हते, परंतु आपल्या असामान्य बुद्धिवैभवाच्या बळावर त्यांनी अनेक समर्थांना चारी मुंड्या चीत केलं होतं. रघुनाथदादा, सखारामबापू बोकील, मोरोबादादा

आणि अखेर अख्ख्या हिंदुस्थानला चळचळा कापावयास लावणारे वीर राव शिंदे उपाख्य पाटीलबाबा हे सगळे नानांचे प्रतिस्पर्धी होते. राव शिंदे यांनी तर त्यांना पेशव्यांच्या कारभारातून जवळजवळ उखडून लावलं होतं; परंतु नानांचं नशीबच एवढं बलवत्तर की, राव शिंदे यांचं अचानक महिन्या-दीड महिन्यांमागे निधन झालं होतं आणि त्यामुळे मुख्य कारभाऱ्याची सत्ता निरंकुश बनली होती. मराठी दौलतीचे ते एकमेव सर्वाधिकारी झाले होते.

गोविंदराव पिंगळे यांच्या अंतश्चक्षूंसमोर नानांची उंच, शिडशिडीत, स्वप्नाळू; पण भेदक नजरेची मूर्ती उभी राहिली. नानांच्या हाताखाली त्यांनी फडावर कारकून म्हणून काम केलं होतं. त्यांचा नेकजातपणा आणि त्यांची अक्कलहुशारी त्यांच्या नजरेत भरली होती, म्हणून त्यांनी त्यांना भागानगरला निजामाच्या दरबारात आपला विश्वासू हस्तक म्हणून पाठविलं होतं. निजामाच्या दरबारात गोविंदराव काळे हे पेशव्यांचे वकील होते खरे; परंतु त्यांचे दुय्यम म्हणून नानांनी गोविंदराव पिंगळे यांची नेमणूक केली होती. आपले असे विश्वासू हस्तक नानांनी सगळ्याच परकी राजधान्यांत नेमले होते. ते त्यांना तिकडील राजकीय घडामोडींच्या खडान्खडा बातम्या नियमितपणे पुरवीत असत. गोविंदराव पिंगळे आपल्या हितकर्त्याचा गतेतिहास आठवीत असतानाच वाड्यात त्यांच्या आगमनाची वर्दी देण्यासाठी गेलेला चोपदार लगबगीनं त्यांच्याकडे येत असलेला त्यांना दिसला. गोविंदरावांना मुजरा करून तो म्हणाला,

"मुख्य कारभाऱ्यांना आपल्या आगमनाची वर्दी दिली आहे. आपण आत चलावं. मुख्य कारभारी आपल्याला थोड्याच वेळात भेटतील." ते ऐकताच गोविंदराव पिंगळे आणि त्यांचा कारकून दोघं मिळून वाड्यात शिरले. एका खिदमतगारानं गोविंदरावांना दिवाणखान्यात नेलं. त्यांचा कारकून बाहेर थांबला.

"आपण बसावं, धनी इतक्यात येतील." खिदमतगार गोविंदरावांना उद्देशून म्हणाला व आत निघून गेला. गोविंदराव दिवाणखान्यातील बिछायतीवर एका लोडाला टेकून बसले. त्यांची चौकस नजर दिवाणखान्यातून भिरभिरली. दिवाणखाना आकर्षक रीतीने सजविलेला होता. भारी किमतीचा निळा रुजामा सबंध खोलीभर पसरलेला होता व त्यावर पांढरीशुभ्र बिछायत तक्क्या-लोडासह मांडलेली होती. दिवाणखान्याच्या छताला हंड्या-झुंबरे लटकत होती व खिडक्यांवर रेशमी पडदे सोडलेले होते. दिवाणखान्याच्या भिंतींना देवादिकांच्या तसबिरी लटकत होत्या आणि एका बाजूच्या भिंतीवर नानांचीही एक रुबाबदार तसबीर दृष्टोत्पत्तीस येत होती. गोविंदराव पिंगळे यांच्या नजरेनं मुख्य दिवाणखान्याला लागून असलेल्या आणखी एका दालनातील बैठकीचा शोध घेतला. बैठक पाश्चिमात्य पद्धतीची होती. एक मोठे नक्षीदार शिशवी मेज आणि त्याच्या भोवताली जाडजूड नक्षीदार

शिशवी खुर्च्या मांडलेल्या होत्या. जवळच दोन आलमारीही होत्या. त्यांच्या दारांवर मेणाचं सुंदर नक्षीकाम केलेलं होतं. एकूण दिवाणखान्याची सजावट आकर्षक आणि नीटनेटकी होती. मुख्य कारभाऱ्यांच्या दिमाखाला साजेशी होती. गोविंदराव पिंगळ्यांच्या ध्यानी येण्यास विलंब लागला नाही की, हल्ली पुण्यात मोठ्या प्रमाणात युरोपियन लोकांची वर्दळ सुरू झाल्यानं, मुख्य कारभाऱ्यांकडे त्यांची वारंवार ये-जा होत असल्यानं, त्यांच्या तंग पोशाखामुळे त्यांना भारतीय पद्धतीच्या बैठकीवर आरामात बसणं अवघड जातं म्हणून नानांनी ती पाश्चात्त्य पद्धतीची बैठक आपल्या वाड्यात मांडून घेतली असावी.

गोविंदरावांना नानांची मार्गप्रतीक्षा करीत फार वेळ तिष्ठत बसावं लागलं नाही. काही वेळानं जिन्यात पावलांचा आवाज झाला आणि नाना आपल्या वाड्याच्या पहिल्या मजल्यावरून एकेक पाऊल टाकीत जिना उतरून खाली आले. गोविंदरावांनी उठून त्यांना उत्थापन दिलं. त्यांनी त्यांचं ओझरतं निरीक्षण केलं. त्यांच्या ठेवणीत विशेष बदल झालेला नव्हता. अमर्याद सत्ता हाती आली म्हणून शरीरयष्टी भरली नव्हती. ती पूर्वीसारखीच उंच आणि शिडशिडीत होती. विशाल भालप्रदेश, लांबट गळा, तरतरीत नाक, बसकी गालफडं आणि भेदक डोळे पूर्वीसारखेच होते. नानांची उमर पन्नास-पंचावन्न वर्षांची होती; परंतु वृद्धापकाळाची छटा त्यांच्या कायेवर उमटलेली नव्हती. तथापि, असं जरी असलं, तरी त्यांची चर्या मात्र आता पूर्वीपेक्षा अधिक गंभीर वाटत होती. ते कशाचं द्योतक होतं? सर्वाधिकाराच्या अहंकाराचं की एखाद्या अनामिक चिंतेचं? चिंतेची बारीकसारीक कारणं तशी पुष्कळच होती. एक प्रमुख कारण हे की, पेशव्यांच्या आणि त्यांच्या संबंधांत बदसूर निर्माण झाला होता. आपण वयात आलो असल्यानं आपल्या इच्छेनुरूप कारभार करण्यास आपणास वाव मिळावा, अशी पेशव्यांची इच्छा होती. दुसरी चिंता पुत्रसंतान नसल्याची होती. नाना करोडो रुपयांचे धनी होते; परंतु त्या संपत्तीला वारस नव्हता. अलीकडेच त्यांनी आणखी एक लग्न केलं होतं; पण पत्नी लहान होती. ती वयात यायची होती. नमस्कार-चमत्कार झाले. नानांनी गोविंदराव पिंगळ्यांना बसा म्हणून सांगितलं आणि ते बैठकीवर स्थानापन्न झाले. त्याबरोबर गोविंदराव पिंगळेही बसले.

"प्रवास चांगला झाला ना?" नानांनी गोविंदरावांना विचारलं.

"होय. चांगला झाला."

"रावसाहेबांना भेटलात ना?"

"हो. त्यांना जाऊन भेटलो."

"त्यांना अगोदर भेटलात ते बरं केलंत." नाना म्हणाले. "अलीकडे ते फार भावनाप्रधान बनले आहेत. त्यांच्या वयाला न शोभणारी ही भावविवशता

आमच्या काळजीत भर टाकीत आहे.''

''राव शिंदे गेले म्हणून असेल.'' गोविंदराव पिंगळे म्हणाले. नानांनी प्रत्युत्तर केलं नाही. त्यांच्या गंभीर चर्येतही फरक पडला नाही. काही वेळानं ते म्हणाले,

''दौलतराव शिंदे आणि राव शिंदे यांच्या बाया– त्यांच्या शोकसमाचारास तुम्हाला वानवडीस जावं लागेल.''

''जाईन, आज-उद्या जाईन.'' गोविंदराव पिंगळ्यांनी प्रत्युत्तर केलं.

''दौलतरावांच्या दत्तकाला सरकारमान्यता मिळाली का?'' गोविंदरावांनी पृच्छा केली.

''अद्याप नाही. दौलतरावांच्या दत्तकाला लक्ष्मीबाईंचा विरोध आहे. पुन्हा शिंद्यांच्या मुत्सद्द्यांतही तट पडले आहेत; त्यामुळे दौलतराव दत्तकाला सरकारमान्यता मिळू शकलेली नाही.'' नाना म्हणाले.

'हरिपंत तात्यांचं कसं आहे?''

''तात्या हवापालट करण्यासाठी सिद्धटेकला जाऊन राहिले आहेत. त्यांचा पोटदुखीचा आजार आहे तसाच आहे. कालच बाबारावांचं पत्र आलं आहे की, वडिलांच्या प्रकृतीला आराम नाही.'' नाना म्हणाले. हरिपंत फडके यांची आठवण निघताच नानांच्या चर्येवर काळजीची छटा दृग्गोचर झाल्याचं गोविंदराव पिंगळे यांच्या नजरेतून सुटलं नाही. हो, महादजी शिंदे यांच्या निधनापेक्षा नानांना हरिपंत फडके यांच्या आजाराची चिंताच अधिक वाटणं स्वाभाविक होतं. त्या दोघांचे संबंधच मुळी सख्ख्या भावासारखे होते. दोघांनीही गेली तीस-पस्तीस वर्षं एकमेकांचा हात धरून वाटचाल केली होती. हरिपंत नानांसारखेच कारकून. नंतर शिपाईपेशा पत्करून ते जरी नावारूपास चढले असले, तरी त्यांची मुत्सद्देगिरी उल्लेखनीय होती. नानांना त्यांनी अनेक प्रसंगांतून निभावून नेलं होतं. अलीकडेच नाना आणि महादजी शिंदे यांचे संबंध विकोपास गेले, तेव्हा हरिपंत तात्यांची प्रकृती नादुरुस्त असतानादेखील महादजी शिंदे यांच्याकडे शिष्टाईसाठी वानवडीला गेले होते. त्यांनी मराठी दौलतीच्या या दोघा आधारस्तंभांची दिलजमाई घडवून आणण्यात यश संपादन केलं होतं. पंतप्रधानांसमक्ष त्यांनी दोघांनाही एकजुटीनं राज्यकारभार करू म्हणून बेलभंडार उचलावयास लावला होता.

''हरिपंत तात्यांचं दुखणं इतकं विकोपास गेलं आहे, हे आम्हाला माहीत नव्हतं,'' गोविंदराव पिंगळे म्हणाले. त्यांच्या स्वरात काळजीची छटा होती.

''आमच्या दुर्दैवानं हरिपंत तात्यांचं दुखणं विकोपाला गेलं. आमचं अवसान गळालं आहे.'' नाना हताश होत म्हणाले.

गोविंद भगवंतांनी प्रत्युत्तर केलं नाही. हरिपंत फडके म्हणजे मुख्य कारभाऱ्यांचे उजवे हात. ते आजारी पडल्यानं त्यांना जे दुःख झालं होतं, त्याची कल्पना गोविंद

भगवंतांना आली होती. नानांचं सांत्वन कोणत्या शब्दांनी करावं ते कळत नव्हतं. शेवटी नाना गोविंद भगवंतांना उद्देशून म्हणाले,

"राव शिंदे गेले आणि हरिपंत तात्या असे रोगजर्जर होऊन सिद्धटेकला राहिले आहेत, तेव्हा नबाबाच्या थकबाकीचं काय करायचं त्याचा खल करण्यासाठी आम्ही तुम्हाला बोलावून घेतलं. गोविंदराव काळ्यांना आम्ही बाकीचा प्रश्न नबाबाकडे धसास लावण्याबद्दल मागे लिहिलंच आहे. त्यांनी नबाब आणि मुशीर या दोघांची भेट घेतलीच असेल."

"गोविंदरावांनी नबाब आणि मुशीर या दोघांची भेट घेऊन थकबाकीचा प्रश्न मिटवण्याची त्यांना विनंती केली. नबाब आणि मुशीर या दोघांशी त्यांचं काय बोलणं झालं ते तुम्हाला सवडीनं कळवतीलच; परंतु आम्हाला असं वाटतं की, बाकीचा प्रश्न सामोपचारानं मिटविण्याचा मुशीरचा इरादा नाही." गोविंदराव पिंगळे गंभीर चर्येनं म्हणाले.

"त्या दोघांचा विचार तरी काय आहे?" नानांनी पृच्छा केली.

"विचार स्पष्टच आहे, बाकी बुडवायची. राव शिंदे यांनी बीड परगणा मागितला. तो देण्यास नबाबानं नकार दिल्यानं प्रकरण हातघाईवर आलं. शिंद्यांच्या फौजा बीड परगण्यात घुसतील, या भीतीनं नबाब आपल्या सैन्यासह भर उन्हाळ्यात बेदरला येऊन राहिला. राव शिंदे यांनी बीडवर काही स्वारी केली नाही आणि परवा तर त्यांचं निधन झालं. नबाब आणि मुशीर यांनी सुटकेचा श्वास सोडला. राव शिंदे गेल्यानं त्यांना जो आनंद झाला तो सांगता येत नाही. मात्र, त्यांच्या निधनाबद्दल दुःख झाल्याचं जे नाटक त्यांनी केलं, ते बेमालूम वठलं. ते म्हणाले, "राव शिंदे हे आमचे जुने दोस्त होते. त्यांच्या निधनानं आम्हाला भयंकर दुःख झालं." नबाबानं दोन दिवस दरबार भरविला नाही. नाच-गाणंही बंद होतं. वानवडीला शोकसंदेश पाठविला. श्रीमंतांनाही पाठविला असेल.

"होय पाठविला." नाना म्हणाले. "तो राजकीय शिष्टाचाराचा एक भाग झाला. तो पाळावाच लागतो; पण तुम्हाला खरोखरच वाटतं का, राव शिंद्यांच्या स्वारीच्या भीतीनं नबाब सैन्यासह बेदरला आला म्हणून?"

"होय, राव शिंदे बीडवर स्वारी करतील अशी नबाब आणि मुशीर या दोघांना भीती वाटत होती. नाहीतर त्या दोघांना भागानगरचं ऐशआरामी जीवन सोडून बेदरसारख्या भिकार गावात भर उन्हाळ्यात येऊन राहण्याचं काय प्रयोजन होतं?" गोविंदरावांनी पृच्छा केली.

"मग आता नबाब भागानगरला परत जाणार की नाही?"

"कदाचित जाईलही, कारण राव शिंदे गेल्यानं बीडवरील स्वारीचा धोका टळला आहे; पण आम्हांस असं वाटतं की, बाकीचा प्रश्न पुरता सुटल्याखेरीज

मुशीर नबाबाला परत जाऊ देणार नाही.''

"ते कसं काय?'' नानांनी आश्चर्यानं पृच्छा केली.

"नबाबापाशी बावीस पलटणींचं कवायती सैन्य आहे; शिवाय शहराच्या सुरक्षिततेसाठी म्हणून नबाबानं इंग्रजांच्या दोन पलटणी भागानगरला आणून ठेवल्या आहेत. वेळप्रसंगी ते सैन्यही आपल्या मदतीला येईल, असं मुशीर बोलून दाखवीत आहे,'' गोविंदराव पिंगळे म्हणाले.

"अस्सं!'' नाना उद्गारले. "पण मुशीरला हे माहीत नसावं की, भागानगरला असलेल्या दोन पलटणी आमच्या विरुद्ध नबाबाला मिळणार नाहीत, असं आश्वासन मॅलेटनं आम्हाला दिलं आहे. आम्ही कलकत्त्याला इंग्रजांच्या नवीन जनरललाही या बाबतीत लिहिलं आहे आणि आमच्यापाशी कवायती सैन्य नसलं म्हणून काय झालं? शिंद्यांचं कवायती सैन्य ते आमचंच नाही का? आम्हीही कवायती सैन्य उभारीत आहोत.''

"पण शिंद्यांचं सैन्य हिंदुस्थानात आहे ना, ते इकडे कसं येऊ शकेल?'' गोविंदराव पिंगळे यांनी शंका व्यक्त केली.

"का नाही येणार? आणि इकडे वानवडीला शिंद्यांचं सैन्य आहे ना!''

"पण दत्तकाचा प्रश्न सुटल्याखेरीज ते सैन्य कसं मिळेल?''

"दत्तकाचा प्रश्न आज-उद्या मिटेल, ते आमच्या हाती आहे आणि राव शिंद्यांचं धोरण त्यांच्या मुत्सद्द्यांना आणि सरदारांना माहीत आहे. दौलतीच्या हितासाठी ते नेहमीच झटत आले आहेत. स्वतःच्या स्वार्थासाठी त्यांनी कधी दौलतीची नुकसानी केली नाही. सरकारची तीन कोट रुपयांची बाकी चुकती करा म्हणून त्यांनी नबाबाच्या मागं सतत लकडा लावला होता आणि तसं पाहिलं, तर नबाब हा वाईट मनुष्य नाही. त्याला फितवतो तो मुशीर. अगोदर त्याचाच काटा काढला पाहिजे.'' नाना आवाज चढवीत म्हणाले.

"पण मुशीरचा काटा काढणं ही सामान्य गोष्ट नाही. नबाबाला सत्तेवर आणणाऱ्यांपैकी तो प्रमुख-'' गोविंदराव पिंगळे म्हणाले.

"आम्हाला त्याची जाणीव आहे. नबाबाच्या कारभारावर त्यानं आपली पकड बसविली आहे. प्याद्याचा फर्जी झाला. खोरासानमधून नशीब काढण्यासाठी इकडे आला. दरमहा पंधरा रुपयांच्या मुशाहिऱ्यावर निजामाच्या पदरी होता; पण आज त्याचा मुख्य कारभारी झाला आहे.'' नाना म्हणाले.

"हो, आणखी एक गोष्ट सांगायची राहिली. नबाब आपला धाकटा साहेबजादा -मीर पोलाद अली सिकंदरजहा- याला मुशीरची नात करून घेतो आहे.''

"काय म्हणता काय?'' नानांनी सरसावून बसत आश्चर्यानं पृच्छा केली.

"हो, खरं आहे. गोविंदराव काळे यांना बोलावून घेऊन नबाबानं ही बातमी

त्यांना विदित केली. गोविंदरावांना नबाब किती चाहतो, ते आपणाला माहीत आहेच.''

''पण गोविंदरावांनी आम्हाला ही बातमी अद्याप कळविली नाही!'' नाना काळजीच्या स्वरात उद्गारले.

''बातमी तशी गुप्तच आहे, साखरपुडा झाल्यावर जाहीर होईल; पण गोविंदरावांनी ती आपल्या कानांवर घालण्याबाबत आम्हाला सूचना दिली म्हणून आपणाला सांगतो.'' गोविंदराव पिंगळे म्हणाले, ''आणि गोविंदरावांकडून आम्हाला असंही कळलं आहे की, शादीच्या समारंभाला रावसाहेबांनी उपस्थित राहावं, अशी नबाब आणि मुशीर या दोघांची इच्छा आहे. रावसाहेबांच्या दोन्ही लग्नांना नबाब उपस्थित नव्हता म्हणून आपल्या मुलाच्या शादीला रावसाहेबांना नेण्याचा बेत आहे. नबाब शीण काढतो की, रावसाहेबांच्या दोन्ही लग्नांना दरबारानं आपणास रीतसर निमंत्रणं पाठविली नाहीत म्हणून.''

''रीतसर निमंत्रणं पाठविली नाहीत त्याचा अर्थ काय? दौलतीच्या सर्व हिंतचिंतकांना आणि मित्रांना जशी निमंत्रणं पाठविली, तशीच ती नबाबालाही पाठविली.'' नाना म्हणाले.

''पण नबाब म्हणतो की, रावसाहेब हे आपले मानलेले पुत्र आहेत. त्यांच्या पहिल्या विवाहासाठी आपण पंचवीस लक्ष रुपये बाजूस ठेवले होते; पण त्या पैशांचा विनियोग रावसाहेबांच्या विवाहप्रसंगी दरबारानं आपणास करू दिला नाही, अशी त्याची तक्रार आहे.'' गोविंदराव पिंगळे म्हणाले.

''रावसाहेबांचं लग्न आपण करणार, असं नबाब त्या वेळी सगळ्यांना सांगत असे; पण त्याच्या चमत्कारिक अटी मान्य करणं दौलतीच्या हिताचं नव्हतं. नबाब रावसाहेबांच्या लग्नासाठी दहा लक्ष रुपये खर्च करण्यास तयार होता; पण मुलगी तो स्वतः पसंत करणार होता आणि लग्नसमारंभ मोगलाईत पार पाडणार होता. या लोकविलक्षण शर्ती दरबाराला आणि दरबाराच्या हितचिंतकांना मान्य होणं शक्य होतं का? आणि रावसाहेबांचं लग्न करून देण्यामागील नबाबाची इच्छा निःस्वार्थीही नव्हती. आपल्या ब्राह्मण मनसबदारांपैकी एखाद्याची मुलगी करायची, लग्न समारंभाचा टोलेजंग बार उडवून द्यायचा आणि त्याबदली रावसाहेबांना आपला उतराई करून ठेवण्याचा नबाबाचा धूर्त डाव होता. तो आम्ही उधळून लावला. हे राजकारण न कळण्याइतके आम्ही दूधखुळे आहोत, असं का नबाबाला आणि त्याच्या कारभाऱ्याला वाटत होतं?'' नाना आवेशानं म्हणाले.

''नबाबाची चाल तिरकी आहे, हे आम्ही जाणून आहोत. तरीही आम्ही त्याची गय करतो.''

''तो प्रसंगी दरबाराच्या पाठीशी उभा राहिला होता.'' गोविंदराव पिंगळे म्हणाले.

''इंग्रजांशी आमचं युद्ध झालं, तेव्हा नबाब तटस्थ राहिला होता. दादांनी त्याला

आपल्या पक्षात ओढण्याचा अगदी आटापिटा केला. त्यासाठी दादांनी दौलतीची किती नुकसानी केली ते जगजाहीर आहे. हैदर अलीशी झालेल्या युद्धाच्या वेळी राव शिंद्यांचा आणि आमचा गर्गशा झाला, त्या वेळी आणि परवाच्या टिपूच्या युद्धाच्या वेळी तो आमच्या बरोबर राहिला; म्हणून त्याच्या वाटेला जावंसं आम्हाला वाटत नाही.'' नानांनी मखलाशी केली.

गोविंदराव पिंगळे त्यावर काही बोलले नाहीत; त्यांना माहीत होतं की, वरील प्रसंगी निजाम नानांच्या पाठीशी राहिला, कारण त्याला वेगळी कारणं होती. बारभाईच्या कारस्थानाच्या वेळी नबाबाने राघोबादादांचा पक्ष धरला नाही, त्याचं कारण असं की, दादांची बाजू दुबळी आहे हे त्याला दिसत होतं. शिवाय वरील सर्व प्रसंगी निजामाला तटस्थ ठेवण्यात दरबाराला केवढी किंमत द्यावी लागली, तेही गोविंदराव पिंगळ्यांना माहीत होतं. नाना नबाबाची गय करीत होते, कारण वेळप्रसंगी त्यांना निजामाकडून आणखी मदत हवी होती आणि ते न कळण्याइतका निजाम मूर्ख नव्हता. तो दरबाराची तीन कोट रुपयांची बाकी फेडण्यात टंगळमंगळ करीत होता, त्याचं कारण हे होतं.

''मुशीराची नात नबाब आपल्या मुलाला करून घेणार हे आता ठरल्यासारखंच आहे. या बाबतीत दरबाराचं धोरण काय राहील?'' गोविंदरावांनी पृच्छा केली.

''तुमच्या प्रश्नाचा मतलब आमच्या ध्यानी आला नाही.'' नानांनी किंचित गोंधळलेल्या नजरेनं गोविंदराव पिंगळ्यांकडे पाहत म्हटलं.

''नबाबाच्या दरबारात बोललं जात आहे की, हा संबंध आणण्यामागं एक मोठं कारस्थान शिजत आहे.'' गोविंदराव पिंगळे नानांकडे पाहत गंभीर चर्येनं म्हणाले.

''ते कोणतं?'' नानांनी पृच्छा केली. गोविंदराव पिंगळे यांच्या बोलण्याचा भावार्थ त्यांच्या अजून ध्यानी आला नव्हता.

''मीर पोलाद अलीस आपली नात देऊन त्याला निजामाच्या गादीवर आणण्याचा मुशीरुद्दौलाचा डाव असल्याचं बोललं जातं. शादी शक्य तितक्या लवकर उरकून टाकण्यासाठी तो धडपडतो आणि शादीचा समारंभ बेदरलाच करण्याचाही त्याचा बेत आहे.''

''हं, आता आलं ध्यानात.'' नाना लगबगीनं म्हणाले, ''मीर पोलाद अली हा नबाबाचा दुसरा मुलगा म्हणजे थोरल्याला डावलून दौला दुसऱ्याला नातजावई करून घेऊन नबाबाच्या मागं त्याला गादीवर आणणार.''

''हो.'' गोविंदराव पिंगळे उद्‍गारले.

''तर मग हे राजकारण मोठं गंभीर स्वरूपाचं आहे असं म्हणावं लागेल. ही शादी झाली, तर दौलाचं वजन आणखी वाढणार.'' नानांची चर्या चिंताक्रांत झाली.

''नबाब आणि दौला यांचा रक्ताचा संबंध जुळू नये असं वाटणारा एक पक्ष

नबाबाच्या दरबारात आहे.'' गोविंदराव पिंगळे म्हणाले.

"असणं स्वाभाविकच आहे.'' नाना उद्गारले, "हा पक्ष अर्थातच निजामाचा थोरला मुलगा-''

"अलिजाबहादुराचा,'' नानांना निजामाच्या थोरल्या मुलाचं नाव न आठवलेलं पाहून गोविंदराव पिंगळे यांनी त्यांना अलिजाबहादुराचं नाव सांगितलं.

"अलिजाबहादूर.'' नाना उद्गारले. "नबाबाचं आणि अलिजाबहादुराचं पटत नाही, असं मागं गोविंदराव काळे यांनी एका पत्रात लिहिल्याचं आम्हाला आता स्मरतं.''

"अलिजाबहादुराचं आणि नबाबाचं पटत नाही ते दौलतीवरून. नबाब दौलाच्या पूर्ण आहारी गेल्याचं पाहून अलिजाबहादुराला काळजी वाटणं स्वाभाविकच आहे.'' गोविंदराव पिंगळे म्हणाले. "नबाबानं अलिजाबहादुराला बेदरला आणलं नाही, त्याला भागानगरला मागं ठेवलं आहे.''

"कशाला आणील बेदरला? या दोघांचं मेतकूट जमलं आहे - त्याचं वास्तव्य त्यांना कसं सहन होईल?'' नाना म्हणाले.

"अलिजाबहादुराचा एक हस्तक आम्हाला गुप्तपणे बेदरला येऊन भेटला.'' गोविंदराव पिंगळे यांनी गुपित फोडलं.

"काय?'' नानांनी नीट सावरून बसत पृच्छा केली.

"अलिजाबहादुराला सरकारची सहानुभूती आणि जमल्यास सरकारची मदतही हवी आहे.'' गोविंदराव पिंगळे नानांच्या चर्येचं सखोल निरीक्षण करीत म्हणाले.

नानांनी प्रत्युत्तर केलं नाही. त्यांची चर्या गंभीर दिसू लागली. बैठकीत काही वेळ स्तब्धता पसरली. त्या स्तब्धतेचा भंग करीत नाना म्हणाले, "नबाबाचा आणि त्याच्या मुलाचा हा घरगुती प्रश्न आहे. त्यात आपणाला कसं पडता येईल? पुन्हा अलिजाबहादुराला निजामाच्या दरबारातील किती वजनदार लोकांचा पाठिंबा आहे, याचाही अंदाज घ्यायला हवा.''

"अलिजाबहादुराचा तो सदाशिव रेड्डी नावाचा हिंदू हस्तक आम्हाला म्हणाला की, टिपू त्याला वाटेल तेवढी मदत द्यायला तयार आहे; पण दरबाराची मदत मिळाल्याखेरीज आपल्या बापाविरुद्ध उठाव करण्याचं धाडस अलिजाबहादुरास होणार नाही.'' गोविंदराव पिंगळे म्हणाले.

"नाही. आपणाला या फंदात पडता येणार नाही.'' नाना निश्चयी स्वरात म्हणाले. "निजामाच्या कुटुंबात भाऊबंदकीचे प्रकार वारंवार घडतात आणि यापूर्वी घडलेले आहेत; पण दरबारानं त्यात क्वचितच लक्ष घातलं आहे आणि ज्या ज्या वेळी दरबारानं एखाद्याची कड घेतली आहे, त्या त्या वेळी दरबाराला पड खावी लागली आहे, हे आपण विसरता कामा नये.''

नानांच्या त्या निर्णयानं निजामअलीचा थोरला पुत्र साहेबजादा अलिजाबहादूर याचं भवितव्य निश्चित झालं. गोविंदराव पिंगळे यांना दुख झालं; परंतु नानांना सल्ला देण्याचा हिय्या त्यांना झाला नाही.

"टिपूला निजामाच्या घरात भाऊबंदकी माजलेली हवी आहे. निजामाचं आणि टिपूचं हाडवैर जगजाहीर आहे." नाना म्हणाले. "दोघंही एकमेकांना नेस्तनाबूद करण्याच्या संधीची वाट पाहत असतात; परंतु टिपूसारख्या उपटसुंभाप्रमाणे आपणाला वागता येत नाही. निजामाला चिरडून टिपूला शिरजोर होऊ देणं, हे आमचं धोरण नाही."

"दरबाराचं हे धोरण आम्हाला माहीत आहे." गोविंदराव पिंगळे म्हणाले.

"निजामअली हा काही झालं तरी घरंदाज मनुष्य आहे. तो आमच्या शेजारी आहे; पण टिपू नाही. टिपू बकासूर आहे, तसा निजामअली नाही. म्हणून त्याच्या मुलाची कड घेऊन त्यांच्या गृहकलहात पडण्याची आमची इच्छा नाही. कदाचित निजामअलीच्या थोरल्या मुलाची तुम्हाला कणव येत असेल; पण राजकारणात कुणाची कीव करून चालत नाही. अलिजाबहादूर आपल्या बापाविरुद्ध आमच्या मदतीची अपेक्षा करतो आहे. तो अधिकारावर आला तर, टिपूच्या चिथावणीनं आमच्याशी शिरजोरी करणार नाही कशावरून?" नानांनी गोविंदराव पिंगळे यांच्याकडे पाहत पृच्छा केली.

"पण बाकीचा प्रश्न कसा सुटायचा?" गोविंदराव पिंगळे म्हणाले.

"तो प्रश्न सोडविल्याशिवाय आम्ही आता गप्प बसणार नाही. नबाबाची आम्ही फार दिवस गय केली. राव शिंदे गेल्यानं आम्ही दुबळे झालो आहोत, अशी त्याची आणि मुशीराची समजूत असेल, तर ती भ्रामक आहे. नबाबानं बऱ्या बोलानं बाकीचा प्रश्न सोडविला नाही, तर आम्ही त्याचा नक्षा उतरविल्यावाचून राहणार नाही." नाना निश्चयी स्वरात म्हणाले. "आता एक सांगा बघू, नबाब कमठाण्यासारख्या भिकारगावी राहतो तरी कसा?"

"जसा भागानगरला राहतो तसा!" गोविंद भगवंत म्हणाले. "त्याच्या सुखसोयीत आणि ऐशआरामात कमठाण्याला काडीचीही कमतरता नाही."

"अस्सं!" नाना उद्गारले.

"नबाबाला आणि त्याच्या सरदार व मानकऱ्यांना ज्या जिनसा लागतात, त्या भागानगरहून किंवा औरंगाबादहून येतात. नबाबाचा जनानखाना त्याच्याबरोबर आहेच. लखनवी कंचन्यांचा एक ताफाही त्याच्याबरोबर आहे; पण त्याचा बराचसा वेळ त्याच्या बेगमांच्या सहवासात जातो."

"नबाबाचा स्त्रीलंपटपणा प्रसिद्धच आहे. साठी उलटली तरी त्याची विषयसुखाची चटक अद्याप सुटली नाही तर!" नाना उद्गारले. "त्यानं आयुष्यात सुखोपभोग

घेण्यापलीकडे आणखी काही केलेलं नाही. कधी तलवार हाती धरली नाही. त्या दृष्टीनं तो मोठा भाग्यवान आहे.''

''नबाब जनानखान्यातून बाहेर आला की, त्याच्या मनोरजंनाला कंचन्या तयारच असतात. हिंदुस्थानातील आणि दक्षिणेतील अनेक नाणावलेल्या कंचन्या पदरी आहेत. कंचन्यांचा असा शौकीन मनुष्य दक्षिणेत तरी आणखी कुणी नसेल!'' गोविंदराव पिंगळे म्हणाले.

''म्हणजे विलासाशिवाय दुसरी बात नाही!'' नाना उद्गारले.

''कधीकधी नबाबाला नदीवर मासे मारावयास अथवा शिकारीस जाण्याची लहर येते; पण त्याचा केवढा गाजावाजा! आजूबाजूच्या पंचक्रोशीतील लोकांना वेठबिगारीला धरलं जातं. नदीवर मासे मारावयास जाण्याचा दिवस मुक्रर झाला की, प्रथम नदीकाठावर एक शामियाना उभारण्यात येतो. नंतर फतवा निघतो की, जहागीरदार, सरदार, मुत्सद्दी यांच्यापैकी कुणीही गावात मागं न राहता सगळ्यांनी नबाबाबरोबर मासे मारण्याच्या मोहिमेत सामील झालं पाहिजे.''

''म्हणजे नबाबाच्या करमणुकीसाठी तुमच्यासारख्या परकी लोकांनादेखील ताप आहे तर हा!'' नाना उद्गारले.

''हो ना. नबाबाच्या लटांबराबरोबर आम्हीही जातो, करणार काय! बरं नबाब शिकारीला किंवा मासे मारावयाला सडा जात नाही. त्याच्याबरोबर त्याच्या बेगमा आणि कंचन्याही असतात.''

''इंग्रजदेखील जातात का, नबाबाबरोबर मासे मारावयास?'' नानांनी विचारलं.

''जातात ना. ते तर अशा गोष्टींचे फार शौकीन.'' गोविंदराव म्हणाले. ''हो. बरी आठवण झाली. इंग्रजांची गोष्ट निघाली म्हणून सांगतो. किनावेची बदली झाली. त्याच्या जागी करकपात्रिक म्हणून कुणी दुसरा इंग्रज वकील नबाबाकडे येतो.''

''किनावे जातोय का?'' नानांनी आनंदून अधीरतेने पृच्छा केली, ''मागं गोविंद कृष्णांनी लिहिलं होतं किनावे जाणार म्हणून. मोठा कारस्थानी मनुष्य.''

टिपूच्या मोहिमेनंतर गोविंदराव काळे यांनी हैदराबादहून लिहिलेल्या एका पत्रातील किनावेसंबंधीचा उल्लेख नानांना आठवला. गोविंदरावांनी लिहिलं होतं, 'तेथे मॅलेट येथे किनावे. दोघे एका धन्याचे चाकर. आपले कामी सरस, तेव्हा येथील त्यास लिहितो, तेथील यास लिहितो. परस्परे तो आपल्यास, हा आम्हास पुसतो; जाब देणे प्राप्त! त्यात काबाहाती व पंचायती पडतात. खरे-खोटे धुंडाळतात. मध्ये असणारास मोठा पेच. अब्रू राखणे ईश्वराकडे किंवा खाविंदाकडे.

किनावे आणि मॅलेट यांच्या कारस्थानामुळे पेशवे आणि निजाम या दोघांना टिपू सुलतानावरील इंग्रजांच्या मोहिमेत भाग घ्यावा लागला होता. नाना राजकारणातील इतके दर्दी; परंतु दोघाही इंग्रज मुत्सद्द्यांनी त्यांना हातोहात फसविलं होतं. हरिपंत

तात्या यांना सैन्य घेऊन जाण्यास जरा उशीर झाला, तर इंग्रजांनी केवढा गहजब केला! त्या उशिराबद्दल पुणे दरबाराला इंग्रजांना सात लक्ष एकूणसाठ हजार तीनशे बत्तीस रुपयांचा भुर्दंड भरावा लागला होता. इंग्रज पाया पडतात. बाबापुता करतात, म्हणून केवळ उपकाराच्या भावनेनं नानांनी टिपूविरुद्धच्या मोहिमेत पेशव्यांचं सैन्य धाडलं होतं; परंतु त्याबद्दल इंग्रजांकडून कृतज्ञतेचा एक शब्दही ऐकावयास मिळाला नव्हता; उलट सैन्य पाठविण्यात दिरंगाई केली म्हणून ठपका दिला होता आणि दंड भरावयास लागला होता. किनावे आणि मॅलेट या दोन इंग्रज मुत्सद्द्यांकडून मिळालेली ही अपकाराची वागणूक नानांसारखा संवेदनशील राजकारणी पुरुष कधीच विसरणं शक्य नव्हतं. इंग्रजांकडून झालेल्या अधिक्षेपामुळे ते मनातल्या मनात चरफडत राहिले होते.

"किनावेला निजामाच्या दरबारातून नवीन लॉर्डानं तडकाफडकी हलविलं त्याचं कारण तुम्हाला माहीत असेलच?'' नानांनी गोविंदराव पिंगळे यांच्याकडे रोखून पाहत म्हटलं.

नाही, आम्हाला माहीत नाही. गोविंदराव पिंगळे अज्ञान व्यक्त करीत उद्‌गारले.

किनावे हा लॉर्ड कार्नवालीसच्या विश्वासातील होता-

"ते आम्हाला माहीत आहे.'' गोविंदरावांनी प्रत्युत्तर केलं.

'लॉर्ड कार्नवालीस गतसाली बदलून गेला आणि त्याच्या जागी नवीन डोनेराल शोअर आला. लगेच आम्ही नवीन डोनेरालला पत्र धाडलं की, किनावे आणि मॅलेट हे दोघे एकमेकांच्या शेजारी असणं आमच्या हिताचं नाही, तेव्हा दोघांपैकी कुणा एकाची बदली करा. ते दोघे कंपनी सरकारचे सच्चे नोकर असतील; परंतु त्यांचं राजकारण आम्हाला तापदायक ठरतं.'' किनावेच्या बदलीमागची नानांच्या तोंडची पार्श्वभूमी ऐकून गोविंदराव स्तिमित झाले. ते म्हणाले -

"नवीन डोनेराल निष्पक्षपाती आहे म्हणतात.''

"खरं आहे.'' नाना उद्‌गारले.

"तर मग त्यांनी किनावेबरोबरच मॅलेटचीही बदली करायला हवी होती. मॅलेट पुण्यात असणं दरबाराच्या हिताचं आहे का?'' गोविंदराव पिंगळे यांनी पृच्छा केली.

"नाही, मॅलेट आणि किनावे हे दोघे एकाच माळेचे मणी आहेत. आपल्या मायबाप सरकारच्या हितापलीकडे त्यांना दुसऱ्यांच्या हिताची मातब्बरी वाटत नाही.'' नाना म्हणाले.

"तर मग मॅलेटला पुण्यातून हलवा म्हणून आपण डोनेरालला का लिहीत नाही?'' गोविंदरावांनी प्रश्न केला.

"आम्ही तसं नवीन डोनेरालला लिहिलं, तर तो मॅलेटची बदली करील असं आम्हाला वाटत नाही. हे इंग्रज लोक मोठे धूर्त असतात. आमच्या मागणीप्रमाणे

डोनेरालनं किनावेची बदली केली, याचा अर्थ त्यानं आमच्या मागणीची कदर केली असा नाही का होत? यातच आमचा विजय आहे आणि तसं पाहिलं तर मॅलेट हा काही वाईट मनुष्य नाही. त्यानं आपल्या सरकारचं हित पाहिलं, म्हणून आपण त्याला नावं का ठेवावी? मॅलेटचा आम्हाला इतर बाबतींत उपयोग होतो आहे. म्हणून त्याची बदली करा असं आम्ही नवीन डोनेरालला लिहिणार नाही.'' नाना म्हणाले.

नाना आणि गोविंदराव पिंगळे यांची मुलाखत चालू असता नानांना भेटावयास आलेली माणसं बाहेर तिष्ठत बसली होती. म्हणून नानांनी मुलाखत आटोपती घेतली. ते गोविंदराव पिंगळे यांना म्हणाले,

''तुमचा पुण्यात महिनाभर मुक्काम आहे ना?''

''हो आहे.'' गोविंदराव पिंगळे म्हणाले.

''तर मग सवडीने या प्रश्नावर पुन्हा एकदा खल करू.'' नाना म्हणाले.

''चालेल.'' गोविंदराव पिंगळे बैठकीतून उठत म्हणाले, ''बाबारावांनाही तुम्हाला भेटायचं आहे.''

''कोण बाबाराव?'' नानांनी पृच्छा केली.

''कोण? गोविंदराव काळ्यांचे थोरले चिरंजीव.''

''ते इकडे केव्हा आले?''

''आमच्याबरोबरच. गोविंदराव म्हणाले की, तुम्ही पुण्याला जातच आहात तेव्हा बाबारावांना घेऊन जा, सोबत होईल.'' गोविंदराव पिंगळे सहेतुक हसले.

''अस्सं! म्हणजे गोविंद कृष्णांनी तुमच्या हालचालींवर नजर ठेवण्यासाठी हा हेर पाठविला तर!'' नाना उद्गारले.

गोविंदराव पिंगळ्यांनी प्रत्युत्तर केलं नाही.

।दोन।

नबाब निजामअली याचे एक भाऊबंद सुलेमान शाह साहेबजादे यांच्या दत्तक पुत्राचा वाढदिवस कमठाणा येथील नबाबाच्या वास्तव्यात त्यांचे कारभारी मुशीरुद्दौला यांच्या हवेलीत मोठ्या थाटामाटात पार पडला. वाढदिवसाचा सोहळा तब्बल बावीस दिवस चालला. नबाब निजामअली हे कित्येक दिवस आपला दरबार आणि फौजफाटा घेऊन बेदर शहरी येऊन राहिले होते; परंतु बेदरची हवा त्यांना आणि त्यांच्या बेगमांना न मानवल्यानं त्यांनी आपला मुक्काम कमठाण्याला हलविला होता. वास्तविक कमठाणा हे एक सामान्य गाव. तेथे दरबारी लोकांसाठी सुखसोयी अशा कोणत्याच नव्हत्या; परंतु तिथलं हवापाणी नबाब व त्यांच्या बेगमा यांना मानवलं होतं म्हणून नबाबांनी तिथला मुक्काम आणखी काही दिवसांनी वाढविला होता; पण त्यामुळे कमठाण्याच्या गरीब रहिवाशांना केवढा तापत्रय सोसावा लागला त्याची निजामअलींना कल्पना नव्हती. नबाबांनी कमठाण्यास जाण्याचा निर्णय घेताच त्यांच्या बांधकाम खात्याच्या कारखान्याने हुकूम काढला. खाविंदांची स्वारी हवापालट करण्यासाठी कमठाण्याला जात आहे, तरी तिथल्या सुखवस्तू लोकांनी आपली घरे तमाम खाली करून दुसरीकडे राहावयास जावे, ही दवंडी कमठाण्यात पिटण्यात आली, तेव्हा त्या लोकांच्या दुःखाला पारावारच उरला नाही. ते कार्तिक महिन्याचे दिवस होते. पावसाळा तसा ओसरला होता; परंतु वळवाच्या पावसाच्या सरी अधूनमधून येतच होत्या; त्यामुळे ओल्या जमिनीत राहुट्या, पाली ठोकून राहण्याची सोय नव्हती. दुसरी गोष्ट, सुगीचे दिवस असल्याने लोकांनी घरातून दाणा-गोटा भरून ठेवला होता. तो कुठं हलवायचा हा प्रश्न होता. तो घरात ठेवून घरे खाली केली तर, नबाबाच्या नोकर-चाकरांकडून तो लुटला जाण्याची भीती होती. बरं, कमठाण्याला नबाबाचा मुक्काम किती दिवस होणार, याची चौकशी नबाबाच्या नोकरांपाशी करण्याची सोय नव्हती. एखाद्या इसमानं धीर धरून तशी चौकशी केली तर, त्याची कंबक्ती भरलीच म्हणून समजायचं. नबाब आणि त्याची लाडकी बक्षी बेगम यांना कमठाण्याची हवा मानवली, तर ते आपणाला चाहेल तितके दिवस तिकडेच राहणार होते. आपल्या वास्तव्यामुळे गरीब बिचाऱ्या कमठाण्याच्या

रहिवाशांच्या अडचणींत भर पडते आहे, हे त्यांच्या कानांवर घालण्याची कुणाची प्राज्ञा होती? ही अवस्था केवळ कमठाण्याच्याच लोकांची होती असं नव्हे, तर ज्या ज्या ठिकाणी नबाबाचा मुक्काम होत होता, त्या त्या ठिकाणच्या लोकांचीही होती. नबाब बेदरला आले, तेव्हादेखील तिथल्या लोकांचे असेच हाल झाले होते. नबाबाच्या अठरा कारवानांतील लोकांना ना धर ना बंध, ते मोकाट सुटलेल्या वळूंप्रमाणे आजूबाजूच्या पंचक्रोशीतील गावांत शिरून लोकांची बेधडकपणे लूटमार करीत होते आणि त्या वाहत्या गंगेत स्थानिक चोर-दरोडेखोरांनीही चांगलाच हात धुऊन घेतला होता. आपण नबाबाचे नोकर आहोत अशी बतावणी करून ते चोर-दरोडेखोर सधन आणि गरीब लोकांच्या घरांत खुशाल शिरत आणि हाताला लागेल ती वस्तू घेऊन पसार होत. नबाबाच्या नोकरांच्या नावानं जनतेची लूटमार करणाऱ्या या भुरट्या दरोडेखोरांचा तपास करणं हा स्थानिक कोतवालांच्या मागं लागलेला मोठाच ताप होता. त्यांनी आपली गाऱ्हाणी नबाबापर्यंत पोहोचविल्यानं त्यांच्याही विवंचनेत भर पडली होती. त्यांनी बेदरहून कमठाण्याला जाताना आपल्या आणि आपल्या सरदार व मानकऱ्यांच्या निवासस्थानांची राखण करण्यासाठी आपला फ्रेंच सरदार मुसा रेमू व कुमेदान सय्यद उमरखाँ आणि अब्दुल करीम या तिघांना मागे ठेवलं होतं. त्यांच्या हाताखाली हत्यारबंद प्यादे व घोडेस्वार देण्यात आले होते.

अखेर सर्व तयारी झाल्यावर नबाबाची स्वारी एकदाची कमठाण्याला निघाली. नबाब अंबारीत बसले. त्यांच्या खवाशीत मुशीरुद्दौला आणि मीर आलम हे दोघे होते. नबाबाच्या बेगमा रथात बसल्या. उरलेल्या लोकांना मिळेल त्या वाहनांनी तर काहींना पायपीट करत जावं लागलं. संध्याकाळच्या सुमारास नबाबाचं कारवान कमठाण्याच्या वेशीवर येऊन दाखल झालं. राजा गावात पायधूळ झाडतो आहे म्हटल्यावर कमठाण्याच्या लोकांना त्यांच्या इच्छेविरुद्ध नबाबाचं स्वागत करावं लागलं. वेशीवर कमान उभारण्यात आली होती. गाव लता-पल्लवांनी शृंगारण्यात आलं होतं. लोक नबाबाच्या स्वागतासाठी वेशीवर तिष्ठत थांबले होते. नबाबाचा हत्ती वेशीवर येऊन पोहोचताच लोकांनी शिंग, तुताऱ्या वाजवून त्यांचं स्वागत केलं. ताशे, डफ, लेझीम झंकारले, गुलाल उधळला गेला. नबाब आणि त्याचे सरदार व मानकरी यांनीही आपणावर गुलाल उधळून घेतला. नबाबांना गुलाल उधळून घेण्यात आनंद वाटत असे. आपल्या बहुसंख्य हिंदू रयतेच्या सणांत ते सामील होत असत. गुलालाप्रमाणे रोषणाईचीही नबाबांना आवड होती. सायंकाळची वेळ असल्याने कमठाणं गाव रोषणाईच्या प्रकाशात आल्हाददायक वाटत होतं. नबाब त्या स्वागतानं फार खूश झाले. त्यांनी कमठाण्याच्या लोकांचं कौतुक केलं. त्यांच्यासाठी व त्यांचे कारभारी मुशीरुद्दौला यांच्यासाठी कमठाण्यातील सधन लोकांच्या हवेल्या खाली करून घेण्यात आल्या होत्या. त्या हवेल्यांत ते एकदाचे

प्रवेश करते झाले.

कमठाणे गाव लहान असल्याने श्रीमंत लोकांच्या सुखसोयी नव्हत्या; त्यामुळे नबाब, त्यांचे सरदार, मानकरी यांना लागणाऱ्या जीवनोपयोगी वस्तू त्यांना हैदराबाद, औरंगाबाद वगैरे मोठ्या शहरांतून आणवाव्या लागल्या. फुलं, शाक-भाज्या, फळफळावळदेखील बाहेरून आणवावी लागली. नबाबाचा दरबार नियमितपणे नेहमीसारखा भरायचा. त्यात खंड पडला नाही. नाचणाऱ्या कंचन्या, भांड, गवई, गायिका वगैरे कलावंत नबाबाच्या लवाजम्याबरोबर आले होते. त्यांचे कार्यक्रम ठरल्याप्रमाणं पार पडत असत. नबाब रोज शिकारीला अथवा मासे मारावयास जात. त्यांच्याबरोबर बेगमाही असत. बेगमा आणि कंचन्या यांच्याशिवाय नबाबांना बिलकूल करमत नसे. त्या नसल्या की, ते बेचैन होत. नबाबांनी वयाची साठी कधीच ओलांडली होती; परंतु त्यांची विषयसुखाची आसक्ती एखाद्या तरुणालाही लाजविणारी होती. या अमृतसुखाचं जन्मभर आकंठ पान करूनदेखील त्यांची कधी तृप्ती झाली नव्हती. मात्र, या सुखासाठी त्यांना किंमतही तशी भारी द्यावी लागली होती. त्यांचा देह व्याधीग्रस्त झाला होता; पण त्याची त्यांना फिकीर नव्हती. जीवनानंद लुटण्याची कला त्यांनी पुरेपूर आत्मसात केली होती. ते नदीवर मासे मारावयास गेले की, क्षणाक्षणाला विश्रांती घेत. त्या वेळी कंचन्यांचा अथवा भांडांचा नाच होई. दुपारी त्यांचं भोजन त्यांच्या बेगमांबरोबर होई. भोजनात नाना प्रकारची पक्वान्नं असत. उंची मद्याचाही ते आस्वाद घेत; परंतु आपल्या विलासापायी लोकांना किती त्रास होतो त्याची त्यांना बिलकूल कल्पना नसे.

एके दिवशी नबाबांच्या मनात आलं की, कमठाण्याला लागून असलेल्या प्रमेर या गावी वनभोजनासाठी जावं. हे गाव तेथील रमणीय सृष्टिसौंदर्याबद्दल प्रसिद्ध होतं. वनभोजनाचा बेत नक्की होताच नबाबाच्या नोकरांनी प्रमेर गावी जाऊन दवंडी पिटली की, नबाबांची स्वारी वनभोजनासाठी आपल्या लवाजम्यासह तिकडे येत आहे, तरी लोकांनी आपली घरं खाली करून अन्यत्र निघून जावं.

प्रमेर हे एक तीर्थक्षेत्र असून तेथील बहुसंख्य वस्ती ब्राह्मणांची होती. तीर्थ म्हटल्यावर तिथे सदासर्वकाळ यात्रेकरूंची वर्दळ असणं स्वाभाविक होतं. त्यात पुन्हा त्या वर्षी चंपाषष्ठीचा योग असल्याने मोठी यात्रा भरणार होती. त्यासाठी ब्राह्मणांनी आपल्या घरांमध्ये धान्य आणि इतर जीवनोपयोगी जिन्नस भरून ठेवले होते. अशा परिस्थितीत त्यांनी घर खाली केल्यास त्यांचं धान्य आणि भांडीकुंडी लुटली जाण्याची भीती होती. प्रमेरचा ब्रह्मवृंद चिंताक्रांत झाला. नबाबांचा फेरा म्हणजे अक्काबाईचा फेरा असं त्यांना वाटलं. आपणावरील ही संक्रांत टळावी म्हणून त्यांनी देवाला गाऱ्हाणं घातलं, देव पाण्यात बसविले. अकस्मात कुणाकडून तरी त्यांना कळलं की, नबाबांच्या लवाजम्याबरोबर पेशव्यांचे वकील गोविंदराव

काळे हे कमठाण्याला आले आहेत. त्यांचे आणि नबाबांचे मैत्रीचे संबंध असून त्यांनी जर नबाबांना अर्ज केला की, तुमच्या आगमनामुळे प्रमेरच्या ब्राह्मणांचे हाल होणार आहेत, तर गोविंदराव काळ्यांच्या विनंतीची कदर करून कदाचित नबाब आपला वनभोजनाचा कार्यक्रम रद्द करतील.

ती बातमी म्हणजे प्रमेरच्या ब्राह्मणांना अंधाऱ्या रात्री आकाशात चमकलेला ध्रुवताराच वाटला. काही ब्राह्मणांची एक तुकडी त्वरित कमठाण्याला निघाली. त्यांनी गोविंदराव काळे यांची भेट घेऊन आपणावर ओढवू पाहणाऱ्या गंभीर प्रसंगाची त्यांना अत्यंत करुण शब्दांत कल्पना दिली. गोविंदराव काळ्यांना ब्राह्मणांची दया आली. त्यांनी ब्राह्मणांना अभय दिलं की, तुमच्यावर ओढवू पाहणारं संकट दूर करण्याचा आपण प्रयत्न करू. ते लगेच मुशीरुद्दौलाच्या भेटीस गेले आणि प्रमेर येथील ब्राह्मणांची अडचण त्यांनी त्यांच्या कानावर घातली. मुशीरुद्दौला हे एक समंजस गृहस्थ होते. प्रमेर येथील ब्राह्मणांच्या अडचणीची त्यांना कल्पना आली. त्यांनी गोविंदराव काळे यांना आश्वासन दिलं की, नबाबांना सांगून त्यांच्या वनभोजनाचा बेत रद्द करावयास लावतो. ब्राह्मणांच्या हाकेला देव पावला म्हणून म्हणा किंवा गोविंदराव काळे यांच्या रदबदलीमुळे म्हणा; नबाबांनी प्रमेरला वनभोजनास जाण्याचा बेत रद्द केला आणि अखेर प्रमेरच्या ब्राह्मणांवरील संकट टळलं. कमठाणे आणि प्रमेर या दोन गावांप्रमाणेच आजूबाजूच्या तीस-चाळीस मैलांच्या परिसरातील गावांनाही नबाबाच्या नोकरचाकरांचा उपसर्ग पोहोचत होता. या लोकांना काही कामधंदा नसल्याने ते श्रीमंत सावकारांना आणि जमीनदारांना धाकदपटशा दाखवून त्यांच्याकडून पैसे उकळीत. नकार मिळाला, तर ते लगेच तलवारीला हात घालीत. नबाबांच्या शिपाई-प्याद्यांच्या अरेरावीनं लोक इतके हैराण झाले की, त्यांना प्रतिकार करण्याशिवाय गत्यंतरच उरलं नाही.

एकदा वसुमती गावी असाच एक प्रसंग घडला. गावात दमदाटीनं कर वसूल करीत हिंडणाऱ्या सरकारी नोकरांना गावातील दोन हजार स्त्री-पुरुषांनी घेरा घालून त्यांच्यावर दगडांचा मारा सुरू केला. सतत तीन तास ही दगडफेक चालू होती. काही सरकारी नोकर दगड लागून जखमी झाले. गावातील सबंधच्या सबंध दोन हजार लोकांचा तो उत्स्फूर्त आणि सामुदायिक प्रतिकार पाहून सरकारी नोकरांची इतकी घाबरगुंडी उडाली की, भीक नको; पण कुत्रा आवर अशी त्यांची स्थिती झाली. अखेर एका बड्या अधिकाऱ्याने येऊन लोकांची कशीबशी समजूत घातली आणि वेढ्यात सापडलेल्या नोकरांची सुटका केली. तथापि, असं जरी असलं, तरी सामान्य लोकांपेक्षा धनाढ्य लोकांवरच सरकारी शिपाई-प्याद्यांचा अधिक डोळा असे. ते वेश पालटून आजूबाजूच्या गावांत संचार करून श्रीमंत लोकांना हेरीत. ते त्यांना निरोप धाडीत की, अमक्या

दिवशी, अमुक रक्कम अमुक ठिकाणी पोहोचती करावी; पैशाची अत्यंत निकड आहे. तो सरकारी निरोप मिळाल्यावर श्रीमंत सावकार किंवा जमीनदार कसचा स्वस्थ बसतो! त्याला ठरल्या दिवशी ठरलेली रक्कम पोहोचती करावीच लागे. सरकारी आज्ञेचा भंग झाल्यास आपणास सर्वस्वास मुकावे लागेल, प्रसंगी कारावासही भोगावा लागेल, याची त्याला जाणीव असे. एकदा सरकारी अधिकाऱ्यांनी औरंगाबाद शहरातील काही सावकारांवर चार लक्ष रुपयांची पट्टी लादली. सावकारांनी एवढी मोठी पट्टी फारीक करण्यास आपण असमर्थ असल्याचे गयावया करून सरकारी अधिकाऱ्यांना सांगितलं; परंतु सरकारी अधिकारी काही केल्या ऐकेनात, तेव्हा सावकारांनी रागानं त्यांचा खून करण्याचा कट केला. सावकारांच्या दुर्दैवाने त्या कटाचा अधिकाऱ्यांना सुगावा लागला. त्यांनी कटवाल्यांना बिलकूल दयामाया दाखविली नाही. त्यांनी त्यांना कैद केलं आणि सरळ तोफेच्या तोंडी दिलं; परंतु तेवढ्यानं सरकारी अधिकाऱ्यांचं समाधान झालं नाही. त्यांनी कटवाल्यांच्या घरदारावरून अक्षरशः गाढवाचा नांगर फिरवला. या मोहिमेत सरकारी अधिकाऱ्यांच्या हाताला साडेबारा लक्ष रुपयांचं घबाड लागलं.

अशा रीतीने निजामाच्या अधिकाऱ्यांनी सगळीकडे दहशतीचं राज्य सुरू केल्याने प्रजा हवालदिल होऊन गेली; परंतु या घटना नबाब निजामअली किंवा त्यांचे कारभारी मुशीरुद्दौला यांच्या कानी जात नव्हत्या. नबाब नाच-तमाशांत आणि शिकार, मासेमारीत दंग; तर मुशीरुद्दौला नबाबांच्या सरबराईत दंग! आपल्या नातीची शादी नबाबाच्या मुलाशी होईस्तोवर नबाबांना खूश ठेवण्यापलीकडे मुशीरुद्दौलांना आणखी कशाच भान नव्हतं.

नबाबांचं कमठाण्याला वास्तव्य असतानाच त्यांच्याकडील इंग्रजी वकील किनावे याला निरोप देण्याचा समारंभ मुशीरुद्दौलांना पार पाडावा लागला. नबाबांचं बेदरला आगमन झालं, तेव्हा त्यांच्या बरोबर मि. किनावे हाही आला होता. त्याच्या राहण्याची व्यवस्था बेदर शहरातील मंगळवार पेठेत एक प्रशस्त हवेलीत करण्यात आली होती. प्रस्तुत हवेलीत युरोपियन लोकांच्या राहण्याची व्यवस्था नव्हती. ती सरकारी खर्चाने करून घेण्यात आली; परंतु किनावे आपल्या नवीन घरात गाशा टाकतो न टाकतो तोच कलकत्त्याहून त्याच्या बदलीचं फर्मान आलं. नवीन गव्हर्नर जनरल सर जॉन शोअर यांनी त्यांची निजामाच्या दरबारातून तातडीनं उचलबांगडी केली होती. ती घटना नबाब आणि मुशीरुद्दौला यांना अशुभ वाटली. दोघेही भयंकर खिन्न झाले, कारण किनावे हा निजामाचा हितचिंतक होता.

मि. किनावे हा कलकत्त्याचे मावळते गव्हर्नर जनरल लॉर्ड कॉर्नवालीस यांच्या खास विश्वासातील होता. कंपनी सरकार आणि निजाम यांची दोस्ती टिकविण्याच्या

कामी मि. किनावेनं आपल्या मुत्सद्देगिरीचा आणि कूटनीतीचा चांगलाच उपयोग केला होता; परंतु लॉर्ड कॉर्नवालीस यांच्या मागून आलेले नवीन जनरल सर जॉन शोअर यांना किनावे आणि निजाम यांची घनिष्ठ मैत्री पसंत न पडल्यानं त्यांनी किनावेला निजामाच्या दरबारातून हलविण्याचा निर्णय घेतला होता. विशेषतः किनावेनं लॉर्ड कॉर्नवालीस यांना भीड घालून कंपनी सरकारच्या सैन्याच्या ज्या दोन पलटणी हैदराबादला आणून ठेवल्या होत्या, ती घटना कंपनी सरकारच्या तटस्थ राजनैतिक धोरणाविरुद्ध आहे, असं सर जॉन शोअर यांचं मत होतं.

नबाब निजामअली व त्यांचे कारभारी मुशीरुन्मुलूक या दोघांनी किनावेमार्फत ज्या दोन इंग्रजी पलटणी हैदराबाद शहरी आणविल्या होत्या, त्या हैदराबाद शहराच्या रक्षणासाठी आहेत असा बहाणा जरी ते करीत असले, तरी ते सैन्य आणविण्यामागील त्यांचा हेतू वेगळाच होता. गेल्या वीस-तीस वर्षांपासून मराठे आणि निजाम यांच्यामध्ये समर प्रसंग घडला नव्हता. मराठ्यांकडून निजामाचा जो शेवटचा पराभव झाला होता, त्याचं शल्य निजामअली व मुशीर यांच्या हृदयात सलत होतं. बावीस पलटणींचे कवायती सैन्य, दोन फ्रेंच सेनापती नोकरीस ठेवून त्यांनी जे तयार केलं होतं, ते आणखी कुणाशी लढण्यासाठी नसून मराठ्यांशी लढण्यासाठीच होतं; परंतु ते सैन्य कदाचित कमी पडेल म्हणून त्यांनी इंग्रजांच्या त्या दोन पलटणी कलकत्त्याहून आणविल्या होत्या.

मि. किनावे यास आपल्या दरबारी आणखी काही दिवस राहू द्यावे म्हणून नबाब आणि मुशीरुन्मुलूक या दोघांनी गव्हर्नर जनरल सर जॉन शोअर यांच्याकडे पुष्कळ रदबदली केली; परंतु तिचा उपयोग झाला नाही. सर जॉन शोअर यांनी किनावेची बदली तर केलीच; परंतु मिस्टर कर्कपॅट्रिक नावाच्या नवीन वकिलाची तडकाफडकी नेमणूकही करून टाकली. आता आपणास जावे लागणार, याबद्दल किनावेची पूर्ण खात्री झाली आणि तो आवराआवर करू लागला. त्यानं आपलं सर्व सामान हैदराबादला पाठवून दिलं आणि आपल्या अधिकारपदाचं हस्तांतर वकिलातीतील एक अनुभवी अधिकारी मि. स्ट्युअर्ट उपाख्य 'इष्टवर्ट' यांच्याकडे केलं. नंतर तो निरापाच्या गाठीभेटी घेऊ लागला. त्याच्या इष्ट मित्रांनी त्याला मेजवान्या दिल्या. मौल्यवान भेटी अर्पण केल्या आणि शेवटी नबाबांनीही त्याला दरबार भरवून निरोपांचे विडे दिले. निरोप समारंभ अत्यंत भावपूर्ण झाला. नबाब आणि मुशीरुद्दौला या दोघांनी किनावेवर स्तुतिसुमने उधळली. आपला एक जिवलग मित्र आणि हितचिंतक आपणास सोडून जात असलेला पाहून आपण विव्हल झालो आहोत, अशी कबुली त्यांनी दिली. किनावेचे आभाराचे भाषणही अत्यंत भारदस्त झाले. आपण निजामअलीचे स्नेही असून कुठंही गेलो तरी, त्या स्नेहात अंतर पडणार नाही, असं आश्वासन त्याने नबाबास दिलं. त्याने नबाबाचं

वर्णन दिलदार, निष्कपटी, मित्राशी इमान राखणारा, शत्रूशी खेळीमेळीनं वागून शत्रुत्वाची भावना नष्ट करणारा या शब्दांत केलं. त्या स्तुतीनं निजामअली अतिशय खूश झाले. त्यांनी किनावेला शिरपेच, जिंगा, कंठी आणि इतर बरेच जडजवाहीर अर्पण केले. अखेर पान-सुपारी आणि हारतुरे होऊन तो हृद्य समारंभ समाप्त झाला. नबाबांनी दरबार बरखास्त केला; परंतु तद्नंतर नबाब, मुशीरुन्मुल्क व किनावे या तिघांचे काही वेळ गुप्त खलबत झाले. नबाबांनी नंतर आपले एक खास सल्लागार मीर आलम यांनाही त्या खलबतात सामील करून घेतले. बहुधा पुणे दरबाराशी वागताना कोणते पवित्रे टाकावेत तत्संबंधीची बोलणी त्या खलबतात झाली असावीत.

नबाब कमठाण्यास फक्त वीस दिवसांच्या मुक्कामासाठी म्हणून आले होते; परंतु कमठाण्याची हवा त्यांना आणि त्यांच्या बेगमांना इतकी मानवली की, त्या आडवळणाच्या गावी त्यांनी तब्बल अडीच महिने ठिय्या दिला. त्या काळात कमठाण्याच्या आणि आजूबाजूच्या पंचक्रोशीतील लोकांचे काय हाल झाले असतील त्याची कल्पनाच न केलेली बरी! अखेर परमेश्वरालाच त्या दुर्दैवी लोकांची दया आली. नबाब आणि त्यांचा परिवार कमठाण्याहून लवकर जावा म्हणून ते लोक रोज परमेश्वराची प्रार्थना करीत होते, ती फळास आली. नबाबांनी आपल्या मुलाची शादी करण्याचा बेत केला. तो समारंभ कमठाण्यासारख्या गावी होणं शक्य नव्हतं, म्हणून त्यांनी आपला मुक्काम बेदरला हलविण्याचं ठरविलं. ती वार्ता कमठाण्यात पसरताच लोकांनी सुटकेचा श्वास सोडला. मात्र, तो निघून जात आहे म्हणून आपणास दुःख होत असल्याचा बहाणा करण्यास ते विसरले नाहीत. त्यांनी नबाबास व त्यांच्या परिवारातील लोकांना निरोपाचे विडे दिले. अखेर कमठाण्यातील शेवटचा दरबार झाला. सरदार, मानकरी आणि मामुली लोकांचा सलाम झाला.

नबाबांना निरोप देण्याकरिता बरेच लोक गावच्या वेशीवर गोळा झाले होते. नबाब अंबारीत बसले होते. त्यांच्या खवाशीत मुशीरुद्दौला आणि मीर आलम हे दोघं. नबाबाच्या बेगमा रथात बसल्या होत्या. शेवटी ते कारवान एकदाचे चालू लागले.

नबाब आणि त्यांचा परिवार कमठाण्याहून बेदरला परत येत असल्याची बातमी बेदरला येऊन थडकली असल्याने बेदरचे नागरिक नबाबाच्या स्वागतासाठी शहराच्या वेशीवर येऊन त्यांची मार्गप्रतीक्षा करीत राहिले होते. अखेर नबाब मजल दरमजल करीत बेदरला येऊन दाखल झाले. सूर्यास्ताचा समय होता. नबाबाच्या कारवानापुढे घोडेस्वार जात होते. वेशीवर नागरिकांनी भयंकर गर्दी केल्याने घोडे बुजले आणि उधळले. एक स्वार तर आपल्या घोड्याला आवरण्याचा प्रयत्न करीत असता घोड्यावरून फेकला जाऊन नजीकच्या विहिरीत पडला. त्याला वर काढण्याची गंमत बघण्यासाठी बेदरच्या अवखळ नागरिकांनी विहिरीवर

आणखी गर्दी केल्याने घोडेस्वाराला वर काढण्याच्या कामात व्यत्यय आला, तर वेशीवर नबाबांना बघण्यासाठी लोकांनी गर्दी केल्याने चेंगराचेंगरी होऊन दोन माणसं जखमी झाली. नबाब आणि त्याच्या बेगमा यांना तो अपकुशन वाटला. त्याच रात्री नबाबांनी बेदरला न थांबता दुसऱ्या दिवशी जानवाड्याला जाण्याचा बेत केला.

।तीन।

नबाब आणि त्यांचा परिवार जानवाड्यास येऊन दाखल झाला. नबाबांचे एक सरदार राजे रायराया यांनी जानवाड्यास अगोदर जाऊन घाईघाईने नबाबाच्या आणि दौलाच्या निवासाची व्यवस्था केली होती. कमठाण्याच्या नाटकाचा दुसरा अंक जानवाड्यास सुरू झाला. नबाब आणि त्यांचा परिवार यांच्या आगमनामुळे जानवाड्याच्या लोकांची कंबक्ती भरली; पण करतात काय? राजाच्या सुखासाठी त्यांना आपली गैरसोय आणि अडचणी मुकाट्यानं सहन करणं भागच होतं. नबाब आपल्या हवेलीत येऊन हाश-हुश करतात न करतात तोच, त्यांना मुशीरुद्दौलाकडून निरोप आला की, मेजवानीची तयारी झाली आहे, तरी बेगमांसह हवेलीवर यावे. नबाबांना आपल्या दैनंदिन सुखसोयींत व्यत्यय आलेला सहन होत नसे. म्हणून त्यांचे सरदार, मानकरी फार जपत असत. नबाबांनी जानवाड्यास जाण्याचा बेत करताच मुशीरुद्दौलांनी सरदार द्वारकोजी पाटणकर यांना जानवाड्यास धाडून मेजवानीची तयार केली होती. दौलाचा निरोप येताच नबाब आपल्या बेगमांसह दौलाच्या हवेलीकडे निघाले. खाना तयार होईस्तोवर इतर काही कार्यक्रम झाले. प्रथम पागावाले, रायराया वगैरे लोकांचा सलाम झाला. नंतर लखनवी कंचन्यांचे नृत्य, भांडांचा नाच, त्यानंतर रोषणाई आणि आतषबाजी झाली. दुसऱ्या दिवशी नदीवर मासे धरण्याचा बेत होता. तिथून दुपारी नबाब जानवाड्यास परतले. रात्री मुशीरुद्दौलाच्या हवेलीत, नाच, तमाशा, गायन, रंगफेक, रोषणाई वगैरे करमणुकीचे कार्यक्रम आणि तदनंतर मेजवानी झाली. तिसऱ्या दिवशी शिकारीचा बेत होता. नबाबांबरोबर त्यांच्या बेगमा आणि इतर परिवारही नेहमीप्रमाणे होता. नबाबांनी आपणाबरोबर शिकारीचे चित्ते घेतले होते. त्यांच्याकडून त्यांनी हरणांची शिकार केली. दुपारी विश्रांतीचे वेळी जंगलातील शामियान्यांत कंचन्याचे नृत्य, गायन आणि भांडांचा नाच झाला. संध्याकाळी नबाब रमतगमत जानवाड्यास परतले.

कमठाण्याच्या मुक्कामी नबाब आणि मुशीरुद्दौला या दोघांनी ठरविलं होतं की, बेदरला परतल्यावर मुशीरुद्दौलाची नात आणि नबाबाचा दुसरा पुत्र मीर पोलाद अली सिकंदरजादा या दोघांच्या शादीची शरबतखोरी पार पाडावयाची; परंतु नबाबांचा

मुक्काम बेदरला न झाल्याने शरबतखोरीचा समारंभ जानवाड्यालाच करण्याचं ठरलं. तो मुशीरुद्दौलाच्या हवेलीत मोठ्या थाटामाटात पार पाडला. या समारंभास नबाबांचे सर्व सरदार, मानकरी, मुत्सद्दी आणि प्रतिष्ठित नागरिक उपस्थित होते. या प्रसंगी द्दौलाने नबाबास नजरा केल्या आणि आपल्या भावी नातजावयास पोशाख, शिरपेच, जिंगा, कंठी, तुरा, भुजबंद वगैरे अलंकार मीर आलम आणि अर्जीबेग या दोघांकडे देऊन पाठविले. याच समारंभात सैफन मुलूख याच्या राखेच्या मुलाचीही शरबतखोरी पार पडली. ती असदअली खान याच्या मुलास नेमस्त करण्यात आली.

शरबतखोरीच्या समारंभास जे निमंत्रित उपस्थित होते, त्यामध्ये पेशव्यांचे वकील गोविंदराव काळे हेही होते. समारंभाची अखेर कंचन्यांचे नृत्य, गायन, भांडांचा नाच, आतषबाजी आणि मेजवानी यांनी झाली. समारंभ संपेस्तोवर मध्यरात्र उलटली. नंतर नबाब आपल्या बेगमांसह आपल्या हवेलीस परतले.

शरबतखोरी समारंभाच्या दुसऱ्या दिवशी नबाबांनी गोविंदराव काळे यांना आपल्या भेटीस बोलावले. जानवाड्यास नबाबांचे आगमन झाल्यापासून निवांतपणे त्या दोघांची भेट झाली नव्हती. गोविंदराव काळे यांनाही नबाबांना भेटायचं होतं, कारण पुण्याहून त्यांना बाकीचा प्रश्न नबाबांकडे काढण्याबद्दल पत्र आलं होतं; त्यामुळे नबाबांचा निरोप मिळताच ते जामनिमा करून त्यांच्या भेटीस गेले.

नबाबांची जानवाडा येथील हवेली ऐश्वर्याच्या मानाने सामान्यच होती. मात्र, दिवाणखाना उत्तम प्रकारे सजविण्यात आला होता. भारी किमतीचा अस्मानी रंगाचा पर्शियन गालिचा दिवाणखान्याच्या फरशीवर अंथरण्यात आला होता. दारांवर व खिडक्यांवर गुलाबी रंगाचे रेशमी पडदे सोडण्यात आले होते. भिंतींना सोनेरी वेलबुट्टी असलेल्या भव्य तसबिरी लटकत होत्या. त्या मोगल बादशहा व नबाब निजामअली यांच्या पूर्वजांच्या होत्या. मखमलीच्या आवरणाच्या गाद्या असलेल्या नक्षीदार शिशवी खुर्च्या भिंतींच्या दोन्ही बाजूंनी हारीनं मांडण्यात आल्या होत्या आणि दिवाणखान्याच्या कोपऱ्यांना मिनाचं काम केलेल्या भव्य आलमारी ठेवलेल्या होत्या. ते सर्व उंची सामान कॉंटिनेन्टल म्हणजे युरोपियन पद्धतीचं होतं. गोविंदराव काळे यांना निजामअली यांच्या विलासी जीवनाची कल्पना असल्याने जानवाडा येथील त्यांच्या हवेलीत सजविलेला तो दिवाणखाना पाहून त्यांना मुळीच आश्चर्य वाटलं नाही. मात्र, ज्या ज्या वेळी ते निजामाच्या भेटीस जायचे, त्या त्या वेळी त्यांना वाटायचं की, हे लोक ऐश्वर्याचा मनमुराद उपभोग घेण्यासाठीच जन्मास आले आहेत.

गोविंदराव काळे नबाबाच्या दिवाणखान्यात जाऊन स्थानापन्न झाल्यावर थोड्या वेळानं नबाबांनी दिवाणखान्यात प्रवेश केला. त्यांच्याबरोबर त्यांचे खास सल्लागार

मीर आलम हेही होते. नबाबांचा पोशाख साधाच आणि घरगुती होता. गोविंदराव काळे यांचे आणि नबाबांचे संबंध स्नेहाचे असल्याने गोविंदरावांशी वागताना ते औपचारिकपणा बाळगीत नसत. अंगात तलम मलमलीची लखनवी पैरण, चुडीदार पायजमा आणि जडावाचे चढाव हा नबाबांचा घरगुती पोशाख असावयाचा. नबाबांचा प्रसन्न चेहरा ते आकर्षक आणि रुबाबदार असल्याने त्यांच्या उंच्यापुऱ्या देहाला तो शोभून दिसे. नबाबांचा स्वभाव दिलखुलास, विनोदी आणि खेळकर होता. ते सहसा चिडत नसत; परंतु चिडले तर त्यांना क्रोध आवरत नसे.

नबाबांनी दिवाणखान्यात प्रवेश करताच गोविंदराव काळे यांनी उठून त्यांना उत्थापन दिलं. हसतमुखानं नबाबांनी गोविंदरावांचं स्वागत केलं.

"जानवाड्याचं हवापाणी उत्तम आहे ना?" नबाबांनी गोविंदरावांना प्रश्न केला.

"होय खाविंद, जानवाड्याचं हवापाणी उत्तम आहे." गोविंदरावांनी प्रत्युत्तर केलं.

"हवापाणी चांगलं पाहिजे, त्याशिवाय आरोग्य चांगलं राहत नाही. आम्ही बेदर, कमठाणा, जानवाडा अशी पायपीट करतो ती तब्येतीसाठीच!" नबाब म्हणाले. "बेदरची हवा खराब म्हणून आम्हाला आमचा मुक्काम सारखा बदलावा लागतो."

"पण खाविंद, आपणाला आता या भागात वास्तव्य करण्याचं काही प्रयोजन नाही." गोविंदराव म्हणाले.

"ते खरं आहे; पण आलोच आहोत या भागात, तेव्हा काही दिवस इकडेच राहावं असं म्हणतो." नबाब म्हणाले.

तुमच्या मनात इकडे बिलकूल राहायचं नाही. तुम्हाला चिथावणी देतो तो तुमचा कारस्थानी कारभारी मुशीर! गोविंदराव मनात म्हणाले.

"म्हणजे साहेबजादे मीर पोलादजंग यांची शादी आपण इकडेच करणार?" गोविंदरावांनी प्रश्न केला.

"खरंतर शादी हैदराबादला करावी असा आमचा विचार होता; पण आमचे भावी व्याही म्हणतात की, शादी इकडेच करावी आणि त्यासाठी तर आम्ही तुम्हाला बोलावून घेतलं." नबाब म्हणाले.

"आमचा आणि शादीचा काय संबंध?" गोविंदराव गोंधळलेल्या नजरेनं नबाबांच्या चर्येकडे पाहत म्हणाले.

"आहे, पुष्कळ आहे." नबाब उद्‌गारले. "तुमचे धनी माधवराव पेशवे आणि कारभारी बाळाजीपंत नाना यांच्या सोयीसाठी आणि सवडीसाठी शादी इकडे करावी असं आम्ही म्हणतो. त्या दोघांनी शादीस उपस्थित राहावं अशी आमची सगळ्यांचीच इच्छा आहे."

"अस्सं!" गोविंदराव विचार करीत उद्‌गारले.

"तुमच्या धन्याची आणि आमची एकदा भेट व्हावी, ही आमची फार दिवसांची इच्छा आहे. ते आम्हाला पुत्रस्थानी आहेत असं आम्ही मानतो-"

"आमच्या धन्याविषयीची आपली ही भावना आम्ही जाणून आहोत." गोविंदराव म्हणाले.

"तुम्ही जाणता; पण तुमचे कारभारी जाणत नाहीत. ते माधवराव पेशव्यांची आणि आमची भेट होऊ देत नाहीत. शेवटी आम्ही ठरविलं की, त्यांनाही शादीचं निमंत्रण द्यावं, म्हणजे दोघांचीही बरोबरच भेट होईल." नबाब म्हणाले.

"पण बाळाजीपंतांना शादीला उपस्थित राहण्यास सवड होईल का खाविंद?" गोविंदरावांनी शंका व्यक्त केली. "त्यांना फार कामं असतात."

"कामं सगळ्यांनाच असतात; पण वेळात वेळ काढून त्यांनी शादीला उपस्थित राहावं, अशी आम्ही त्यांना विनंती करणार आहोत आणि तुम्हीही आमच्या भावना त्यांना कळवाव्यात म्हणून तुम्हाला बोलावून घेतलं. तुमचे खाविंद आणि बाळाजीपंत नाना यांच्या सोयीसाठी आमच्या साहेबजाद्याची शादी इकडे करण्याचा बेत केला आणि त्यांच्या सवडीनुसार आम्ही शादीची तारीखही ठरविणार आहोत." नबाब म्हणाले.

गोविंदराव काळ्यांनी प्रत्युत्तर केले नाही. ते गप्पच राहिले. त्यांना माहीत होतं की, नाना फडणीस नबाबाच्या मुलाच्या शादीस उपस्थित तर राहणार नाहीतच; परंतु ते पेशव्यांनाही पाठविणार नाहीत. गोविंदरावांच्या मनात चालू असलेल्या विचारांची कल्पना नबाबांना आली आणि ते म्हणाले,

"बाळाजीपंत नाना आमच्या साहेबजाद्याच्या शादीच्या समारंभास उपस्थित राहाणार नाहीत आणि तुमच्या धन्यांनाही ते पाठविणार नाहीत, असं तुम्हास वाटतं, खरं ना गोविंदराव?"

तरीही गोविंदरावांनी प्रत्युत्तर केलं नाही. त्यांची चर्या गंभीर झाली होती.

"गोविंदराव, एक सांगा बघू. आम्ही तुमच्या दरबाराचे दोस्त आहोत की नाही?" नबाबांनी प्रश्न केला.

"आपणाला ही शंका का आली खाविंद?" गोविंदरावांनी पृच्छा केली.

"तुमच्या मुग्धतेवरून" नबाब उद्‌गारले. "तुम्ही एक मुरब्बी मुत्सद्दी आहात. तुम्ही म्हणजे बाळाजीपंत नानांच्या धोरणाचं प्रतीक आहात. त्यांच्या स्वभावाचं जितकं ज्ञान तुम्हाला आहे, तितकं आणखी कुणालाही नाही. नानांच्या स्वभावाचं तुम्हाला पुरेपूर ज्ञान आहे, म्हणून तुम्ही मोठ्या धोरणानं पावलं टाकता; परंतु तुम्ही नानांचे मिंधे नाहीत. आमच्या दरबारातील सगळ्या लोकांना माहीत आहे, म्हणून आम्ही तुम्हाला मानतो."

"खाविंदांकडून आमच्या स्वभावाचं कौतुक होणं हा आमच्यावर खाविंदांचा

मोठाच अनुग्रह आहे.'' गोविंदराव काळे गहिवरून म्हणाले. आपले वडील कृष्णराव काळे यांनाही निजाम मानीत होते. त्यांच्यानंतर निजामाच्या दरबारात पुण्याचे वकील म्हणून आपली नेमणूक झाली आणि आपल्या वडिलांच्या विनयशील, सुस्वभावी; पण करारी स्वभावाचा वारसा आपणास लाभल्यामुळे आपणही नबाबांच्या आणि त्यांच्या सरदार व मानकऱ्यांच्या आदरास पात्र झालो, याची विस्मृती गोविंदराव काळे यांना पडली नव्हती. पुणे आणि हैदराबाद या दोन्ही राजधान्यांच्या राजनैतिक संबंधांवर अधूनमधून ताण पडल्याने चिडाचिडी निर्माण होई; परंतु गोविंदरावांनी आपल्या नेमस्त आणि समतोल बुद्धीने वागून हे संबंध कधीच बिघडू दिले नव्हते. त्यांच्या कुशल मुत्सद्देगिरीचे निजामांना मोठे कौतुक वाटे आणि म्हणून ते त्यांच्या आदरास आणि मैत्रीस पात्र ठरले होते. निजामअलींच्या विश्वासू स्नेह्यांत गोविंदराव काळे यांची गणना होत होती; परंतु त्यांनी निजामअलींची मैत्री संपादन केल्याने पुण्यात त्यांचा मत्सर करणारा वर्ग होता. निजामांकडून त्यांना काही गावं इनाम मिळाली असल्याने निजामाचा फायदा करून गोविंदराव काळे मराठी दौलतीची नुकसानी करीत आहेत, अशी टीका त्यांच्यावर त्यांच्या हितशत्रूंकडून होत असे; परंतु असं असूनदेखील नाना फडणीसांनी गोविंदराव काळ्यांची हैदराबादहून बदली केली नव्हती, कारण त्यांच्या मुत्सद्देगिरीचं महत्त्व त्यांना पटलं होतं.

''तुमचे धनी आणि मुख्य कारभारी यांना आमच्या साहेबजाद्यांच्या शादीस पाचारण करण्यामागील आमचा आणखी एक उद्देश आहे,'' नबाब निजामअली गोविंदराव काळे यांच्याकडे पाहत म्हणाले.

''तो कोणता खाविंद?'' गोविंदरावांनी उत्सुकतेनं प्रश्न केला.

''तुमच्या धन्याची, कारभाऱ्यांची आणि आमची भेट झाली तर, आमच्यामध्ये जे गैरसमज निर्माण झाले आहेत, ते दूर होण्यास मदत होईल. विशेषतः बाकीचा प्रश्न प्रत्यक्ष वाटाघाटींनी सुटणे सुलभ होईल.'' नबाब म्हणाले.

''आपली कल्पना चांगली आहे खाविंद; पण अडचण अशी की, बाळाजीपंतांना बिलकूल सवड नसते. त्यांच्या मागे केवढा व्याप असतो, हे आपल्याला माहीत आहेच.'' गोविंदराव काळे म्हणाले.

''गोविंदराव, तुम्ही जी सबब सांगता ती खरी नाही.'' नबाबांचा आवाज तीव्र झाला होता. ''तुमच्या कारभाऱ्यांना पुणे सोडायचं नाही. तुमच्या पेशवाईचा कारभार म्हणजे एकखांबी तंबू. तुमच्या कारभाऱ्यांनी सगळी सत्ता आपल्या हातात घेतली आहे, म्हणून त्यांच्यामागे कामाचा व्याप असतो. तुमचे पेशवे आता मोठे झाले आहेत. आमच्या महितीप्रमाणे त्यांचं वय आता एकवीस वर्षांचं आहे; पण तुमचे बाळाजीपंत त्यांच्याकडे कारभार सुपुर्द करण्यास तयार नाहीत; त्यामुळे त्या दोघांमध्ये खटके उडतात असं आमच्या कानी आलं आहे, खरं ना गोविंदराव?'' नबाबांनी

पृच्छा केली.

गोविंदरावांनी प्रत्युत्तर केलं नाही; परंतु ज्या ज्या वेळी नबाब किंवा दौला हे दोघं संभाषणाच्या ओघात नानांवर घसरत, तेव्हा ते कटाक्षानं विषयांतर करण्याची दक्षता घेत असत. आता जेव्हा नबाबांनी नानांवर टीका सुरू केली, तेव्हा ते म्हणाले,

"रावसाहेब पेशवे यांनी साहेबजादे मीर पोलाद अली यांच्या शादीस उपस्थित राहिलं पाहिजे, असा आपला आग्रह आहे. रावसाहेबांच्या सोयीनुसार आणि सवडीनुसार शादीची तारीख मुक्रर केली जाणार आहे, हे मी बाळाजीपंतांना कळवितो. आपणही रावसाहेबांना आणि बाळाजीपंतांना पत्रं घालावीत."

नानांवरील टीका गोविंदराव काळे यांना आवडत नाही, हे नबाबांना माहीत होतं. म्हणून आता जेव्हा गोविंदरावांनी विषयांतर केलं, तेव्हा नबाबांनी आपला टीकेचा पट्टा आवरता घेतला. नबाबांचे सल्लागार मीर आलम हे आत्तापर्यंत स्वस्थ बसून होते. ते एक सज्जन आणि सात्त्विक वृत्तीचे गृहस्थ होते; पुणे आणि हैदराबाद या दोन्ही राजधान्यांमधील तणाव कमी व्हावा म्हणून ते नेहमी झटत असत. नबाबांना ते नेहमी सल्ला देत की, पुण्याच्या बाकीचा प्रश्न एकदाचा मिटवून टाका; पण त्यांचा सल्ला जरी नबाब मानीत असले, तरी मुशीरुन्मुल्क यांना तो आवडत नसे. मीर आलम यांच्या सल्ल्याविरुद्ध मुशीराचा सल्ला असे. तरीही नबाब गोविंदरावांना उद्देशून म्हणाले,

"मीर साहेबांना आणि राजे रघोत्तमराव या दोघांना बाकीच्या प्रश्नांबाबत वाटाघाटी करण्यासाठी पुण्यास पाठविण्याचा आमचा बेत आहे. बाकीच्या प्रश्नांबाबत बाळाजीपंतांचं आणि शिंद्यांच्या कारभाऱ्यांचं काय म्हणणं आहे ते आम्हाला जाणून घ्यायचं आहे."

नबाब बाकीचा प्रश्न सोडवायचा आहे असं दरवेळी म्हणत; पण तो सुटावा म्हणून तातडीनं काही करीत नसत, हे गोविंदरावांना माहीत होतं, तरीही ते म्हणाले,

"बाकीचा प्रश्न आपण एकदा नेटानं सोडविला पाहिजे खाविंद. हे घोंगडं भिजत पडल्याने आमचीही स्थिती मोठी चमत्कारिक झाली आहे. हा प्रश्न आम्ही मनापासून धसास लावीत नाही, असं बाळाजीपंतांना वाटतं, तेव्हा मीर साहेब आणि राजे रघोत्तमराव या दोघांना आपण लवकरात लवकर पुण्याला पाठविलंत, तर आम्हाला आनंद होईल." गोविंदराव काळे बोलून गेले; परंतु त्यांना पुरतं माहीत होतं की, बाकीचा प्रश्न सामोपचारानं मिटविण्याची मुशीरुन्मुल्क यांची इच्छा नाही. तसं असतं तर, दोन फ्रेंच सेनाधिकाऱ्यांना नोकरीला ठेवून बावीस कवायती पलटणींचं सैन्य शिकवून तयार करण्याचा खटाटोप त्यांनी केला नसता. नानांना त्या सैन्याचा धाक दाखवून बाकीचा प्रश्न निकालात काढण्याची त्यांची कल्पना होती. त्यात पुन्हा बाकीच्या प्रश्नात त्यांनी आणखी मेख मारली होती. त्यांनी पुणे दरबाराबरोबर

नागपूरकर भोसले आणि शिंदे या दोन सरदारांनाही गोवलं होतं. तो धूर्त डाव मुशीरुद्दौला यांनी पेशवे व त्यांचे दोन मोठे सरदार यांच्यामध्ये फूट पाडण्यासाठी म्हणून टाकला होता.

मुलाखतीचा मुख्य मुद्दा संपला होता. अखेर किरकोळ गोष्टींवर चर्चा सुरू झाली. नबाब गोविंदराव काळे यांना म्हणाले,

"उद्या रावरंभा आम्हाला खाना पाठविणार आहेत."

नबाबांची विषयासक्ती आणि जिव्हालौल्य प्रसिद्धच होतं. चांगलं खाणं-पिणं आणि सुंदर ललनांचा उपभोग घेणं या पलीकडे त्यांनी आयुष्यात आणखी काही केलं नव्हतं.

"रावरंभांचा खाना अर्थातच खारा असणार!" गोविंदराव काळे गप्प असलेले पाहून नबाब म्हणाले.

नबाबांच्या प्रस्तावाचं गोविंदराव काळे यांना आकलन झाल्यावाचून राहिलं नाही. नबाबांच्या सरदार व मानकऱ्यांकडून आणि मुत्सद्द्यांकडून त्यांना वरचेवर खाने पाठविले जात असत. त्यात गोविंदरावांचाही अंतर्भाव होत होता. रावरंभा निंबाळकर यांच्या खान्यानंतर आपण खाना पाठवावा म्हणून नबाबांनी निंबाळकरांच्या खान्याचा उल्लेख केला, हे त्यांनी ताडलं. ते म्हणाले,

"रावरंभांचा खाना भारदस्त असणार यात शंका नाही."

"स्वाभाविक आहे!" नबाब म्हणाले. "पण तुमचेही पदार्थ लज्जतदार असतात."

"आमचा डाळभात खाविंदांना आवडेल?" गोविंदरावांनी अस्फुट हसत प्रश्न केला.

"हे काय विचारणं झालं?" नबाब म्हणाले. "तुमच्या पदार्थांची चव आमच्या जिभेवर सारखी रेंगाळत असते. बाकी काही म्हणा, तुम्ही पुण्याची माणसं नेहमी अन्योक्तीने बोलणारी."

"आमचं बोलणं खाविंदांना अन्योक्तीचं का वाटावं?" गोविंदरावांनी पृच्छा केली.

"आम्हाला माहीत आहे, तुमच्या डाळभाताविषयी तुम्हाला अभिमान वाटतो." नबाब उद्‌गारले. "तुमच्या शिवाजीचा मुख्य आहार खिचडी होता. तुमचे बाळाजीपंत डाळभाताशिवाय आणखी काही खात असतील, असं आम्हास वाटत नाही. तुम्ही लोक कांदा-भाकर खाताखाता लढता. तुम्ही चपळ, काटक आणि बुद्धीनेही तल्लख!"

"तर मग खाविंदांनीही आमचा आहार सुरू करावा," गोविंदराव हसत म्हणाले.

"ते या उतारवयात आता शक्य नाही." नबाब म्हणाले. "बाकी आमचे हकीम आम्हाला सांगत असतात की, आहार कमी करा. मेदवृद्धी थांबविल्याखेरीज वार्धक्याला

आम्ही तोंड देऊ शकणार नाही, असं त्यांचं म्हणणं आहे.''

आपल्या हकिमांचा सल्ला बरोबर आहे खाविंद. गोविंदराव म्हणाले. माणसाने आपली पन्नाशी उलटली की, जिभेवर ताबा ठेवला पाहिजे.

''आपलं म्हणणं बरोबर आहे; पण जिभेवर ताबा आम्ही कधीच ठेवू शकणार नाही.'' नबाब हसत म्हणाले.

''ठीक आहे. मग आमचा खाना खाविंदांना केव्हा हवा आहे?'' गोविंदरावांनी नबाबांना प्रश्न केला.

''तुम्ही पाठविणार आम्हाला खाना?'' नबाबांनी आनंदाने पृच्छा केली.

''हो पाठविणार.'' गोविंदराव म्हणाले. 'पण केव्हा पाठवू ते सांगा.''

''परवाचे दिवशी चालेल?''

''चालेल.''

गोविंदरावांनी नबाबांना खाना पाठविण्याचं कबूल करून त्यांचा निरोप घेतला.

नबाब निजामअली यांना कबूल केल्याप्रमाणे गोविंदराव काळे यांनी त्यांच्याकडे तिसऱ्या दिवशी खाना रवाना केला. बेत असा होता - बुंदीचे लाडू, जिलेबी, श्रीखंड, मुगाचे पापड तळलेले, उडदाचे पापड भाजेलेले, ताकाची कढी, चाकवताचे सांबार, मठ्ठा, पाच प्रकारच्या भाज्या, वांगी अख्खी मसाला भरलेली, सुरणाची भाजी, मेथीची भाजी, पांढऱ्या भोपळ्याची भाजी, अंबाडीची भाजी, अकरा प्रकारच्या चटण्या : कोथिंबीर, लसूण व आले यांची, तिळाची, जवसाची, कारळ्याची, आमसुलाची, हरभऱ्याच्या डाळीची, उडदाच्या डाळीची, आल्याची, लाल मिरचीची, निंबाची, मिरच्यांचे पंचामृत, आंब्याचं लोणचं, दूध-साखर, मसालेभात वगैरे! एकूण त्रेपन्न पदार्थांचा खाना गोविंदराव काळे यांना नबाबांकडे रवाना केला. त्या चमचमीत पदार्थांवर नबाब आणि त्यांच्या बेगमा यांनी यथेच्छ ताव मारला.

नबाब निजामअली यांच्या मुलाखतीहून आल्यावर गोविंदराव काळे यांनी नाना फडणीसांना पुढील पत्र लिहिले -

विनंती विज्ञापना. नबाबांनी बोलण्यात आणिले की, सिकंदरजादा बहादूर यांची शादी करण्याचा निश्चय झाला. या शादीच्या समारंभात राव पंतप्रधान यांनी येण्याची ऐन सलाह आहे. राव पंतप्रधान यांस पाहावे हे बहुत दिवसांपासोन आमची खाहेब आहे. त्या गोष्टीचा इत्तेफाक या शादीचे खुशीचे समारंभात घडावा हे फार चांगले ऐसे समजोन राव पंतप्रधान यांस आम्ही पत्र मुकदम्याविषयी तयार करविले. रवाना होत आहे. तुम्ही हे मरातब मुफसल लिहोन त्यांचे येण्याची इतला लवकर करावी. दोन्ही रियासती पुश्तैन पासोन एक जुदाई नाही. त्या अर्थी राव पंतप्रधान यांनी अवमान न करता शादीस जातीने यावे हे त्यांस लाजम आहे.

या प्रकरणी पत्रे यांनी राजश्री रघोत्तमराव यांचेकडे रवाना केली आहेत. त्यास

विनंती की, ये विसी बोलण्याचा प्रकार आज्ञा येईल त्या प्रत बोलण्यात येईल. "आपले सरदार व मुत्सदीसुद्धा येऊन लग्नाची शोभा करावी" म्हणोन हौसेने सांगोन बोलले की, "याचे उत्तर लवकर आणावे. तोपर्यंत शादीची तारीख मुक्रर करीत नाही. चार दिवस शादी लांबविण्यात येईल. चिंता नाही." येण्यास फार दिवस लागतील आणि शादी तर लवकर होणार असे कदाचित म्हणतील, तर त्यांचे येण्याचे सुमार पाहून मग तारीख ठरविण्यात येईल. पंतप्रधान यांचे येण्यात दोन खुब्या, एक तर जन्म त्यांचा जाला त्या दिवसापासोन त्यांस पाहावे ही उत्कंठा. दुसरे त्यांचे शादीस सिकंदरजादा गेले; यांचे शादीस राव पंतप्रधान आले, दोन्ही दौलतींची अशी वाहदी येत याचा लौकिक दिगंत होईल, विलायतेपर्यंत सर्व दौलतदारांनी आश्चर्य मानावे ही दुसरी खुबी! यास्तव येणे व्हावे. याची इंतजारी आहे; यात ता.वार लिहून उत्तर आणावे म्हणून सांगितले, त्यावरून लि।। आहे. सदरचा जबाब विस्तारे करून यावा, त्याअन्वये यांसी बोलण्यात येईल.

।चार।

सवाई माधवराव पेशवे सदरेवर सरकारी कामकाज पाहत बसले होते. त्यांच्या शेजारी कागदांची भली मोठी चळत होती. दोन अव्वल कारकून त्यांना कागद पाहण्याच्या कामात मदत करीत होते. ते त्यांना एकेक कागद काढून दाखवीत आणि त्यांचा अभिप्राय जाणून घेत. पेशव्यांची तरुण चर्या त्यांच्या वयाच्या मानाने बरीच गंभीर वाटत होती. एका कारकुनाने काढून दिलेला कागद त्यांनी नजरेसमोर धरला. त्याचा मजकूर असा होता.

"प्रांत कर्नाटक येथील सरसुभा मोरो बापूजी यांच्याकडे साल मजकुरी सांगितला असे. तरी माली, मुलकी व किल्लेजातसुद्धा बंदोबस्त मशारनिल्हेचे विचारे करीत जाणे. यांचे इतल्याशिवाय न करणे. हे सरकार आज्ञेप्रमाणे बंदोबस्त करतील म्हणोन, मामलेदार व कमावीसदार यांचे नावे चिटणिसी." पेशव्यांनी कागद वाचून कारकुनाच्या हाती देत म्हटलं,

"मोरो बापूजी यांचेकडे कर्नाटकचा सुभा तडकाफडकी देण्याचं कारण काय?" तो प्रश्न ऐकून दोघाही कारकुनांनी अर्थपूर्ण नजरेनं एकमेकांकडे पाहिलं. त्यांची नेत्रपल्लवी झाली आणि एक कारकून घसा साफ करीत दबलेल्या आवाजात म्हणाला,

"कारभाऱ्यांनी तसा निर्णय घेतला."

तो जबाब ऐकून माधवराव पेशवे विचारमग्न झाले. त्यांची चर्या गंभीर दिसू लागली. त्या अवस्थेत ते बराच वेळ होते. कारकुनांना काय करावं कळेना. ते चुळबुळ करीत जागच्या जागी बसून राहिले. काही वेळाने पेशवे भानावर आले. ते म्हणाले,

"ठीक आहे, मुख्य कारभाऱ्यांचा निर्णय म्हटल्यावर तो शिक्कामोर्तब व्हायलाच पाहिजे."

कारकुनांनी कागदावर पंतप्रधानांची मुद्रा उमटविली. नंतर पेशव्यांचे हाती आणखी एक कागद काढून दिला. तो कागद पेशव्यांनी त्यांनाच वाचावयास सांगितला. त्या हुकुमाप्रमाणे एक कारकून कागद वाचू लागला.

"गुमानी भटीण इचा दादला लहानपणी मृत्यू पावला, तेव्हापासोन माहेरी होती. अलीकडे कोणास न पुसता

माहेराहून कसबे पुणे येथे येऊन राहिली. त्यास ही गरत; ईणे न पुसता उठून येऊ नये ती आली, सबब किल्ले धोडप येथे अटकेस ठेवावयास बरोबर लोक दिमत गुलाबसिंग निसबत हुजूर हसम आसामी तीन देऊन पाठविली आहे. त्यास इजपासून किल्ले मजकुरी इमारतीचे वगैरे कामकाज घेऊन बंदोबस्ताने ठेवून पोटास शर शिरस्तेप्रमाणे देत जाणे, म्हणोन बाजीराव आपाजी यांचे नावे सनद.'' कागदाचा मजकूर ऐकत असता पेशव्यांची चर्या उत्तरोउत्तर गंभीर होत होती. त्यांचं मन पुन्हा विचारचक्रात सापडलं. ते अकस्मात भानावर आले आणि जवळजवळ ओरडूनच ते म्हणाले,

''अरे या राज्यात न्याय आहे की नाही! एक निराधार, गरीब ब्राह्मण विधवा माहेरची उपेक्षा सहन न होऊन, आमच्या राजधानीत मोलमजुरी करून जगावं म्हणून येते आणि तुम्ही तिला धोडपेच्या किल्ल्यावर खडी फोडण्यासाठी पाठविता?'' आणि पेशव्यांनी हाय हाय करीत विकट हास्य केलं. पेशव्यांचं ते चमत्कारिक हास्य पाहून दोन्ही कारकून पार गांगरून गेले. पेशव्यांना वेड तर लागलं नाही ना, असं त्यांना वाटलं. पेशवे कारकुनांना करड्या आवाजात म्हणाले,

''शहर कोतवाल आनंदराव काशींना बोलावणं धाडा. आम्हाला त्यांना जाब विचारावयाचा आहे की, त्यांच्या घरात एखादी तरुण विधवा आहे की नाही.'' ते ऐकताच एक कारकून हिय्या करीत म्हणाला,

''सरकार, गुमानी भटीण बदचालीची होती म्हणून-''

ते ऐकताच पेशव्यांची चर्या पुन्हा गंभीर झाली. अर्धांगवायूचा झटका आलेल्या इसमाच्या वक्र चेहऱ्यासारखा त्यांचा चेहरा झाला. त्यांनी आवंढा गिळला आणि ते कंपित स्वरात म्हणाले,

''तरुण विधवा स्त्रियांचं पाऊल वाकडं का पडतं, ते तुम्हाला माहीत आहे का? गुमानी भटीण सधवा असती तर ती पुण्याला का येती? विधवा स्त्री म्हणजे सार्वजनिक मालमत्ता. त्यात एखादी तरुण विधवा सुस्वरूप आणि निराधार असली तर, तिचं जिणं म्हणजे नरक. गुमानी भटीण विधवा. सासरी व माहेरी तिचा छळ झाला असेल, म्हणून ती त्या जाचातून मुक्त होण्यासाठी पुण्यास आली असेल; पण बिचारीला माहीत नसावं की, समाजकंटक इथंही आहेत. एखाद्या ब्राह्मणाच्या घरी अथवा नातेवाइकांचे घरी काम द्या म्हणून गेली असेल; पण तिथं तिच्या अनाथपणाचा आणि तारुण्याचा कुणीतरी संभावित गृहस्थाने फायदा घेऊन तिला बदचालीची म्हणून मग घरातून हाकलून लावली असेल. अशा स्त्रियांच्या नशिबी शरीरविक्रय करण्यापलीकडे आणखी काय असणार? आनंदराव काशींना आम्ही विचारणार आहोत की, गुमानी भटणीचं पूर्वचरित्र जाणून न घेता तिला धोडपेच्या किल्ल्यात बंदिवासात कसं पाठविलं?''

"पण सरकार, आनंदराव काशींचा यात-" एक कारकून अडखळत म्हणाला

"अरे, मला माहीत आहे. तुम्ही मध्ये बोलू नका." पेशवे कारकुनावर वसकन ओरडत म्हणाले आणि मग ते पुन्हा विचार-विभ्रमात सापडले. त्या अवस्थेत ते बराच वेळ होते. हळूहळू त्यांची चर्या करुण बनत गेली. ते शांत स्वरात म्हणाले,

"आनंदराव काशींना बोलावणं धाडू नका. त्यांचा निर्णय आम्हाला मान्य आहे. गुमानी भटणीला ते स्वतःच्या बुद्धीनं धोडपेच्या किल्ल्यात खडी फोडण्यासाठी पाठवीत नाहीत. या राज्याचा कायदा तिला पाठवीत आहे. चला, कागद शिक्कामोतर्ब करा."

कारकुनांनी कागद शिक्कामोर्तब केला आणि ते दुसरा कागद पाहू लागले. इतक्यात एक चोपदार सदरेवर आला आणि पेशव्यांना मजुरा करीत अदबीनं उभा राहिला.

"काय काम आहे?" पेशव्यांनी चोपदाराकडे पाहत म्हटलं.

"भागानगरची डाक आलीय सरकार." चोपदार म्हणाला.

पेशव्यांनी चोपदारास डाक घेऊन येण्याची आज्ञा केली. त्याबरोबर चोपदारानं तीन पावलं मागं सरकून पेशव्यांना मुजरा केला आणि तो डाक आणण्याकरिता निघून गेला. थोड्या वेळानं चोपदारानं एका तबकातून डाकेची थैली आणली. पेशव्यांनी चोपदारास थैली उघडण्याची आज्ञा केली. चोपदाराने थैली उघडली आणि एक मोहरबंद पत्र काढून, अदबीनं ते पेशव्यांसमोर ठेवलं. पेशव्यांच्या कारकुनानं ते पत्र फोडलं. पत्र गोविंदराव काळे यांचं होतं. पेशव्यांनी ते नजरेसमोर धरून वाचावयास सुरुवात केली.

श्री

श्रीमंत राजश्री... रावसाहेब

स्वामींचे सैवेसी

विनंती. सेवक गोविंदराव कृष्ण कृतानेक साष्टांग नमस्कार विज्ञापना. ता ॥ १० माह साबानपर्यंत मु ॥जानवाडा येथे स्वामींचे कृपावलोकने करून सेवकाचे वर्तमान यथास्थित असे.

विशेष-दौलत नात, सैफन मुलुक यांची कन्या, गफूरजंगाचे लेकीपासून जाली - ती मीर पोलाद जंग सिकंदरजादा बहादूर यांस देण्याचा निर्णय होऊन शरबतखोरी जाली. नबाब दौलाचे घरास आले. जनानाही समागमे होता. शादीचे समारंभास स्वामींनी येण्याची ऐन सलाह आहे. "आपले सरदार व मुत्सदीसुद्धा येऊन लग्नाची शोभा करावी." म्हणून हौसेने सांगून बोलले की, याचे उत्तर लवकर आणावे.

तोपर्यंत शादीची तारीख मुक्रर करीत नाही. चार दिवस शादी लांबवण्यात येईल. चिंता नाही. राजश्री नाना यांना नबाबांनी पत्र लिहिले आहे. सेवेत निवेदन करतील, त्याजवरून ध्यानात येईल. उत्तराविसी आज्ञा जाली पाहिजे. सेवेसी श्रुत होय हे विज्ञापना.

पेशव्यांनी पत्र वाचून खाली ठेवले. नंतर त्यांनी त्या दिवसाचे कामकाज समाप्त झाल्याची घोषणा केली आणि उठून आपल्या महालात निघून गेले.

पेशवे आपल्या भव्य आणि ऐसपैस महालात इकडून तिकडे आणि तिकडून इकडे येरझारा घालू लागले. गोविंदराव काळे यांच्या पत्रामुळे त्यांच्या विचारचक्राला चालना मिळाली होती. नबाब निजामअली यांनी आपला पुत्र मीर पोलादअली सिकंदरजादा याची शादी काढली होती आणि तिला त्यांनी उपस्थित राहावं, अशी त्यांची इच्छा असल्याचं गोविंदराव काळे लिहीत होते. पेशव्यांना आठवलं की, त्यांच्या दुसऱ्या लग्नाला मीर पोलादअली सिकंदरजादा उपस्थित होते. तसं असेल तर त्यांच्या शादीला आपण उपस्थित राहाणं शिष्टाचारास धरून नाही का? पेशव्यांना आणखीही आठवलं की, त्यांचा पहिला विवाह दहा वर्षांपूर्वी झाला, तेव्हा तो विवाह आपण घडवून आणणार म्हणून निजाम सांगत होते. विवाह समारंभ अतिशय थाटामाटात करण्याचा त्यांचा विचार होता आणि त्यासाठी त्यांनी दशलक्ष रुपये बाजूला काढून ठेवले होते; परंतु मुलगी आपणच निवडणार आणि विवाह समारंभ आपल्याच राज्यात करणार, हा त्यांचा हट्ट नानांनी चालू दिला नव्हता. इतकेच नव्हे, तर निजामाची स्वारी कदाचित विवाह समारंभास उपस्थित राहण्यास कमी करणार नाही, या भीतीने नानांनी निजामाला विवाहाची निमंत्रणपत्रिका उशिरा धाडली होती. आपल्याला विवाह समारंभास उपस्थित राहता आले नाही आणि विवाहाचा खर्चही नानांनी आपणास करू दिला नाही, म्हणून निजामअलींना वाईट वाटलं होतं; पण आपला तो विवाह फलदायी झाला नाही. संसार सुखाच्या उंबरठ्यावर पाऊल टाकतो न् टाकतो तोच आपली पहिली पत्नी निघून गेली. पंचपक्वानांचं ताट समोर यावं, पण कुणीतरी ते हिरावून न्यावं; अशी आपली अवस्था झाली. पहिली पत्नी निघून गेली आणि वर्ष भरण्यापूर्वीच नानांनी आपलं दुसरं लग्न केलं; पण पत्नी अजून वयात आलेली नाही, त्यामुळे पहिल्या पत्नीचा विरह आपण विसरू शकत नाही. या विवाहाला निजामांना औपचारिक निमंत्रण धाडल्यानं ते विवाह समारंभास उपस्थित राहिले नाहीत. त्यांनी मीर पोलादजंग सिकंदरजादा यांना पाठविलं आणि आता निजामांनी मीर पोलादजंग याचा विवाह काढला आहे आणि विवाहाची तारीख आमच्या सोयीनुसार ठरविली जाईल, असं गोविंदराव काळे कळवितात; पण नाना आपणास सिकंदरजादाच्या विवाह समारंभास पाठवतील का? ते आपणास कुठेच पाठवीत नाहीत. आपलं विश्व म्हणजे पुणं

आणि पर्वती; फार तर गारपीर आणि वानवडी. एकदा आपण कन्यागत कालासाठी
वाईची आणि साताऱ्याची वारी केली; पण नानांनी आपल्याला एकटं पाठविलं
नाही. ते आपल्याबरोबर आले आणि आता तर आपण त्यांच्या मर्जीतून उतरलो
आहोत. पेशव्यांना महादजी शिंदे यांच्या सहवासात घालवलेला तो दीड-
पावणेदोन वर्षांचा सुखद काल आठवला. आपल्या २१ वर्षांच्या आयुष्यात
येऊन गेलेला तो काल म्हणजे एक पर्वणीच असं त्यांना वाटत होतं. महादजी
शिंदे यांची आठवण होताच पेशव्यांचा गळा दाटून आला. ते सद्गदित झाले.
आपल्या एकलकोंड्या जीवनात महादजींनी फुलबाग निर्माण केली, अशी पेशव्यांची
भावना होती. नानांच्या नियंत्रणास न जुमानता महादजींनी आपणास मुक्तपणे
हिंडविलं, फिरविलं. आपल्या पोरकेपणाची त्यांना जाणीव झाली होती, म्हणून
आपल्याला आनंदी ठेवण्याचा प्रयत्न त्यांना केला होता; पण नानांना ते सहन
होत नव्हतं. महादजी पेशव्यांना आपल्या नादी लावून बिघडवीत आहेत, असं
नाना सगळ्यांना सांगत असत; पण महादजींनी आणि आपणही नानांच्या टीकेची
पर्वा केली नव्हती. महादजींच्या पुण्यातील आगमनापूर्वी आपली स्थिती पिंजऱ्यातील
पोपटासारखी होती. आपलं वागणं सगळं कळसूत्री होतं. नानांची करडी वागणूक
म्हणजे कारावासच! त्या कारावासातून आपण महादजींच्या मदतीनं मुक्त झालो.
नानांना आपण धाब्यावर बसविण्यास प्रारंभ केला. नानांना अप्रिय अशा काही
गोष्टी आपल्या हातून घडल्या; नव्हे आपण त्या जाणूनबुजून केल्या. नानांचा
बगलबच्चा शिरजोर घाशीराम कोतवाल यास आपण देहदंडाची शिक्षा दिली
आणि सचिवाच्या जुलमी कारभाऱ्याला सचिवाच्या कारभारातून काढून टाकून
कारावासात पाठविले. हा मनुष्यदेखील नानांचाच हस्तक होता; परंतु या दोन
माणसांना आपण कडक शासन केलं, म्हणून नाना दुखावले. त्यांनी मनात डूक
धरला. तरीही आपण नानांची पर्वा केली नाही. आपणास वाटलं होतं की,
पाटीलबाबासारखा बलदंड पुरुष पाठीशी असल्यावर नानांची काय बिशाद!
आपण स्वतंत्रपणे आणि निष्पक्षपातीपणाने कारभार करून ज्या थोर पेशव्यांचं
नाव आपण वाहतो आहोत, त्यांच्या न्यायनिष्ठुरपणाचा वारसा आपण पुढं
चालवू; परंतु हाय! आमचं नशीबच मुळी फुटकं! राव शिंदे अचानकपणे देवाघरी
निघून गेले आणि आमच्या नशिबी पुन्हा वनवास आला. आता आपणाला
नानांच्या ओंजळीनं पाणी पिण्याखेरीज तरणोपाय नाही.

पेशव्यांच्या अंतश्चक्षूसमोर आपल्या एकवीस वर्षांच्या जीवनाचा कालपट उभा
राहिला. मातेच्या उदरात असताना वडिलांचा झालेला निर्घृण खून. पुरंदर किल्ल्यावर
मातेच्या वैधव्यात झालेला जन्म, चाळीस दिवसांचे असताना मिळालेली पेशवाईची
नामधारी वस्त्रं आणि वर्ष-दीड वर्षाचे असताना मातोश्रींचा झालेला आकस्मिक मृत्यू.

तिच्या अकाली मृत्यूचं कोडं त्यांना परवा-परवापर्यंत उमगलं नव्हतं.

मातोश्रींच्या अकाली निधनानंतर माधवराव पेशव्यांचं संगोपन त्यांच्या चुलत आजी सदाशिवरावभाऊंच्या पत्नी पार्वतीबाई यांनी केलं होतं. त्यांनी माधवरावांना इतका लळा लावला होता की, ते त्यांना आपल्या जन्मदात्या मातुश्रीच समजत असत; पण पार्वतीबाईही एके दिवशी माधवरावांना या जगात एकटे सोडून देवाघरी निघून गेल्या, ते पुन्हा पोरके झाले होते. त्यांच्या सख्ख्या आजी गोपिकाबाई या तीन मुलांचा वियोग सहन न होऊन वितरागाने गंगापुरास वानप्रस्थात काळ कंठीत होत्या; परंतु वानप्रस्थात काळ कंठीत असता आपल्या एकुलत्या एक नातवाची त्यांना विस्मृती झाली नव्हती. त्या त्यांना वरचेवर पत्रं पाठवून पेशव्यानं कसं वागलं पाहिजे, कारभार कसा केला पाहिजे त्याचे धडे देत असत. आपल्या या संन्यस्त आजी माधवरावांना गुरुस्थानी होत्या. त्यांच्या शिकवणीनुसार त्यांनी आपलं आचरण ठेवलं होतं. त्यांनी घालून दिलेल्या नियमांनुसार ते आत्तापर्यंत वागत आले होते; परंतु आजींचाही पत्ररूपी सहवास माधवरावांना फार दिवस मिळाला नव्हता. त्याही एके दिवशी निघून गेल्या होत्या. गोपिकाबाई आणि पार्वतीबाई या पेशवे घराण्यातील दोन साध्वी स्त्रियांची आठवण होताच पेशव्यांना भडभडून आलं आणि त्यांच्या गालांवरून अश्रू ओघळले. दुर्दैवी! दुर्दैवी! पेशवे कपाळावर हात मारीत उद्गारले. अकस्मात महालाच्या जिन्यात कुणाचीतरी पावलं वाजली. पेशवे लगबगीनं महालाच्या एका गवाक्षात गेले व त्यांना अश्रू पुसले. भिवजीपंत शिंदे वर आले. पेशव्यांनी त्यांच्याकडे दृष्टिक्षेप करताच त्यांनी पेशव्यांना मुजरा केला व म्हणाले,

"सरकार, चित्रकार वेलज मुसावर खाली आला आहे."

"त्याला म्हणावं आता आम्हाला वेळ नाही." पेशवे तुटक शब्दांत उद्गारले. भिवजीपंत शिंदे जागचे हलले नाहीत. ते शक्य त्या आर्जवी स्वरात म्हणाले,

"वेलज मुसावरनं आपली तसबीर लिहावयास घेऊन बरेच दिवस झाले आहेत; तो म्हणतो, आपणाला परगावी जायचं आहे."

"तसबीर कशासाठी लिहायची भिवजी?" पेशव्यांनी भिवजीपंतांकडे गंभीर नजरेनं पाहत म्हटलं, "आमचं काय राहिलंय आता?"

पेशव्यांचं ते त्राग्याचं बोलणं भिवजीपंतांना नवीन नव्हतं, अधूनमधून पेशव्यांना वैतागाचे झटके येत, तेव्हा त्यांच्या तोंडून असे निराशेचे उद्गार निघत असत.

जेम्स वेल्स हा आंग्ल चित्रकार गेले कित्येक दिवस पुण्यात तळ देऊन राहिला होता. इंग्रजांचे पुणे दरबारातील वकील मिस्टर मॅलेट यांनी त्याला पुण्यात आणलं होतं. नाना फडणीस, महादजी शिंदे, मॅलेट वगैरे लोकांच्या तसबिरी त्यानं काढल्या होत्या. सवाई माधवरावांची तसबीर त्यांनी महादजी शिंदे आजारी पडण्यापूर्वी काढावयास घेतली होती. ती जवळजवळ पूर्ण होत आली होती; परंतु महादजी

शिंद्यांचं निधन झाल्यावर, पेशव्यांनी बैठकीस येण्याचं बंद केल्यानं वेल्सला नाइलाजानं तसबिरीचं काम बंद ठेवावं लागलं होतं.

"त्या वेलजला जाऊन सांगा की, आम्हाला तसबीर लिहिणे नाही." माधवराव पेशवे भिवजीपंत शिंदे यांच्याकडे रोखून पाहत रागानं म्हणाले; परंतु भिवजीपंत शिंदे बाहेर गेले नाहीत. ते जागच्या जागीच उभे राहिले. ते काही वेळानं हिय्या करून म्हणाले,

"सरकार, असं काय करता! कारभाऱ्यांची सक्त ताकीद आहे की, तसबिरीचं काम पूर्ण होऊन वेलज मुसावरची बिदागी त्याला चुकती केली पाहिजे. ते म्हणतात की, मुसावरला आणखी कामं आहेत, आपल्या तसबिरीपायी ते इकडे खोळंबून राहिले आहेत."

झोपेत असलेला एखादा मनुष्य कोणतं तरी वाईट स्वप्न पडल्यावर खडबडून जागा होतो, त्याप्रमाणे 'नानांची सक्त ताकीद आहे,' हे शब्द कानी पडताच पेशवे भानावर आले. ते सौम्य शब्दांत भिवजीपंतांना म्हणाले,

"ठीक आहे, वेलज मुसावरला आरसे महालात घेऊन या. आम्ही जामानिमा करून तिकडे येतो."

ते ऐकताच भिवजीपंत शिंद्यांनी पेशव्यांना मुजरा केला आणि ते महालाबाहेर पडले. इतक्यात दाजीबा आपटे महालाच्या दिशेने तडातडा वर येत असलेले त्यांना दिसले. दाजीबा आपटे भिवजीपंतांना म्हणाले,

"रावसाहेब येताहेत की नाही?"

"येताहेत; पण अजून खिन्न आहेत. पाटीलबाबा गेल्या तागाईत दुःखात आहेत. म्हणून आम्ही म्हणत होतो की, आणखी काही दिवस जावेत." भिवजीपंत म्हणाले.

"छे! छे! वेलज मुसावरला आता बिलकूल वेळ नाही. बाळाजीपंतांनी आम्हाला तसबीर पूर्ण करून घेण्याची आज्ञा फर्माविली आहे. वेलजनं आणखी किती दिवस थांबायचं? त्याला कामं पुष्कळ आहेत. राव शिंदे गेले हे वाईट झालं; परंतु त्यांचा शोक केल्यानं ते का परत येणार आहेत?" दाजीबा आपटे यांनी आपला अभिप्राय व्यक्त केला. "तुम्ही जाऊन वेलजला थांबायला सांगा. आम्ही रावसाहेबांना घेऊन येतो. असला हट्ट करायला ते का आता लहान आहेत?"

"नको, नको." भिवजीपंत घाबरून म्हणाले. "तसं काही करू नका. रावसाहेबांच्या मनःस्थितीची तुम्हाला कल्पना नाही. ते वेड्यागत करायला लागले आहेत. त्यांची मनःस्थिती पूर्ववत होईस्तोवर आपण थोडं त्यांच्या कलानं घेतलं पाहिजे."

पण दाजीबा आपटे थांबले नाहीत. त्यांनी भिवजीपंतांना दूर सारून पेशव्यांच्या महालाचा रस्ता धरला. ते महालात जाऊन पोहोचले, तेव्हा पेशव्यांचा पोशाख चालला होता.

"काय काम आहे?" पेशव्यांनी दाजीबा आपटे यांच्याकडे दृष्टिक्षेप करीत प्रश्न केला. दाजीबांचा आगंतुकपणा पेशव्यांना आवडला नव्हता.

नानांची ही माणसं आपला योग्य तो आब राखीत नाहीत, असं त्यांना वाटत होतं.

"वेलज मुसावर बाळाजीपंतांकडे खेटे घालतो आहे. तो म्हणतो की, आपल्या तसबिरीमुळे आपणाला इकडे खोळंबून राहावं लागलं आहे. आता तसबिरीचं थोडंच काम उरलं आहे. तरी मेहेरबानी करून मुसावरला बैठक द्यावी." दाजीबा आपटे म्हणाले.

"आम्ही त्याच कामासाठी निघालो आहोत." पेशवे म्हणाले. "तुम्ही पुढं व्हा."

पण दाजीबा आपटे जागचे हलले नाहीत.

"भिवजी शिंदे आताच इथून गेले. ते तुम्हाला भेटले नाहीत का खाली?" दाजीबा आपटे जागच्या जागी उभे असलेले पाहून पेशवे म्हणाले.

"भेटले ते आम्हाला खाली." दाजीबा आपटे तुटकपणे उद्गारले. "आम्ही तरी काय करणार? तसबीर पूर्ण झाली नाही आणि वेलज मुसावर तिच्यापायी इकडे खोळंबून राहिलाय म्हणून बाळाजीपंत आम्हाला रागावतात." दाजीबा आपटे उपरण्याच्या शेवटानं आपल्या तोंडावरील घाम टिपीत म्हणाले. आता मात्रा पुरेपूर लागू पडली. पेशवे निमूटपणे दाजीबांच्या बरोबर आरसे महालाकडे निघाले.

।पाच।

मुख्य कारभारी येत आहेत म्हटल्यावर शनिवारवाड्यात कोण धांदल, गडबड उडाली! वाड्याच्या दिल्ली दरवाजावरील पहारेकरी आपापली हत्यारे नीट सावरून पवित्र्यात उभे राहिले. फडावरील कारकून आपल्या कामात निमग्न झाले. पेशवेही नानांच्या स्वागतासाठी सज्ज झाले. वाड्यातील नेहमीची वर्दळ आणि गडबड काही काळ बंद पडून सर्वत्र सामसूम झाली. कधी एकदाचे नाना येतात आणि निघून जातात असं सगळ्यांना झालं. अलीकडे नानांविषयी सर्वांनाच वचक वाटू लागला होता. प्रत्येकजण नानांच्या आगमनाकडे उत्कंठेनं आणि भीतीच्या भावनेनं डोळे लावून राहायचा. काही वेळानं नानांचा एक चोपदार घाईघाईनं वाड्यात प्रवेश करता झाला. त्यानं वर्दी दिली की, मुख्य कारभारी सरकार वाड्याकडे निघाले आहेत. ते ऐकताच सगळ्यांची छाती एकदम धडधडली. श्वास रोखला गेला आणि मग चोपदारानं वर्दी दिल्याप्रमाणे नानांच्या गाडीनं शनिवारवाड्याच्या आवारात प्रवेश केला. सइसानं गाडीचं दार उघडलं. नाना गाडीतून खाली उतरले. त्यांच्या स्वागतासाठी उभे असलेले अधिकारी चार पावलं पुढं गेले. त्यांनी नानांना लवून अभिवादन केलं. नानांनी गंभीर चेहऱ्यानं आणि थंड पोलादी नजरेनं सगळ्यांकडे दृष्टिक्षेप करून त्यांच्या अभिवादनाचा स्वीकार केला. नंतर ते अधिकाऱ्यांच्या घोळक्यासह वाड्याकडे निघाले. दिल्ली दरवाजातील पहारेकऱ्यांनी त्यांना खडी ताजीम दिली. त्यांच्याकडे ओझरता दृष्टिक्षेप करून नानांनी वाड्यात प्रवेश केला. ते प्रथम फडावर गेले. सगळीकडे हिंडून त्यांनी कामाची पाहणी केली. अन्याबा मेहेंदळेंना त्यांनी काही प्रश्न केले. त्यांनी त्यांच्या प्रश्नांची समर्पक उत्तरं देताच त्यांच्या चर्येवर समाधानाची छटा झळकली. जवळच महादजी चिंतामणी उभे होते. त्यांना नानांनी विचारलं की, 'रावसाहेबांची तसबीर पूर्ण झाली की नाही?' महादजी चितामणींनी उत्तर दिलं की, 'रावसाहेबांची तसबीर वेलज मुसावर यांनी पूर्ण केली आहे.' ते ऐकताच नाना म्हणाले की, 'तसबीर आपणाला बघायची आहे.' आणि इतकं बोलून त्यांनी आपला मोहरा आरसे महालाकडे वळविला. त्यांच्याबरोबर दाजीबा आपटे आणि भिवजीपंत शिंदे हे दोघंही होते. त्या दोघांना उद्देशून

नाना म्हणाले की, 'वेलज मुसावरनं रावसाहेबांची तसबीर लिहून पूर्ण केली असल्यास त्याची बिदागी देऊन टाका.' त्यावर दाजीबा आपटे उद्गारले की, 'प्रथम आपण तसबिरीची पाहणी करावी. ती आपल्या पसंतीस उतरली तर वेलज मुसावरची बिदागी देऊन त्याची रवानगी करू.' नानांना दाजीबा आपटे यांचं म्हणणं पटलं. आरसे महालात सवाई माधवरावांची तसबीर एका लाकडी घोड्यावर रेशमी आवरणाखाली ठेवण्यात आली होती. मुख्य कारभारी तसबिरीजवळ जाताच महालातील एका खिदमतगारानं लगबगीनं पुढे होऊन तसबिरीवरील रेशमी आवरण दूर केलं. नानांनी काही वेळ तसबिरीचं निरीक्षण केलं. त्यांची चर्या गंभीर होती. दाजीबा आपटे यांच्याकडे दृष्टिक्षेप करीत ते म्हणाले,

"रावसाहेबांना काय वाटलं या तसबिरीबद्दल? त्यांना तसबीर पसंत आहे ना?"

"रावसाहेबांनी तसबिरीत काही सुधारणा करण्याची सूचना वेलज मुसावरास केली. त्यांनं त्या सूचनांची त्वरित तामिली केली." दाजीबा आपटे म्हणाले.

"ठीक आहे. वेलज मुसावरची बिदागी देऊन टाका. आपणाला परगावी जायचं आहे असं तो म्हणाला होता." नाना म्हणाले.

तसबिरीची पाहणी केल्यावर नाना आरसे महालातून बाहेर पडले. वाटेत अन्याबा मेहेंदळे त्यांना म्हणाले.

"रावसाहेबांना भेटायचं ना?"

"हो, आम्ही आल्याची वर्दी त्यांना दिली का?" नानांनी पृच्छा केली.

"हो" अन्याबांनी प्रत्युत्तर केलं.

"तर मग त्यांना आम्ही गणेश महालात आलो म्हणून जाऊन सांगा." नानांनी आज्ञा फर्मावली. त्याबरोबर महादजी चिंतामणी माधवरावांना आणण्यासाठी त्यांच्या महालाकडे निघाले.

"नबाबानं आपल्या धाकट्या साहेबजाद्याची शादी काढलीय म्हणून ऐकतो." अन्याबा नानांकडे बघत म्हणाले.

"हो" नानांनी प्रत्युत्तर केलं. "नबाबाचं पत्र आलंय आम्हाला, रावसाहेबांसह शादीला या म्हणून."

"रावसाहेबांना पाठविणार आपण नबाबाच्या मुलाच्या शादीला?" अन्याबांनी नानांना प्रश्न केला.

"तुम्हाला काय वाटतं अन्याबा? रावसाहेबांनी शादीच्या समारंभास उपस्थित राहावं का?" नानांनी पृच्छा केली. अन्याबांनी लगेच प्रत्युत्तर केलं नाही. ते काही वेळानं म्हणाले,

"शादीचा समारंभ कुठं होणार आहे, बेदरला की भागानगरला?"

“ते अजून नबाबानं ठरविलेलं नाही. आमचा जबाब गेल्यावर तो शादीची जागा आणि तारीख ठरविणार आहे; पण गोविंदराव काळे आपल्या पत्रात म्हणतात की, रावसाहेबांना आणि आम्हाला शादीच्या समारंभास उपस्थित राहता यावं म्हणून शादी बेदरलाच करण्याचा नबाबाचा विचार आहे.”

“गोविंदरावांबरोबर बाबाराव काळे आले आहेत. त्यांना इकडे काही कामं आहेत, ती आटोपल्यावर ते दोघंही बेदरला बरोबरच जातील; पण त्यांच्या प्रयाणाची तिथी अजून ठरलेली नाही. आणखी एक महिना तरी त्या दोघांचा मुक्काम पुण्यात आहे.” नाना म्हणाले.

“पण बाबाराव काळ्यांच्या आगमनाचं प्रयोजन तरी काय?” अन्याबांनी पृच्छा केली.

“तुमच्या प्रश्नाचा मतलब आमच्या ध्यानी आला.” नाना अन्याबांकडे सूचक नजरेनं पाहत उद्‌गारले.

“नाही, आमच्या प्रश्नात तसा काही द्व्यर्थ नाही.” अन्याबा लगबगीनं म्हणाले, “आम्ही सहज विचारलं.”

“अहो अन्याबा, तुम्ही काही झालं तरी मुत्सद्दीच आहात. तुमच्याप्रमाणे गोविंदराव काळे हेदेखील एक मुरलेले मुत्सद्दी आहेत, त्यांनी बाबारावांना गोविंदराव पिंगळ्यांबरोबर इकडे का धाडले ते आपल्या ध्यानी आलंच असेल, त्याची फोड करण्याची काही जरूर नाही.”

“मग हे दोघे नबाबाच्या दरबारातदेखील एकमेकांविषयी असे संशयानंच वागतात का?” दाजीबा आपटे यांनी प्रश्न केला.

“वागत असतील. त्यात काय आहे!” नाना बेफिकीरपणे उद्‌गारले. इतक्यात चोपदारानं पंतप्रधानांच्या आगमनाची ललकारी देताच नाना व त्यांच्या बरोबरचे मुत्सद्दी यांचं संभाषण थांबलं. पंतप्रधांनानी गणेश महालात प्रवेश केला. त्यांची चर्या गंभीर वाटत होती. नाना आणि त्यांच्याबरोबरचे मुत्सद्दी यांनी पंतप्रधानांना लवून अभिवादन केलं. त्यांनी त्या अभिवादनाचा स्वीकार केला. अलीकडे नानांचं आगमन शनिवारवाड्यात पूर्वीसारखं वरचेवर होत नसल्याने, त्यांच्या क्वचितच होणाऱ्या आगमनाला औपचारिकपणा प्राप्त होत असे; त्यामुळे फडावरील कारकून आणि मुत्सद्दी यांची त्यांच्यासमोर रुंजी घालण्यात अहमहमिका लागे.

“रावसाहेबांना वेलज मुसावरनं काढलेली तसबीर पसंत आहे ना?” नानांनी सवाई माधवरावांना औपचारिकपणे प्रश्न केला.

“हो, आम्हाला पसंत आहे.” सवाई माधवराव म्हणाले. “आम्ही वेलज मुसावरवर खूश आहोत. त्याच्या चित्रकलेचा आपण उपयोग करून घेतला पाहिजे असं आम्हाला वाटतं.”

पंतप्रधानांच्या शेवटच्या उद्गारावर नानांनी आपला अभिप्राय व्यक्त केला नाही; परंतु काही वेळानं ते म्हणाले,

"रावसाहेबांच्या बोलण्याचा मतलब आमच्या ध्यानी आला नाही."

त्यावर सवाई माधवराव म्हणाले,

"आमच्या कानी आलं आहे की, वेलज मुसावर यानं दोन देशी चित्रकारांना शिकवून तयार केलं आहे -"

ते ऐकताच नानांनी आपल्या समवेत असलेल्या माणसांकडे प्रश्नार्थक नजरेनं पाहिलं. त्याबरोबर महादजी चिंतामणी घसा साफ करीत म्हणाले, "स्वामींना मिळालेली माहिती बरोबर आहे. बखतराम आणि गंगाराम तांबट हे दोन देशी चित्रकार वेलज मुसावरच्या तालमीत तयार झाले आहेत. ते दोघं जरी वेलजचे नोकर असले, तरी त्यानं त्यांना नोकर म्हणून न वागविता उदार मनानं त्यांना चित्रकलेचं शिक्षण दिलं, हा त्याचा थोरपणा आहे. असं सांगतात की, वेलज मुसावरनं त्या दोन चित्रकारांना अजंठ्यातील चित्रांची नक्कल करण्यासाठी तिकडे धाडलं होतं. तिकडून त्यांनी जी चित्रं लिहून आणली, त्यांची सगळीकडे वाहवा होत आहे. ही चित्रं आम्ही संगमावर मिस्टर मॅलेट यांच्या कचेरीत जाऊन पाहिली आहेत."

"वेलज मुसावर मोठा हुरहुन्नरी चित्रकार दिसतो. आपली कला देशी चित्रकारांना शिकवणारा हा फिरंगी मनुष्य मनानं उदार आहे यात संदेह नाही. सरकारनं त्याच्या औदार्याचा उपयोग करून घेतला पाहिजे." अन्याबा मेहेंदळे म्हणाले.

"वेलज मुसावरच्या हरहुन्नरीपणाचा उपयोग करून घेतला पाहिजे, असं जर रावसाहेबांना वाटत असेल, तर त्याला सरकारी नोकरीत घेण्यास हरकत नाही." नाना म्हणाले.

"वेलज मुसावर सरकारी नोकरीत राहणार नाही. यासंबंधी आमचं आणि त्याचं सहज बोलणं झालं होतं. मात्र, तो आणखी देशी चित्रकारांना चित्रकलेचं शिक्षण देण्यास तयार आहे." महादजी चिंतामणी म्हणाले.

"आमचं असं मत आहे की, वेलज मुसावरला वाड्यात चित्रकलेची एक शाळा काढावयास सांगावं. या शाळेत बखतराम आणि गंगाराम तांबट या दोघा चित्रकारांना चित्रकलेचं शिक्षक म्हणून नेमावं." सवाई माधवराव म्हणाले.

"ठीक आहे. रावसाहेबांची इच्छा आम्ही प्रमाण मानतो." नानांनी अनुमोदन दिलं. नंतर ते अन्याबा मेहेंदळे यांना उद्देशून म्हणाले,

"अन्याबा, रावसाहेबांच्या इच्छेप्रमाणे सरकारवाड्यात चित्रकलेची शाळा सुरू करण्याची तयारी करा. वेलज मुसावरचा या बाबतीत सल्ला घ्या आणि त्याच्या देशी चित्रकारांना चित्रकलेचे शिक्षक म्हणून नेमा." इतकं सर्व झाल्यावर नानांनी आपल्या बरोबरच्या फालतू लोकांना रजा दिली. त्यांनी बहिरोपंत मेहेंदळे व अन्याबा

मेहेंदळे या दोघांना ठेवून घेतलं. सरकारी कामकाजाबाबत पंतप्रधानांशी चर्चा करताना ते त्या दोघा पिता-पुत्रांचा सल्ला घेत असत.

पंतप्रधान सवाई माधवराव पेशवे आपल्या रोजच्या बैठकीवर लोडाला टेकून बसले. त्यांच्या आसनापासून थोड्या अंतरावर नाना, अन्याबा मेहेंदळे आणि बहिरोपंत मेहेंदळे बसले. नाना सवाई माधवराव पेशवे यांना उद्देशून म्हणाले,

"नबाबानं आपल्या मुलाची शादी काढली आहे, हे रावसाहेबांना माहीत असेलच."

"हो नबाबाचं आम्हाला पत्र आलं आहे. शादीस उपस्थित राहण्याची विनंती करून-" पेशवे गंभीर चेहऱ्यानं म्हणाले.

"नबाबाला जबाब धाडायचा आहे. आपला जबाब गेल्यावर तो शादीची तिथी मुक्रर करणार आहे." नाना म्हणाले. त्यावर पेशव्यांनी काही प्रत्युत्तर केलं नाही.

"शादीच्या समारंभास उपस्थित राहण्याची रावसाहेबांची इच्छा आहे का?" नानांनी पृच्छा केली.

"शादीचा समारंभ साधून आमचं दर्शन घेण्याची आपली इच्छा आहे, असं नबाब मिनतवारीनं पत्रात म्हणतो. याप्रसंगी बाकीचाही मामला निकालात काढण्याची त्याची इच्छा दिसते!" पंतप्रधान उद्गारले.

"नबाबाच्या मुलाच्या शादीस उपस्थित राहण्याची जर रावसाहेबांची इच्छा असेल, तर त्यांनी अवश्य जावं; परंतु रावसाहेबांना माहीत आहे की, नबाब आणि त्यांचा कारभारी हे दोघं धूर्त आहेत. ते गोड गोड बोलून रावसाहेबांकडून बाकीचा प्रश्न निकालात काढतील, अशी आम्हाला भीती वाटते." नानांनी अभिप्राय व्यक्त केला. नंतर ते बहिरोपंत व अन्याबा या दोघांकडे दृष्टिक्षेप करीत म्हणाले,

"आपणाला काय वाटतं?"

अन्याबा व बहिरोपंत या दोघांनी नानांची री ओढली. बहिरोपंत मेहेंदळे म्हणाले, "गोड गोड बोलून आपला कार्यभाग साधण्यात नबाब फार पटाईत आहे, तेव्हा सावधगिरीनं पाऊल टाकलेलं बरं!"

अन्याबा आणि बहिरोपंत हे दोघं मेहेंदळे कुलोत्पन्न मुत्सद्दी नानांचे आप्त असल्याने, त्यांनी नानांचा पाठपुरावा करणं स्वाभाविक होतं. नानांच्या कृपेनं ते पेशवाईत थोर पदास चढले होते; त्यामुळे त्यांचा अभिप्राय सवाई माधवराव पेशवे यांना महत्त्वाचा न वाटल्यास विशेष नवल नव्हतं. ते म्हणाले,

"आपण खंबीर असल्यास नबाब आणि त्याचा कारभारी काय करणार? त्यांच्या साखरपेरणीला बळी पडण्याइतके आपण लेचेपेचे आहोत का?"

पेशव्यांचा हा न रुचणारा अभिप्राय ऐकून अन्याबा आणि बहिरोपंत या दोघांनी नानांकडे साभिप्राय नजरेनं पाहिलं.

नाना काही वेळानं म्हणाले, "गेली कित्येक वर्षे बाकीचा प्रश्न भिजत पडला आहे. आम्ही नबाबाला पत्रं धाडतो की, हा मामला एकदाचा मिटवून टाका म्हणून, बाकीचा प्रश्न मिटला की, दोन्ही दरबारांमधील तणाव दूर होऊन संबंध पूर्ववत होतील; पण नबाब आम्हांला हुलकावण्या देतो आहे. बाकी तसा नबाब वाईट नाही, त्याला फितवितो आहे तो त्याचा कारभारी मुशीर. आम्हाला आपल्या कवायती सैन्याची दहशत घालून मुशीर बाकी पचवून टाकण्याचा प्रयत्न करतो आहे. एक नव्हे, तर बावीस पलटणींचं सैन्य त्यानं उभारलं आहे. हे सैन्य त्यानं कुणाविरुद्ध तयार केलं आहे, ते स्पष्टच आहे."

नानांचा प्रस्ताव म्हणजे आपण शादीच्या समारंभास उपस्थित राहू नये, ही गर्भित सूचना आहे. हे पेशव्यांच्या ध्यानी येण्यास उशीर लागला नाही. ते त्रासून म्हणाले, "शादीच्या समारंभास आम्ही उपस्थित राहू नये, असं मुख्य कारभाऱ्यांना वाटत असल्यास आमची त्याला ना नाही."

सवाई माधवरावांचा हा जबाब ऐकून नानांना मुळीच आश्चर्य वाटलं नाही, कारण अलीकडे त्यांच्याकडून त्यांना प्रत्युत्तरं मिळत असत. तरीही ते शांतपणे म्हणाले,

"नबाबाच्या मुलाच्या शादीस जाण्याची जर रावसाहेबांची इच्छा असेल, तर त्यांना नको म्हणण्याची कुणाची प्राज्ञा आहे! ते राज्याचे धनी; आम्ही नोकर."

पेशव्यांनी प्रत्युत्तर केलं नाही. ते गंभीर चर्येनं आपल्याच विचारात मग्न झाले.

"आम्ही मराठी राज्याचे नोकर आहोत," नाना म्हणाले. "परंतु नोकर असलो, तरी धन्याचे आणि दौलतीचे हितचिंतक आहोत. गेली तीस-पस्तीस वर्षं आम्ही इमाने इतबारे दौलतीची सेवा केली आहे. त्या अनुभवाची शिदोरी आमच्यापाशी आहे. मराठी दौलतीचा पंतप्रधान आणि मोगल बादशहाचा दख्खनचा सुभेदार हे एक नव्हेत. बेडूक कितीही फुगला तरी बैल होऊ शकत नाही. नबाबाची पायरी त्याला आपण त्याची उपेक्षा करून दाखविली पाहिजे. नबाब तसा चतुर आहे, रावसाहेब त्याच्या मुलाच्या शादीस गेले नाहीत, तर तो मनात काय समजायचं ते समजेल." नाना धारदार आवाजात म्हणाले.

माधवराव पेशवे यांना नानांचा युक्तिवाद पटला नाही; परंतु त्यांनी प्रत्युत्तर केलं नाही. मात्र, मनात ते समजले की, निजामाचा दर्जा सुभेदाराचा आहे म्हणून मराठी दौलतीच्या पंतप्रधानाने त्याच्या मुलाच्या शादीस जाऊ नये, असं नाना जे म्हणतात, ती केवळ आपणाला शादीस न पाठविण्याची एक सबब आहे. नबाबाचे मूळ पूर्वज दख्खनचे सुभेदार असतील; पण नंतर निजामांनी बादशहाची वजिरी केली होती आणि बादशहाचा वजीर हा छत्रपतींच्या पेशव्यांहून दर्जानं कमी होतो का? नानांना कदाचित वाटत असेल की, हा इतिहास आपणास माहीत नसेल. नाना आपणास शादीच्या समारंभास पाठविण्यास तयार नाहीत, त्याचं कारण आपण शादीच्या

समारंभास उपस्थित राहिलो, तर आपला दर्जा कमी होईल हे नसून, नबाब आणि मुशीर आपणास आपल्याविरुद्ध फितवितील, आपणास आपल्याविरुद्ध बंड करावयास चिथावणी देतील हे आहे.

पेशवे काही बोलले नाहीत, हे पाहून नाना म्हणाले,

"नबाबानं आपल्या मुलाच्या शादीची तारीख मुक्रर केलेली नाही. रावसाहेबांच्या जबाबानुसार ती मुक्रर करणार आहे."

"आम्ही नबाबाच्या पत्रास काय जबाब पाठवायचा तो पाठवू." पेशवे तुटकपणे म्हणाले.

"ठीक आहे!" नाना बैठकीवरून उठत म्हणाले; परंतु पेशव्यांचा जबाब त्यांना चांगलाच झोंबला होता. त्या ठिणगीनं ते अस्वस्थ होणं स्वाभाविक होतं. तरी ते पेशव्यांकडे पाहत गंभीर चर्येनं पुन्हा म्हणाले,

"मेजर बैट गारपिरावर आपलं कवायती सैन्य शिकवून तयार करतो आहे. त्या सैन्याच्या कवायतीचं निरीक्षण आपण करता ना?"

"हो करतो." पेशवे उद्गारले आणि ते आपल्या महालाकडे वळले. ते जाईपर्यंत नाना, अन्याबा आणि बहिरोपंत यांच्या समवेत गणेश महालात थांबले. पेशवे दूर गेल्यावर नाना म्हणाले,

"बघितलंत रावसाहेबांचं वागणं? यांच्यासाठी आम्ही जिवाचं रान करतो; पण त्याचं त्यांना काही वाटत नाही. कधीही बघा चेहरा दुर्मुखलेला. मायेचा एक शब्द निघणार नाही तोंडातून. आम्ही म्हणजे यांचे पूर्वजन्मीचे वैरी. वाटतं, हे सर्व सोडून द्यावं आणि काशी-विश्वनाथाला जाऊन हरहर करीत बसावं; पण आमचे पाय मागं राहतात ते दौलतीच्या हितासाठी."

पण अन्याबा किंवा बहिरोपंत या दोघांपैकी एकानंही तोंडातून ब्र शब्द काढला नाही. नानांचं हे त्राग्याचं बोलणं त्यांच्या अंगवळणी पडलं होतं. त्यांच्या मनाविरुद्ध काही घडलं की, ते काशीला जाऊन राहण्याची धमकी देत असत; पण एकदाही ते काशीला जाण्यासाठी पुण्यातून बाहेर पडले नव्हते.

।सहा।

वसंत ऋतूच्या आगमनाबरोबर सूर्याची प्रखरता वाढू लागली. वातावरण तापू लागलं आणि सत्ताधाऱ्यांची आणि मुत्सद्यांची माथी भडकू लागली. नबाब निजामअली यांनी आपल्या साहेबजाद्याच्या शादीला पंतप्रधान सवाई माधवराव पेशवे आणि त्यांचे मुख्य कारभारी नाना फडणीस या दोघांना तसेच त्यांच्याबरोबर पेशव्यांच्या सरदारांना आणि मुत्सद्यांनाही निमंत्रणे धाडली होती. निजामअलींना वाटलं होतं की, नाना फडणीस हे पंतप्रधान सवाई माधवराव पेशवे यांना आपल्या मुलाच्या शादीस पाठविल्यावाचून राहणार नाहीत म्हणून. कारण त्यांचा साहेबजादा मीर पोलाद जंग सिकंदरजादा हा पेशव्यांच्या दुसऱ्या लग्नसमारंभात उपस्थित होता; परंतु निजामाची घोर निराशा झाली. पुण्याहून त्यांना कळविण्यात आलं की, पेशव्यांना फार कामं असल्याने ते मीर पोलाद अली सिकंदरजादा यांच्या शादीच्या समारंभास उपस्थित राहू शकणार नाहीत. निजामअलींना तो मोठाच अपमान वाटला. पुण्याचं पत्र हाती पडलं, त्याच दिवशी त्यांनी गोविंदराव काळे यांना भेटीस बोलावलं. नबाबाच्या निरोपाप्रमाणे गोविंदराव काळे जामानिमा करून त्वरित त्यांच्या मुलाखतीस निघाले; परंतु त्यांना, निजामांनी आपणास भेटीस का बोलाविलं याचा काही अंदाज लागेना. त्यांनी निजामाच्या हवेलीत पाऊल टाकलं न टाकलं तोच त्यांची आणि निजामाची भेट झाली. निजाम मुशीरुद्दौला, मीर आलम, रघोत्तमराव व रायराया या चौघा मुत्सद्यांसमवेत आपल्या दिवाणखान्यात खल करीत ते बसले होते. गोविंदराव काळे बाहेर आल्याचं कळताच निजामांनी त्यांना आत येण्याचा निरोप धाडला. निरोपाप्रमाणे गोविंदराव आत गेले. निजामांनी त्यांना आसनस्थ होण्यास सांगितलं.

वास्तविक नबाब निजामअली स्वभावानं स्वच्छंदी आणि आनंदी गृहस्थ होते. गोविंदराव काळे यांची आणि त्यांची वैयक्तिक दोस्ती असल्याने ज्या ज्या वेळी त्या दोघांची भेट होई त्या त्या वेळी त्यांच्या संभाषणात विनोदाचं आणि कोट्या-उत्प्रेक्षांचं उधाण येई; परंतु त्या दिवशी नबाब अत्यंत गंभीर होते. ते गोविंदरावांना म्हणाले,

"तुमच्या पंतप्रधानांनी आमच्या पत्राचा जबाब धाडला

आहे. आमच्या साहेबजाद्यांच्या शादीस आपण कामाच्या गर्दीमुळे उपस्थित राहू शकत नाही, असं त्यांनी कळविलं आहे. ठीक आहे, ज्याच्या त्याच्या मर्जीचा हा प्रश्न आहे; पण तुमचे पंतप्रधान आमच्या निमंत्रणाचा अव्हेर करतील असं वाटलं नव्हतं. आम्ही त्यांना प्रेमानं निमंत्रण धाडलं होतं. ते आम्हाला आमच्या पुत्रासमान आहेत, असं आम्ही मानत आलो होतो; पण त्यांनी आमचं आमत्रंण स्वीकारलं नाही म्हणून आम्हाला विशेष दुःख झालं नाही. दुःख झालं ते दुसऱ्याच गोष्टीचं.''

''ते कोणतं खाविंद?'' गोविंदरावांनी पृच्छा केली. त्यांच्या स्वरात उत्कंठेची छटा होती.

''आम्ही त्यांचं जे देणं लागतो त्याची त्यांनी आम्हाला आठवण करून दिली आहे आणि ते लवकरात लवकर फेडण्याची ताकीद आम्हाला केली आहे. एखाद्या सावकाराप्रमाणे तुमचा दरबार आमच्यामागे बाकी फेडण्याबाबत तगादा लावतो आहे; पण कोणत्या वेळी कसं वागायचं याचं तारतम्य तुमच्या माणसांना नसतं.'' नबाब सात्त्विक संतापानं म्हणाले.

''पण खाविंद, बाकीचा मामला आपण किती दिवस गुलदस्त ठेवणार आहात? आमच्या पंतप्रधानांनी शादीचं निमंत्रण स्वीकारलं नाही त्याचं कारण तेच आहे. त्यांनी तसं स्पष्ट लिहिलं नसलं, तरी आपण ते तर्कानं जाणावयाला हवं.''

गोविंदराव काळे यांनी सौम्य शब्दांत पेशव्यांच्या नकाराचं समर्थन केलं. ते ऐकून नबाबाची चर्या गोंधळली. गोविंदराव काळे असं काही बोलतील याची त्यांना कल्पना नव्हती.

''बाकीचा प्रश्न मिटला पाहिजे, यात काही शंकाच नाही; पण तो प्रश्न घसास लावण्याची ही वेळ आहे का? तुमच्या मुख्य कारभाऱ्यांनी आमच्या आनंदावर विरजण टाकलं आहे, आम्हांस त्यांनी संधीत पकडलं आहे.'' नबाब निषेधाच्या स्वरात उद्‌गारले.

''बाकीचा प्रश्न उपस्थित करण्याची ही वेळ नाही हे आम्हाला कबूल; पण या प्रश्नाबाबत आमच्या दरबाराच्या किती तीव्र भावना आहेत, त्याची जाणीव आपणाला करून देण्याची हीच वेळ आहे, असं आमच्या पंतप्रधानांना वाटलं असेल.'' गोविंदराव काळे म्हणाले. ''खाविंदांनी बाकीचा प्रश्न त्वरित मिटविला तर, आमचे पंतप्रधान, साहेबजादे मीर पोलाद अली सिकंदरजादा यांच्या शादीच्या समारंभास उपस्थित राहतात की नाही बघा!''

''दे दान सुटे गिराण यासारखी ही गोष्ट आहे. खाविंद दान देत नाहीत आणि गिराण सुटत नाही. असंच ना गोविंदराव?'' आतापर्यंत नबाब आणि गोविंदराव काळे यांचं संभाषण मुकाट्यानं ऐकत बसलेले मुशीरुद्दौला म्हणाले; परंतु त्यांच्या म्हणीतील सुप्त उपरोध गोविंदरावांना आकलन झाल्यावाचून राहिला नाही. संधी

मिळेल, तेव्हा पुणे दरबार आणि पुणे दरबारातील मुत्सद्द्यांची कळ काढण्याची दौलाची ही खोड जुनीच होती. त्याचं भाषण नेहमी वक्रोक्तिपूर्ण असे. गोविंदराव काळे यांची चर्या गंभीर झाली. ते दौलाला उद्देशून म्हणाले,

''दान आणि ग्रहण यांची उपमा येथे लागू होत नाही, दौला. आमच्या दरबारानं हा प्रश्न मोठ्या उदार अंतःकरणानं सोडविण्याचं धोरण आतापर्यंत पत्करलं होतं; पण आपणाला तो कमकुवतपणा वाटला.''

''असं वर्दळीवर येऊ नका बुवा गोविंदराव.'' दौला हसत म्हणाले. ''आम्ही आपलं सहज विनोदानं म्हटलं.''

''तुम्हाला भलत्या वेळी विनोद सुचतो. आम्ही राकट लोक, आम्हाला विनोदाचं अंग थोडं कमीच!'' गोविंदराव म्हणाले.

''म्हणून तुम्ही लोक उठल्यासुटल्या तलवारीला हात घालता. माणसाच्या अंगी थोडी विनोदबुद्धी असावी, म्हणजे तो विवेकानं वागतो.'' दौलानी आपल्या तोंडून निघालेल्या अपमानास्पद भाषेची सारवासारव करण्यास प्रारंभ केला.

''विवेक म्हणजे कमकुवतपणा असं का समजता तुम्ही दौला? बाकीचं घोंगडं तुम्ही कितीतरी दिवस भिजत ठेवलंय असं तुम्हाला वाटत नाही. आमच्या पंतप्रधानांनी तरी किती दिवस वाट पाहायची?'' गोविंदरावांनी प्रत्युत्तर केलं.

''आणि समजा, आम्ही बाकी फेडली नाही, तर?'' दौला गंभीर होत म्हणाले.

''तसं खाविंदांनी स्पष्टच सांगितलं, म्हणजे पंतप्रधान पुढचा जो काही विचार करायचा तो करतील.'' गोविंदरावांनी प्रत्युत्तर केलं.

''कशाला हा वितंडवाद?'' नबाबाचे सल्लागार मीर आलम म्हणाले.

''हा प्रश्न वितंडवादाचा नाही मीरसाहेब!'' दौला मीर आलमना उद्देशून म्हणाले. ''यांची बाकी खाविंद बुडवीत नाहीत; परंतु बाकी वसूल करण्याच्या वृत्तीबाबत आमचा वाद आहे. एखाद्या व्यवहारी सावकाराप्रमाणे त्यांच्या पंतप्रधानांचे प्रमुख कारभारी बाळाजीपंत नाना खाविंदांच्या मागं बाकी फेडण्याचा तगादा लावताहेत.'' दौला पुन्हा नाना फडणीसांवर घसरला.

गोविंदराव काळे दौलांना प्रत्युत्तर देण्यासाठी तोंड उघताहेत तोच नबाब निजामअली गोविंदरावांना उद्देशून म्हणाले,

''गोविंदराव, जरा सबुरीनं घ्या. आम्ही चौघं इथं जमलो आहोत ते बाकीच्याच प्रश्नाचा खल करण्यासाठी. आम्ही बाकीचा प्रश्न सामोपचाराने मिटविण्याचं ठरविलं आहे. त्यासाठी मीर आलम, राजे रघोपंतराव आणि रायराया हे तिघं लवकरच वाटाघाटीसाठी पुण्यास जात आहेत; पण बाकीचा प्रश्न सुटेपर्यंत आम्ही आमच्या साहेबजाद्याची शादी तहकूब ठेवणार नाही. शादीची सर्व तयारी झाली आहे; फक्त तारीख तेवढी मुक्रर करायची राहिली आहे. त्यासाठी आम्ही

तुमच्या पंतप्रधानांच्या जबाबाकडे डोळे लावून बसलो होतो. त्यांचा जबाब आला असल्याने तारीख आम्ही उद्याच लावणार आहोत. काझींना पाचारण केलं आहे. शिवाय पुण्यालाही एका प्रख्यात ज्योतिषाकडे आम्ही मनुष्य धाडला आहे. मुहूर्त काढण्यासाठी.''

''खाविंद, आम्ही फार दिलगीर आहोत, आमचे पंतप्रधान शादीला येत नाहीत म्हणून-'' गोविंदराव काळे दिलगिरीच्या स्वरात म्हणाले, ''खरंतर हा प्रश्न इज्जतीचा व्हायला नको होता.''

''राहू द्या गोविंदराव, तुम्ही कशाला मनाला लावून घेता! तुम्ही तुमच्या दरबाराच्या हितसंबंधांची काळजी घेणं हे तुमचं कामच आहे मुळी, तुम्ही बाकीसाठी आमच्याशी भांडलात म्हणून आम्हाला बिलकूल वाईट वाटत नाही.'' नबाब म्हणाले. इतकं बोलून नबाबांनी गोविंदराव काळे यांना रजा दिली आणि आपल्या सल्लागारांसमवेत ते मसलतीत दंग झाले.

सवाई माधवराव पेशवे आपल्या मुलाच्या शादीस उपस्थित राहू शकत नाहीत, हे कळल्यावर नबाब निजामअली यांनी शादी निश्चित केली. शादीचा मुहूर्त त्यांनी पुण्यातील आणि आपल्या राज्यातील ब्राह्मण ज्योतिषांना विचारून ठरविला. नंतर निमंत्रणपत्रिका काढल्या. निमंत्रितांत सवाई माधवराव पेशवे, नाना फडणीस, हरिपंत फडके, आप्पा बळवंत, दौलतराम शिंदे, शिंद्यांचे कारभारी आबा चिटणीस आणि पेशव्यांचे इतर सरदार आणि मुत्सद्दी यांचा समावेश होता.

शादीचा समारंभ बेदर शहरातील मंगळवार पेठेत करावा असं ठरलं. त्यासाठी मंगळवार पेठेतील बहुतेक सर्व श्रीमंत लोकांचे वाडे खाली करून घेण्याचा बेत नबाबांच्या सार्वजनिक बांधकाम खात्यानं केला. नबाबांचा मुक्काम बेदर शहरातील किल्ल्यात असायचा; परंतु किल्ल्यातील इमारती अपुऱ्या पडणार म्हणून मंगळवार पेठेतील श्रीमंत लोकांचे वाडे खाली करून घेण्याचा निर्णय घेण्यात आला होता. त्या पेठेतील वाडेदेखील पाहुणे आणि मुत्सद्दी यांच्यासाठी मुक्रर करण्यात आले होते. शादीचा समारंभ बेदरसारख्या आडगावी असला, तरी बरेच बडे पाहुणे समारंभाला येणार होते. शादीची निमंत्रणं पुण्याप्रमाणेच नागपूरला राघुजी भोसले, म्हैसूरला टिपू सुलतान आणि दक्षिणेतील इतर नबाबांना आणि राजे-रजवाड्यांना पाठविण्यात आली होती.

शादीची धामधूम चालू असताना एके दिवशी एक मध्यम वयाचे गृहस्थ गोविंदराव काळे यांना भेटावयास आले. त्यांचा पोशाख ब्राह्मणी पद्धतीचा असल्याने गोविंदरावांनी त्या गृहस्थास लगेच मुलाखत दिली.

''आमचं नाव देशपांडे सावकार-'' तो इसम गोविंदरावांना आपला परिचय करून देऊ लागला. ''आम्ही मंगळवार पेठेत राहतो.'' तो इसम म्हणाला.

"आमच्याशी आपलं काम काय आहे?" गोंविदरावांनी पृच्छा केली.

"नबाबांच्या मुलाची शादी असल्याने मंगळवार पेठेतील बऱ्याच लोकांचे वाडे खाली करण्याचा हुकूम जारी करण्यात आला आहे. त्यात आमचाही वाडा आहे. आम्हाला कळलं आहे की, आमचा वाडा आपल्यासाठी आहे." तो मनुष्य चिंताग्रस्त चेहऱ्याने म्हणाला.

"आमच्यासाठी मंगळवार पेठेमध्ये एक वाडा राखून ठेवण्यात आल्याचं नबाबांच्या अधिकाऱ्यांनी आम्हाला कळविलं आहे." गोविंदराव काळे देशपांडे सावकारास म्हणाले.

"आपणासारख्या असामीची पायधूळ आमच्यासारख्या सामान्य माणसांच्या घरात झडणं हे मोठंच सद्भाग्य! पण महाराज, माझं कुटुंब पाच-पन्नास लोकांचं, पुन्हा वृद्ध आणि लहान मुलंही आहेत. त्यांना घेऊन कुठं जावं समजत नाही." देशपांडे सावकार म्हणाले आणि आपला काळजीनं खंगलेला चेहरा त्यांनी उपरण्याच्या शेवटानं पुसला.

गोविंदराव काळे यांना त्या कुटुंबवत्सल माणसाची दया आली. त्या माणसावर ओढवलेला प्रसंग खरोखरच मोठा होता. पाच-पन्नास माणसांचं लटांबर तो कुठं घेऊन जाणार होता? प्रश्न सड्या माणसाचा असता, तर गोष्ट वेगळी; पण त्या माणसाच्या कुटुंबात बायका, म्हातारी माणसं आणि लहान मुलंही होती. असा घरंदाज मनुष्य बायका-मुलांना घेऊन उघड्यावर कसा राहू शकणार होता? गोविंदराव काळे विचारात पडले. काय करावं समजेना. अखेर त्यांनी एक निर्णय घेतला. ते देशपांडे सावकारास म्हणाले,

"तुमच्या वाड्याच्या आजूबाजूस उघडी जागा किंवा बाग-बागाईत आहे का?"

"तशी उघडी जागा किंवा बाग-बागाईत नाही; पण जवळच एक आमराई आहे." देशपांडे सावकारानं प्रत्युत्तर केलं.

"ठीक आहे. तुम्ही तुमच्या वाड्यातून बाहेर पडू नका. आम्ही आमचा डेरा आमराईत ठोकतो." गोविंदराव काळे देशपांडे सावकारास अभय देत म्हणाले.

"असं कसं होईल महाराज, आम्ही वाडा खाली केला नाही, तर नबाबाची माणसं आम्हाला लाथा घालून वाड्यातून बाहेर काढतील, तेव्हा ती अप्रतिष्ठा सहन करण्याऐवजी आम्ही वाडा स्वखुशीनं खाली करणं बरं नाही का?" देशपांडे सावकार म्हणाले.

"त्याची काळजी तुम्ही करू नका. आम्ही तुमच्यावर तसा प्रसंग येऊ देणार नाही. आम्ही नबाबाच्या माणसांना कळवितो की, देशपांडे सावकारांनी आमच्यासाठी आपला वाडा खाली केला असून, आम्ही तिकडे राहावयास गेलो आहोत. आम्ही असं कळविल्यावर नबाबांची माणसं तुमच्या वाड्याच्या बाजूला मुळीच फिरकणार नाहीत."

गोविंदराव काळे यांचं उदार अंतःकरण पाहून देशपांडे सावकार कृतज्ञतेनं गलबलून गेले. त्यांच्या डोळ्यांत अश्रू तरारले. गोविंदरावांचे आभार मानण्यासाठी त्यांच्या तोंडून शब्दही फुटला नाही. ते पाहून गोविंदराव म्हणाले,

"सावकार, तुमच्या भावना आम्हाला कळल्या; तुम्ही आमचे आभार मानू नका. आता शांत मनाने घरी जा आणि तुमच्या माणसांना सांगा की, वाडा खाली करण्याची जरुरी नाही.''

देशपांडे सावकारांनी गोविंदराव काळ्यांकडे कृतज्ञतेनं पाहिलं व ते आपल्या घरी निघून गेले. तद्नंतर लगेच गोविंदरावांनी नबाबाच्या माणसांना निरोप धाडला की, आम्ही देशपांडे सावकारांच्या वाड्यात राहावयास गेलो आहोत.

। सात।

नबाब निजामअली यांच्या निमंत्रणाप्रमाणे पाहुणे आणि निमंत्रित मंडळी बेदरला येण्यास सुरुवात झाली; परंतु बेदर हे शहर प्रवासाच्या दृष्टीने गैरसोयीचं असल्याने काही प्रतिष्ठित आणि वजनदार मंडळी शादीस उपस्थित राहू शकली नाहीत. पुणे दरबाराच्या वतीने गोविंदराव काळे यांनी प्रतिनिधित्व केलं. शादीस अवघेच दिवस असताना नबाब अचानकपणे आजारी पडले. अलीकडे ज्या राजकीय घडामोडी घडल्या; त्यामुळे त्यांचा मनःक्षोभ वाढल्याने त्यांच्या प्रकृतीवर ताण पडला होता. मन अवस्थ आणि बैचेन झालं होतं. शादीचा समारंभ तोंडावर आला असताना घरचा यजमान आजारी पडल्याने सगळ्यांच्या तोंडचं पाणी पळालं. विशेषतः नबाबांचे कारभारी आणि भावी व्याही मुशीरुद्दौला यांच्या उत्साहावर तर मोठंच विरजण पडलं. मनःक्षोभाच्या भरात नबाब शादी लांबणीवर तर टाकणार नाहीत ना, अशी भीती दौलास पडली. कुणी नबाबांचे कान भरू नयेत म्हणून, दौला सारी कामं सोडून नबाबांच्या तैनातीस राहिले; परंतु नबाबांच्या जनानखान्यावर मात्र ते पहारा करू शकत नव्हते. नबाबांची प्रकृती बिघडली, तेव्हा त्यांच्या बेगमा काळजीत पडल्या होत्या आणि त्यांनी हैदराबादला जाऊ या म्हणून नबाबांच्या मागे टुमणं लावलं होतं; परंतु नबाब इतके दौलाच्या आहारी गेले होते की, दौलास नाराज करण्याचा हिय्या त्यांना झाला नव्हता. अखेर त्यांच्या प्रकृतीस आराम पडल्याने सगळ्यांनी सुटकेचा श्वास सोडला आणि ते नेटानं शादीच्या तयारीस लागले.

नबाबाने पुणे दरबाराच्या बाकीचा प्रश्न सोडविल्याविना हैदराबादला परतू नये, असं दौलास वाटत होतं. त्यांच्या सल्ल्यानुसार नबाबांनी बावीस पलटणींचं जे कवायती सैन्य शिकवून तयार केलं होतं, त्याची चुणूक पुणे दरबारला, विशेषकरून नाना फडणीसांना दाखविण्यास तो उत्सुक होता. त्यानं बाकीचं एरंडाचं गुऱ्हाळ जे लांबविलं होतं त्याचं कारण हे होतं. एके दिवशी तर हैदराबादला परत जाण्याच्या प्रश्नावरून नबाबाचा आणि दौलाचा मोठाच खटका उडाला होता. नबाब चिडून दौलास म्हणाले होते की, "तुमच्यासाठी आम्ही आमची प्रकृती बिघडून घ्यायची की काय? नाना फडणीसांच्या आणि

तुमच्या वैयक्तिक हेव्यादाव्यांत तुम्ही निष्कारण आम्हाला गोवत आहात; पण आम्ही यापुढे तुमचं बिलकूल ऐकणार नाही.'' आणि रागाच्या भरात निजामांनी लष्कराला छावणी मोडण्याचीदेखील आज्ञा केली होती; परंतु दुसऱ्या दिवशी माशी कुठं शिंकली कुणास ठाऊक! नबाबाचं आणि दौलाचं एक प्रदीर्घ खलबत झालं. खलबत आटोपून दोघं हसतमुखाने बाहेर आले आणि नबाबांनी लष्कराला छावणी मोडण्यासाठी दिलेला हुकूम मागे घेतला.

शादीचा मांडव दौलाच्या हवेलीसमोर घालण्यात आला होता. तो शृंगारण्यासाठी हैदराबादहून कलाकार आणि कारागीर आणविण्यात आले होते. समारंभाचा थाटमाट नबाब निजामअली यांच्या ऐश्वर्यास आणि प्रतिष्ठेस अनुरूप असाच होता. शादीचा मुहूर्त छ ।। २८ रमजानी ठरविण्यात आला होता. त्या दिवशी मंगल वाद्ये आणि दारूकामाने अख्खं बेदर शहर दुमदुमून गेलं. शादीचा सोहळा बघण्यासाठी शादीच्या मांडवाच्या आसपास लोक गोळा झाले. नबाब आपल्या बेगमा आणि साहेबजादे यांच्यासह दौलाच्या हवेलीकडे निघाले. त्यांची अंबारी वरातीसमोर चालली होती. त्यामागे इतर लोक जात होते. दौलांनी नबाबांचं आणि इतर प्रतिष्ठित पाहुण्यांचं स्वागत केलं. नवरा मुलगा मीर पोलादअली सिकंदरजादा यांच्या समवेत करवले म्हणून सुभानअली, झुल्फिकारअली व तैमुरअली हे तीन साहेबजादे आले होते. ते सगळे दौलाच्या दिवाणखान्यात मजलस करून बसले. निमंत्रितांमध्ये नबाबाच्या दरबारातील हंगामी इंग्रजी वकील 'इष्टवर्ट (स्टुअर्ट) होता. त्याच्या सरबराईसाठी नबाबाचे खास सल्लावार मीर आलम होते. त्या दोघांमध्ये हलक्या आवाजात बराच वेळ खलबत चालू होतं. नबाब आपल्या बेगमांसह दौलाच्या दिवाणखान्यात बसले होते. मात्र, दौलांना पाहुण्यांशी गप्पा-गोष्टी करण्यास फुरसत नव्हती. ते सारखे आत-बाहेर करीत होते. इतक्यात गोविंदराव काळे यांचं दिवाणखान्यात आगमन झालं. नवरा मुलगा मीर पोलादअली सिकंदरजादा यांनी गोविंदरावांना आपल्या शेजारी येऊन बसण्याची खूण केली. त्यावरून पेशव्यांच्या वकिलांचं नबाबाकडे किती वजन आहे, ते पाहुण्यांच्या निदर्शनास आलं.

शादीच्या मुहूर्तास आता थोडाच अवकाश होता. त्या वेळात पाहुण्यांच्या करमणुकीसाठी लखनवी कंचन्यांचं नृत्य झालं. अखेर मुहूर्ताची वेळ झाली. नवरा व तीन करवले यांना घेऊन दौला आत आपल्या महालात गेले. काझीने मीर पोलादअली व दौलाची नात या दोघांचा निका लावून दिला. त्या प्रसंगी निजामअली आपल्या बेगमांसह हजर होते. निक्क्याचा विधी पार पडल्यावर नबाब महालातून बाहेर आले व निमंत्रितांकडे सुहास्य मुद्रेनं दृष्टिक्षेप करून त्यांनी त्यांना अभिवादन केलं. नंतर गोविंदराव काळे यांच्याजवळ येऊन बसून त्यांनी

त्यांच्याशी वार्तालाप सुरू केला. काही वेळानं वधू-वरांना आहेर देण्यास प्रारंभ झाला. नजर करण्यास निमंत्रितांची आणि इतर लोकांची रीघ लागली. नजर झाल्यावर थोडा वेळ नृत्याचा कार्यक्रम झाला. नंतर सरबतपानाचा विधी सुरू झाला. प्रथम दौलांनी वधूपिता या नात्यानं वरपिते निजामअली यांच्यासमोर सरबताचा पेला धरला. त्याचा स्वीकार करून नबाबांनी तो तोंडासमोर नेला. त्यांनी तीन वेळा तो पेला तोंडासमोर मागं-पुढं करून तो पिऊन टाकला. नंतर त्यांनी दौलास व्याही या नात्याने आपल्या शेजारी बसवून घेतलं. दौलाच्या चर्येवर कृतकृत्य झाल्याचे भाव झळकले. दौला आयुष्यात प्रथमच नबाबाच्या शेजारी बसले. आता त्या दोघांचं नातं धनी आणि नोकर हे नसून व्याही हे होतं. नबाबांनी गोविंदराव काळे यांना आपणाशेजारी येऊन बसण्याची खूण केली. नंतर त्या तिघांचा हास्यविनोद सुरू झाला. इतक्यात इंग्रजांचे वकील मिस्टर स्टुअर्ट हे एकेक पाऊल टाकीत नबाबाजवळ आले आणि त्यांनी कलकत्त्याचे इंग्रज गव्हर्नर जनरल सर जॉन शोअर यांच्याकडून आलेला एक खलिता नबाबांना सादर केला. तो नबाबांनी मुशीरुद्दौला यांच्याकडे दिला. तो त्यांनी नबाबांना वाचून दाखविला. गव्हर्नर जनरलनी वधू-वरांचे अभिनंदन करून तो संदेश धाडला होता. तो ऐकून नबाब खूश झाले. आता त्यांच्या हास्यविनोदास ऊत आला. दरम्यान, कंचन्यांचं नृत्य चालू होतं; ते बंद करावयास लावून दौलांनी खुशालखान आणि कल्याणखान या दोघा उस्तादांना गायन करण्याचा हुकूम केला. दोन घटका गायनाचा कार्यक्रम झाल्यावर पान-सुपारी झाली. मिश्री रुपेरी वर्खाची पानदानं पाहुण्यांसमोर आली. अमीर उमरावांना सरबत वाटण्यात आलं. अशा रीतीने दहा घटकांनी शादीचा समारंभ समाप्त होऊन निमंत्रितांनी नबाब आणि दौला या दोघांचा निरोप घेतला.

तब्बल पाच दिवस शादीचा सोहळा चालला. मेजवान्या झाल्या. मिठाईच्या पेट्यांची, फुलांच्या करंड्यांची व मौल्यवान भेटींची अदलाबदल झाली. कंचन्या नाचत होत्या, भांड नाचत होते. कव्वालीचे कार्यक्रम होत होते. नबाब आणि दौला हे दोघं सहकुटुंब सहपरिवार एकमेकांकडे मेजवान्या झोडीत होते. सतत पाच रात्री बेदर शहरात प्रेक्षणीय रोषणाई आणि आतषबाजी झाली. शादीच्या सोहळ्यात भाग घेणारे स्त्री-पुरुष एकमेकांवर पिचकाऱ्यांनी रंग उडवून हास्याच्या खळखळाटात, आनंदसागरात यथेच्छ डुंबत होते.

अखेर पाच दिवसांनी शादीचा तो प्रचंड सोहळा समाप्त झाला. बेदरच्या नागरिकांना सुने सुने वाटले. तो भव्य सोहळा म्हणजे बेदरच्या नागरिकांच्या दृष्टीने नवलाईच होती. स्वप्नसृष्टीतील ते एक अद्भुत दृश्य होतं.

।आठ।

पुणे दरबारातील इंग्रज वकील मॅलेट भर वैशाखात अजंठ्याच्या सहलीवर जात असल्याची बातमी ऐकून नाना फडणीसांच्या मनात संशयाची पाल चुकचुकली. नानांना माहीत होतं की, माघ महिना संपला की, अजंठा-वेरुळ भागांत हवा फार गरम असते म्हणून. हे हवामान जर पुण्याच्या लोकांना असह्य वाटत होतं, तर मग मॅलेटसारख्या गोऱ्या मनुष्याला ते कितपत मानवेल, ते सांगण्याची जरुरी नव्हती. नानांनी तर्क केला की, मॅलेट जो अजंठ्याला जात आहे, तो तेथील लेण्यांतील चित्रांचा रसास्वाद घेण्यासाठी नसून कोणत्यातरी राजकीय कामगिरीवर जात असला पाहिजे. त्यांनी परराष्ट्रीय संबंध बघणारे मुत्सद्दी बहिरोपंत मेहेंदळे यांना त्वरित आपल्या भेटीस बोलाविले. बहिरोपंतांचा संगमावर नेहमी राबता असायचा.

नानांचा निरोप मिळताच बहिरोपंत मेहेंदळे लगेच नानांच्या भेटीस गेले. नानांनी बहिरोपंतांना विचारलं,

"मिस्टर मॅलेट अजंठ्याच्या सहलीवर जात आहे असं कळलं, खरं का?"

"खरं आहे!" बहिरोपंत मेहेंदळे यांनी होकारार्थी उत्तर दिलं. "तुम्हाला ही बातमी आम्ही कळविणारच होतो आणि मॅलेटही अजंठ्याला निघण्यापूर्वी तुमच्या भेटीस येणार आहे."

"ते ठीक आहे म्हणा; पण गोऱ्या साहेबानं भर उन्हाळ्यात अजंठ्यासारख्या उष्ण भागाची सहल बरी काढली! इंग्रज अशी सहल लेणी बघण्यासाठी काढतो असं तुम्हाला वाटतं का बहिरोपंत? मॅलेटने यापूर्वी दोन-तीन वेळा अजंठ्याची लेणी बघितली आहेत म्हणून म्हणतो." नाना म्हणाले.

बहिरोपंत मेहेंदळे नानांच्या शंकेनं विचारात पडले. ते काही वेळानं म्हणाले -

"तुमची शंका बरोबर आहे. आम्ही मॅलेटला विचारतो."

"छे! छे! विचारू नका." नाना लगबगीने म्हणाले, "ते शिष्टाचाराला धरून होणार नाही. आपण परस्परच मॅलेटच्या हालचालींवर पाळत ठेवून, तो अजंठ्याला का जातो आहे, त्याची माहिती काढली पाहिजे. त्याच्या मार्गावर गुप्तहेर सोडले पाहिजेत."

"ते करता येईल; पण मॅलेट अजंठ्याला का जातो आहे,

ते एक कोडंच आहे.'' बहिरोपंत मेहेंदळे विचारमग्न होत म्हणाले.

''बहिरोपंत, आम्हाला असा संशय येतो की, नबाबाच्या हस्तकांची आणि मॅलेटची औरंगाबाद शहरात एखादी गुप्त भेट ठरली असली पाहिजे; परंतु आपणाला त्या भेटीचा थांगपत्ता लागू नये म्हणून मॅलेटने अजंठ्यास जाण्याची ही हूल उठवली आहे.'' नाना म्हणाले.

''मॅलेट तसं काही करील असं आम्हाला वाटत नाही. तो नबाबाच्या हस्तकांच्या भेटीस अजंठ्याला का जाईल? नबाबाचे हस्तक त्याला संगमावर राजरोस भेटतात. शिवाय इंग्रजांचा वकील नबाबाच्या दरबारात आहेच. नबाबाला इंग्रजांशी सल्ला-मसलत करायची असल्यास ती त्याला त्याच्या दरबारातील इंग्रज वकिलामार्फत करता येईल.'' बहिरोपंत म्हणाले.

''पण किनावे आता निजामाच्या दरबारात नाही. 'इष्टवर्ट' नावाचा इंग्रज अधिकारी हंगामी वकील म्हणून काम करतो आहे. त्याचा दर्जा दुय्यम असल्याने नबाबाला त्याच्याशी महत्त्वाच्या प्रश्नांबाबत सल्ला-मसलत करणं इष्ट वाटत नसेल.'' नानांनी शंका व्यक्त केली.

'इष्टवर्ट' आता वकील नाही. कंपनी सरकारने नबाबाकडे 'करकपात्रिक' म्हणून नवीन वकील पाठविला आहे, अशी बातमी आम्हाला परवा संगमावर कळली.' बहिरोपंत मेहेंदळे म्हणाले.

''खरं? आम्हाला कशी कळली नाही ही बातमी? गोविंदराव काळ्यांनी आम्हाला ती कळवायला हवी होती.'' नाना म्हणाले.

''गोविंदराव काळे लिहिल्याविना कसे राहतील?'' बहिरोपंत उद्गारले.

''गोविंदरावांना पत्र धाडायला हवं, नबाबाच्या दरबारातील नवीन इंग्रज वकिलाबाबतची माहिती पाठवा म्हणून.'' नाना म्हणाले.

''गोविंद भगवंत गेले का, बेदरला? गेले असल्यास त्यांनाही पत्र धाडा. मॅलेट अजंठ्याला जातो आहे, तेव्हा त्याच्या हालचालींवर नजर ठेवा म्हणून.'' बहिरोपंतांनी सूचना केली.

'गोविंद भगवंत बेदरला मागंच परतले.'' नाना म्हणाले. ''त्यांनाही पत्र धाडतो; परंतु त्यांच्यावर किंवा गोविंद कृष्णावर विसंबून उपयोगाचं नाही. आपणही अजंठ्याला जासूद धाडले पाहिजेत.''

''त्याची तजवीज लगेच करतो, मॅलेट पुण्याहून निघाला की.'' बहिरोपंतांनी नानांना आश्वासन दिलं.

''आणि बहिरोपंत, परवा गारपिरावर हुजुरातीच्या लष्करात मोगलाई गुप्तहेर पकडले गेले ते तुम्हाला माहीत आहेच. त्या गुप्तहेरांनी कबुलीजबाब दिला म्हणतात की, नबाबाच्या अधिकाऱ्यांनी आपणाला आपल्या लष्कराची बित्तंबातमी काढण्यासाठी

पाठविलं म्हणून; त्यामुळे आपणाला आता फार काळजी घेतली पाहिजे. नबाबाचा चढाईचा विचार दिसतो.'' नानांनी काळजीच्या स्वरात म्हटलं.

"शहराच्या बंदोबस्ताचं काम तुम्ही माधव रामचंद्रांकडे सोपविलंय ना?'' बहिरोपंतांनी प्रश्न केला.

"हो, पण शहर कोतवाल आनंदराव काशी यांनाही पेठा-पेठांतून आणखी चौक्या बसविण्याची ताकीद केली पाहिजे.'' नाना म्हणाले. आणि बहिरोपंत, रावसाहेबांचा स्वभाव दिवसेंदिवस कुढा बनत चालला आहे. हल्ली ते गारपिरावर सैन्याची कवायत बघण्यासाठी जात नाहीत की सारस बागेतील पशु-पक्ष्यांतही रममाण होत नाहीत.'' नानांनी चिंता व्यक्त केली. बहिरोपंत मेहेंदळे त्यावर काही बोलले नाहीत. ते पाहून नाना म्हणाले, "तुम्ही गप्प राहिलात बहिरोपंत?''

"रावसाहेबांना सैन्याच्या कवायती बघण्यात किंवा मुक्या प्राण्यांचे लाड करण्यात आता स्वारस्य वाटत नाही. राव शिंदे गेल्यापासून रावसाहेबांचं चैतन्यही हरवलं आहे.'' बहिरोपंत उद्गारले.

क्षणभर बैठकीत स्तब्धता पसरली. नानांची चर्या गंभीर झाली.

"पाटीलबाबांनी आमचा घात केला बहिरोपंत. त्यांनी रावसाहेबांना आमच्याविरुद्ध बिथरविलं. पाटीलबाबांच्या आगमनापूर्वी ते आमच्या आज्ञेत एखाद्या आज्ञाधारक मुलाप्रमाणं वागायचे; पण पाटीलबाबांनी आमच्याविरुद्ध त्यांचे कान भरले.'' नानांच्या शब्दांत काळजी होती.

बहिरोपंत बोलले नाहीत; परंतु ते मनात म्हणाले की, रावसाहेबांना आपल्या अधिकाराची जाणीव होणं स्वाभाविक होतं. महादजी शिंद्यांनी त्यांना त्यांच्या अधिकाराची जाणीव करून दिल्यानं ते तुमच्याविरुद्ध बिथरले, असं म्हणता येणार नाही. तुम्हाला त्यांची सदिच्छा मिळवायची असल्यास तुम्ही दौलतीचा कारभार त्यांच्या हाती सोपविला पाहिजे.

हे विचार बहिरोपंत मेहेंदळे यांनी बोलून दाखविले नाहीत; कारण नानांना ते रुचण्यासारखे नव्हते. दुसरी गोष्ट म्हणजे ते नानांचे मामेभाऊ असल्याने, नाना त्यांना आपल्या विश्वासातील समजत होते.

नाना आणि बहिरोपंत मेहेंदळे या दोघांची मुलाखत चालली असतानाच एका चोपदाराने येऊन नानांना वर्दी दिली की, इंग्रज वकील मॅलेट भेटीस आले आहेत. ते ऐकताच नानांना आनंद झाला आणि मि. मॅलेट यांचे स्वागत करण्यासाठी बहिरोपंत मेहेंदळे यांच्यासह ते बाहेर गेले. आगत-स्वागत झाल्यावर मि. मॅलेट बहिरोपंतांकडे पाहत म्हणाले,

"तुम्ही इथं असाल याची आम्हाला कल्पना नव्हती.''

"आम्हीच त्यांना बोलावून घेतलं.'' नाना लगबगीनं म्हणाले.

"काही तातडीचं काम निघालं वाटतं?" मि. मॅलेट म्हणाले.

"तातडीची कामं नेहमीच असतात." नानांनी समर्थन केलं.

"तर मग आम्ही तुमचा फार वेळ घेत नाही." मॅलेट म्हणाले. "आम्ही काही दिवसांसाठी परगावी जात आहोत, म्हणून तुमचा निरोप घेण्यासाठी आलो."

"कुठं वाई-महाबळेश्वरकडे?" नानांनी म्हटलं.

"वाई-महाबळेश्वरकडे नाही; अजंठ्याला." मॅलेट उद्गारले.

"अजंठ्याला?" नानांनी आश्चर्य प्रकट केलं. अजंठ्याची हवा उन्हाळ्यात शीतल असते हे आम्हाला माहीत नव्हतं- आम्ही ऐकून आहोत की, अजंठा-वेरुळचा प्रदेश उन्हाळ्यात तापट असतो म्हणून."

"तुमची माहिती बरोबर आहे-" मॅलेट म्हणाले. "परंतु अजंठ्याला आम्ही हवापालट करण्यासाठी जात नाही."

"मग कशासाठी जाता?" नानांनी पृच्छा केली.

"तुम्हाला माहीत असेलच की, निजामाच्या दरबारात आमच्या देशाचे नवीन वकील आले आहेत." मॅलेट नानांच्या नजरेकडे सरळ पाहत म्हणाले, "कर्कपॅट्रिक हे त्यांचं नाव. त्यांचं आम्हाला पत्र आलं आहे की, दोन दिवस कुठंतरी एकत्र घालवू या म्हणून."

"अस्सं!" नाना उद्गारले, "म्हणजे तुम्ही अजंठ्याला हवापालट करण्यासाठी जात नाही?"

"नाही. मिस्टर कर्कपॅट्रिक यांना दख्खनमधील राजकारणाची माहिती हवी आहे. आमच्या गव्हर्नर जनरलनी त्यांना इकडे निघताना काही सूचना केल्या असणार. त्या सूचनांच्या अनुषंगाने त्यांना दख्खनमधील राजकीय परिस्थिती जाणून घ्यावयाची आहे." मि. मॅलेट म्हणाले.

"तुम्ही दोघं वकील भेटता आहात, ही गोष्ट चांगली आहे." नाना म्हणाले, "पण आमची तुम्हाला एक सूचना आहे -"

"ती कोणती?" मॅलेटनी पृच्छा केली.

"नबाबाच्या दरबारातील तुमच्या नवीन वकिलांना आमच्या दोन्ही दरबारांमधील संबंधांची साद्यंत माहिती करून द्या. तुम्हाला माहीत असेलच की, नबाबाच्या मुलाच्या शादीस आमचे पंतप्रधान गेले नाहीत, म्हणून नबाब आमच्यावर रुसले आहेत. तुमच्या कलकत्त्याच्या जनरलांना आम्ही नबाब आमच्या दरबाराला जे देणं लागत आहेत, त्यासंबंधीची माहिती सादर केलीच आहे. हे प्रकरण आता सामोपचारानं मिटेल असं आम्हाला वाटत नाही." नाना गंभीर होत म्हणाले.

"बाकीचा प्रश्न तुमच्या दोन्ही दरबारांनी प्रतिष्ठेचा केला आहे; त्यामुळे तो सुटू शकत नाही." मि. मॅलेट म्हणाले.

"प्रश्न प्रतिष्ठेचा आम्ही कसा केला?" नानांनी पृच्छा केली. "आम्ही नबाबाच्या कानीकपाळी ओरडलो की, बाकीचा प्रश्न एकदाचा मिटवून टाका म्हणून; परंतु नबाबाचा तो खाष्ट कारभारी दौला त्यांना हा प्रश्न सोडवू देत नाही. दौला नबाबास फितवितो आहे की, जरा चढाईचं धोरण पत्करलं की, आम्ही बाकीचं नाव काढणार नाही. दौलाच्या चिथावणीवरून नबाबानं जे बावीस पलटणींचं कवायती सैन्य उभारलं आहे, त्यांचं कारण हे आहे. नबाब आणि दौला या दोघांची अशी समजूत आहे की, राव शिंदे गेल्यानं आमची लष्करी बाजू कमकुवत झाली आहे; पण नबाब आणि दौला या दोघांना माहीत नाही की, राव शिंदे यांच्याबरोबर त्यांचं लष्कर गेलेलं नाही. प्रसंगी आम्हाला त्या लष्कराचा उपयोग झाल्यावाचून राहणार नाही, तेव्हा मिस्टर मॅलेट, नबाबाच्या दरबारातील तुमच्या नवीन वकिलांना नबाब आणि आमचा दरबार यांच्यामधील तेढीची मुख्य कारणं समजावून सांगा."

"ठीक आहे. आमच्या संभाषणात हा प्रश्न उपस्थित झाला, तर मिस्टर कर्कपॅट्रिक यांना आम्ही तो अवश्य समजावून सांगू." मि. मॅलेट नानांना आश्वासन देत म्हणाले.

"आणि आम्हाला असं वाटतं की, तुमच्या नवीन वकिलांनी नबाब आणि त्यांचा उद्दाम कारभारी दौला या दोघांना चार उपदेशाचे शब्द सुनाविले तर फार बरं होईल." नाना मि. मॅलेटना म्हणाले. ते ऐकून मॅलेट यांनी लगेच प्रत्युत्तर केलं.

"हे पाहा बाळाजीपंत, आम्हाला आमच्या वरिष्ठांनी काही मर्यादा घालून दिलेल्या असतात; आम्ही सहसा कधी त्यांचं उल्लंघन करीत नाही. निजामाच्या दरबारातील आमचे वकील मिस्टर कर्कपॅट्रिक हे निजामांना उपदेशाच्या गोष्टी सांगण्याच्या फंदात कधीच पडणार नाहीत. मात्र, त्यांना जे रास्त वाटेल ते करतील." मॅलेट म्हणाले.

"ते आलं ध्यानात म्हणा! परंतु तुम्ही काही गोष्टींबाबत आम्हाला सल्ला देता तसा सल्ला तुमच्या नवीन वकिलांना का देता येऊ नये?"

"हे पाहा बाळाजीपंत, आम्ही कधी तुम्हाला अनाहूत सल्ला दिल्याचं आम्हाला आठवत नाही. तुम्ही सल्ला मागितला, तेव्हाच दिला. आमच्याप्रमाणेच मिस्टर कर्कपॅट्रिक हेही निजामाच्या दरबारात वागतील. निजामांनी त्यांना एखाद्या गोष्टींबाबत सल्ला मागितला तरच ते देतील." मॅलेट म्हणाले.

"आणखी एक गोष्ट तुमच्या कानावर घालायची राहिली." नाना मॅलेटना उद्देशून म्हणाले. "कंपनी सरकारच्या दोन पलटणी सांप्रत हैदराबादला आहेत. त्याबद्दल आम्ही तुमच्या जनरलांकडे तक्रार केली होती. या पलटणी हैदराबादला आणविण्यात मिस्टर किनावे यांचा हात होता. आम्ही असं ऐकतो की, आमचं आणि नबाबाचं युद्ध झालं, तर त्या दोन्ही पलटणींची मदत आपणाला मिळावी म्हणून

नबाबाचे प्रयत्न चालले आहेत आणि दौला तर फुशारकी मारतो आहे की, त्या पलटणी नबाबाच्या सैन्याच्या बाजूने आमच्याविरुद्ध लढणार आहेत. जर असं घडलं, तर ते आम्ही शत्रुत्वाचं कृत्य समजू, तेव्हा ही गोष्ट तुम्ही तुमच्या नवीन वकिलांच्या कानी घालण्यास विसरू नका.''

''मिस्टर बाळाजीपंत, हैदराबादला असलेल्या कंपनी सरकारच्या पलटणी हैदराबादच्या अंतर्गत सुरक्षिततेच्या रक्षणासाठी म्हणून कंपनी सरकारने निजामाच्या दिमतीला दिल्या आहेत. त्यांचा उपयोग आमच्या मित्रांविरुद्ध केला जाणार नाही, अशी स्पष्ट समज आमचे गव्हर्नर जनरल सर जॉन शोअर यांनी निजामांना दिली आहे.'' मॅलेट म्हणाले.

''बस्स! आम्हाला तेवढंच हवं आहे.'' नाना उत्साही स्वरात उद्गारले. नंतर पान-सुपारी झाल्यावर मॅलेटनी नानांचा निरोप घेतला.

अगोदर ठरल्याप्रमाणे मि. मॅलेट आणि मि. कर्कपॅट्रिक या दोघांची अजंठा येथे भेट झाली. दोघांनी दख्खनमधील राजकीय आणि इतर प्रश्नांवर सविस्तर चर्चा केली. दोघांनी गव्हर्नर जनरल सर जॉन शोअर यांच्याकडून मिळालेल्या सूचनांनुसार वागण्याचं ठरविलं. पूर्वीचे गव्हर्नर जनरल जॉर्ड कॉर्नवालीस हे निजामाचे पक्षपाती होते. मि. किनावे त्यांच्याच कारकिर्दीत निजामाच्या दरबारी होते आणि त्यांनीच निजामाच्या विनंतीवरून इंग्रज सैन्याच्या दोन तुकड्या हैदराबाद शहरी पाठविल्या होत्या. गव्हर्नर जनरल निजामाचे पक्षपाती म्हणून मि. किनावे हेही निजामाचे पक्षपाती होते; परंतु नवीन गव्हर्नर जनरल सर जॉन शोअर यांनी आल्यापासून तटस्थ धोरणाचा अवलंब केल्याने मि. किनावे यांना निजामाच्या दरबारातून जावं लागलं होतं. त्या दृष्टीनं मि. मॅलेट हे फार धूर्त होते. त्यांनी कधीच आपला तोल बिघडू दिला नव्हता. सर जॉन शोअर यांना मॅलेटचं वागणं पसंत पडल्याने त्यांच्या आसनाला धक्का लागला नव्हता.

मॅलेट आणि कर्कपॅट्रिक या दोघांनी ठरविलं की, पुणे दरबार आणि निजाम यांच्यामधील भांडणात मध्यस्थी करायची नाही आणि त्या भांडणाचं पर्यवसान युद्धात झालं, तर तटस्थता स्वीकारायची. हे धोरण कंपनी सरकारच्या हिताचं होतं, कारण पेशवे आणि निजाम हे दोघं एकमेकांशी युद्ध करून थकले की, इंग्रजांना आपलं घोडं पुढं दामटणं सुलभ होणार होतं.

मॅलेट व कर्कपॅट्रिक या दोघांनी अजंठ्याला दोन दिवस आनंदात घालविले आणि मग ते आपापल्या ठिकाणी परतले. मॅलेट पुण्याला आले, तर कर्कपॅट्रिक बेदरला गेले.

मॅलेटनी पुण्याला परत आल्यावर नानांची भेट घेऊन अजंठा येथे झालेल्या मुलाखतीचा अहवाल त्यांना सादर केला. त्यांनी नानांना सांगितलं की, पेशवे व

निजाम यांच्यामध्ये युद्ध जुंपलं तर हैदराबाद येथे असलेल्या इंग्रज सैन्याचा उपयोग पेशव्यांविरुद्ध करू दिला जाणार नाही, अशी समज निजामांना देण्याची सूचना गव्हर्नर जनरल सर जॉन शोअर यांनी कर्कपॅट्रिक यांना केली असल्याचं त्यांनी आपणास सांगितलं. नानांनी ती बातमी ऐकून सुटकेचा श्वास सोडला.

।नऊ।

नाना फडणीस आणि पुणे दरबारातील इंग्रज वकील मि. मॅलेट या दोघांची मुलाखत होऊन आठवडा, दोन आठवडे झाले नसतील; तोच एके दिवशी निजामाच्या दरबारातील पेशव्यांचे वकील गोविंदराव काळे यांचे नाना फडणीसांना पत्र आले. ते पत्र वाचून नानांची चर्या भयंकर गंभीर झाली. ते कितीतरी वेळ पत्र हातात धरून विचार करीत राहिले. होता होता त्यांची चर्या भयंकर क्रुद्ध झाली. त्यांचे स्वप्नाळू डोळे एकदम तारवटले गेले. त्यांच्या आयुष्यात असे प्रसंग क्वचितच येत असत की, ज्या वेळी त्यांचं मन प्रक्षुब्ध होत असे. एरवी स्थिर बुद्धी, संकटप्रसंगी न डगमगणारे, सारासार विचार करून निर्णय घेणारे, कुणी आव्हान दिले तर, त्याचा लगेच स्वीकार न करणारे, एखाद्याविषयी मनात कितीही आकस असला तरी वरकरणी त्याच्याशी निर्विकारपणे वागणारे, मुखवट्याप्रमाणे चर्या धारण करून कुणाला आपल्या मनाचा थांगपत्ता लागू न देणारे, म्हणून त्यांची ख्याती होती; परंतु त्या दिवशी गोविंदराव काळे यांचं पत्र वाचून त्यांच्या मनाचा तोल गेला होता. त्यांच्या मनात सुडाचा वडवानल पेटला होता. गोविंदराव काळे यांनी लिहिलं होतं की, नबाबाचा चढेल दिवाण मुशीरुद्दौला यानं भर दरबारात पेशवे सवाई माधवराव, नाना आणि पेशव्यांचे प्रमुख सरदार यांची सोंगं नाचवून मराठी दौलतीचा भयंकर अपमान केला. त्या प्रकाराच्या निषेधार्थ आपण आणि गोविंदराव पिंगळे या दोघांनी दरबारातून बहिर्गमन केलं. गोविंदराव काळे हे एक धोरणी आणि मुरब्बी मुत्सद्दी होते. त्यात पुन्हा ते नबाब निजामअली यांचे स्नेही आणि निजामाच्या राज्यातील इनामदार होते. निजामअलींनी त्या दोघांच्या स्नेहाचं प्रतीक म्हणून त्यांना एक गाव इनाम दिलं होतं. असे घरोब्याचे संबंध निजामअलीशी असतानादेखील ज्या अर्थी गोविंदराव काळे यांनी निजामाच्या दरबारातून निषेध म्हणून बहिर्गमन केलं होतं, त्या अर्थी दरबारात घडलेला प्रसंग गंभीर स्वरूपाचा होता. मराठी दौलतीची कुरापत काढणारा होता, यात शंका नव्हती. नबाबाच्या दरबारात मुशीरुद्दौलानं पेशव्यांचा जो हेतुपुरस्पर अपमान केला होता, तो दुर्लक्ष करण्यासारखा नव्हता. मुशीराचं आव्हान स्वीकारलं नाही, तर पुणे दरबार पुळचट म्हणून जग त्याच्याकडे बघणार

होतं. नानांच्या अंगाची क्रोधानं लाहीलाही झाली, ती नबाब निजामअली आणि त्याचा उद्दाम दिवाण मुशीरुद्दौला यांच्या बेमुर्वतखोर वर्तनानं.

नबाब निजामअली बेदरला येऊन जवळजवळ वर्ष होत आलं होतं; परंतु पुण्याच्या इतक्या जवळ येऊनदेखील त्यांना बाकीची फेड करण्याची आठवण होत नव्हती. म्हणून नानांनी गोविंदराव काळे यांना लिहिलं होतं की, एकदा निजामअलींना भेटून बाकीचा फडशा करण्याबद्दल त्यांना सांगा आणि नानांच्या पत्राप्रमाणे गोविंदराव काळे यांनी नबाबांना भेटून त्यांना बाकीची आठवण करून दिली होती आणि तिचा फडशा करण्याची विनंती त्यांना केली होती.

नबाब निजामअली आणि गोविंदराव काळे या दोघांची मुलाखत झाली, तेव्हा मुशीरुद्दौला तिथं हजर होते. गोविंदराव काळे ज्या ज्या वेळी बाकीचा प्रश्न काढीत त्या त्या वेळी ते दोघं उडवाउडवीची उत्तरं देत असत. त्या प्रश्नाचा ते कधीच गंभीरपणे विचार करीत नसत. त्याप्रमाणे त्या दिवशीही त्यांनी मागच्याप्रमाणे बेपर्वाईची उत्तरं दिली होती. ''काय घाई आहे. करू या की बाकीच्या प्रश्नाचा विचार'' असं मोघम उत्तर दिलं होतं. ते ऐकून गोविंदराव काळे म्हणाले होते की, ''आम्ही बाकीच्या प्रश्नाची निकड आपणाला लावीत नाही, असा नानांना संशय येतो.'' त्यावर दौला चटकन म्हणाले होते की, ''तुम्ही खाविंदांच्या मागे बाकीचा फडशाची निकड लावीत नाही, असा जर नानांना संशय येत आहे, तर बाकीच्या प्रश्नांबाबत वाटाघाटी करण्यासाठी नानाच इकडे का येत नाहीत?'' दौलाचा हा जबाब बेमुर्वतखोर होता. नानांच्या अधिकाराचा अवमान करणारा होता. तरीही गोविंदराव काळे यांनी संयम केला होता. अमळशानं आपला राग गिळून ते म्हणाले होते की, ''नानांना इकडे कसं येता येईल. त्यांना किती कामं असतात!'' हे ऐकून दौला म्हणाले होते की, ''नाना इकडे कसे येत नाहीत ते बघतो. त्यांना आजच इकडे यायला लावतो!'' गोविंदराव काळे यांची समजूत झाली होती की, दौला नेहमीप्रमाणे चेष्टेनं तसं बोलले असतील; पण ती चेष्टा नव्हती, हे त्यांना नंतर कळून चुकलं.

त्या रात्री नबाबांच्या दरबारात करमणुकीचा कार्यक्रम होता. त्याला गोविंदराव काळे आणि गोविंदराव पिंगळे या दोघांना निमंत्रण होतं. दरबारात नबाब निजामअली, मुशीरुद्दौला, नबाबाचे खास सल्लागार मीर आलम, राजे रायराया, राजे रघोत्तमराव, सरदार जहाजंग घोसे, सरदार रावरंभा निंबाळकर, सरदार भारमल माने वगैरे नामांकित सरदार, मानकरी, मुत्सद्दी, त्यांचे पागेपथके आणि प्रतिष्ठित नागरिक उपस्थित होते. नबाबाचा जनानखाना चिकाच्या पडद्याआड बसला होता.

सुरुवातीला लखनवी कंचन्यांचं सुंदर नृत्य, नंतर कव्वाली, नंतर भांडांचा नाच झाला. सगळेजण मन लावून कार्यक्रम पाहत होते. अकस्मात रंगमंचावर जाहीर करण्यात आलं होतं की, 'प्रेक्षकहो सावधान! पुण्याची बडी मंडळी आता आपल्या

भेटीस येत आहेत' आणि मग सवाई माधवराव पेशवे, नाना फडणीस, दौलतराव शिंदे, तुकोजी होळकर इत्यादिकांची सोंगं नाचतनाचत रंगमंचावर प्रविष्ट झाली होती. ते दृश्य पाहून अख्खा दरबार तटस्थ झाला होता. काहीतरी अघटित घटना घडते आहे, असं वाटून दरबारातील लोकांचे चेहरे एका अनामिक भीतीनं कावरेबावरे झाले होते. एका भयंकर संकटाची ती नांदी तर नाही ना, असं वाटून त्यांच्या मनावर भीतीचं दडपण आलं होतं. अकस्मात गोविंदराव काळे आणि गोविंदराव पिंगळे हे दोघे दरबारात उठून उभे राहिले होते. गोविंदराव काळे क्रोधाविष्ट होऊन ओरडले होते, "थांबवा हा आचरटपणा! याचा परिणाम काय होणार आहे; हे तुम्हाला लवकरच दिसेल!'' आणि इतकं म्हणून ते दोघे नबाबाचा निरोप न घेता आपले पागे आणि पथके यांच्यासह दरबारातून बहिर्गमन करते झाले.

पेशव्यांच्या वकिलांनी नबाबाची परवानगी न घेता दरबारातून बहिर्गमन करताच दरबारात एकच गोंधळ माजला होता. अपमानाचा बदला अपमानानं घेतला गेला होता. गोविंदराव काळे आणि गोविंदराव पिंगळे या दोघांना अडविण्याचा हिय्या कुणालाच झाला नव्हता. नबाब आणि दौला हे दोघं किंकर्तव्यमूढ झाले होते. रंगमंचावरील सोंगं भेदरून जाऊन केव्हाच पलायन करती झाली होती. कार्यक्रमाचा तर विचका झाला होताच; परंतु गोविंदराव काळे आणि गोविंदराव पिंगळे या दोघांनी आपल्या लवाजाम्यासह भर दरबारातून निर्गमन केल्याने दरबाराची अप्रतिष्ठा झाली होती. गोविंदराव काळे हे आपले इनामदार असल्याने भर दरबारात आपणाला धमकी देण्याचं धाडस त्यांना होईल, याची नबाबानं कल्पना केली नव्हती आणि मग मुशीरुद्दौलाची त्रेधातिरपीट उडाली होती. त्यांनी बाहेर जाऊन गोविंदराव काळे आणि गोविंदराव पिंगळे या दोघांची समजूत काढण्याचा प्रयत्न केला होता. ते गोविंदरावांना अजिजीनं म्हणाले होते, "अहो, गोविंदराव तुम्हाला दरबारातून उठून जायला काय झालं? तो तमाशा होता. त्याचं तुम्ही एवढं मनाला लावून घेतलंत.'' त्यावर गोविंदरावांनी उत्तर दिलं होतं. "हा राजदरबार आहे असं आम्ही समजत होतो. तमाशाची जागा आहे, हे आम्हाला माहीत नव्हतं आणि जरी तमाशा असला, तरी आमच्या खाविंदांची सोंगं तमाशात नाचू दिलेली बघणं आम्हाला कदापिही सहन झालं नसतं.'' त्या बाणेदार उत्तरानं दौला निरुत्तर झाले होते.

आणि मग नबाबाच्या दरबारात घडलेला तो प्रकार गोविंदराव काळे यांनी नानांना कळविला होता.

नाना गोंधळून गेले होते. नबाब आणि मुशीरुद्दौला हे दोघं भर दरबारात आपला आणि पेशव्यांचा तमाशात सोंगं नाचवून अपमान करतील, याची त्यांनी स्वप्नातही कल्पना केली नव्हती. त्या अपमानाने त्यांच्या मनात सुडाग्नी प्रज्वलित झाला होता; पण सूड कसा घ्यावा, हे त्यांना समजत नव्हतं. काय करावं, कोणतं पाऊल

टाकावं, कुणाशी सल्लामसलत करावी ते त्यांना कळत नव्हतं. निजामअली आणि त्यांचा दिवाण हे दोघं ज्या अर्थी बाकीचा फडशा करण्यास तयार नव्हते आणि वरून त्यांच्या टिवल्याबावल्या करीत होते, त्या अर्थी त्यांना त्यांची जरब वाटली नव्हती हे स्पष्ट होतं आणि त्याला ते स्वतःच जबाबदार नव्हते का? दोन वर्षांपूर्वी महादजी शिंदे यांनी बीड परगण्यावरून निजामाचा नक्षा उतरविण्याचा बेत केला, तेव्हा त्यांनी महादजी शिंदे यांना सहकार्य तर दिलं नव्हतंच; परंतु महादजी शिंद्यांनी निजामाच्या वाटेला जाऊ नये असं त्यांना वाटलं होतं. त्याचं कारण हे की, निजामअली यांना ते आपला दोस्त समजत होते. पूर्वी निजामअलीकडून त्यांना मदत झाली होती आणि पुढेही त्यांच्याकडून ते मदतीची अपेक्षा करीत होते; परंतु निजामअली आणि त्यांचा कावेबाज दिवाण मुशीरुद्दौला यांना त्यांची कल्पना होती म्हणून बाकीचा फडशा करण्याच्या बाबतीत ते चालढकल करीत होते. नानांना आता वाटू लागलं की, महादजी शिंदे यांनी निजामाची खोड मोडण्याचा बेत केला, तेव्हा त्यांना आपण सहकार्य केलं नाही, हे आपलं चुकलं. निजामाला वाचवायचं आणि शिंद्यांना वरचढ होऊ द्यायचं नाही, या आपल्या जुन्या धोरणानुसार आपण वागल्यानं निजामअली आणि त्यांचा दिवाण हे दोघे शिरजोर झाले आणि भर दरबारात आपला आणि पेशव्यांचा अपमान करण्यास धजावले. त्या अपमानाचा बदला घेणं हे त्यांचं कर्तव्य होतं, कारण हा अपमान त्यांचा आणि पेशव्यांचा वैयक्तिक अपमान नसून सबंध मराठी दौलतीचा अपमान होता; परंतु नबाब निजामअली यांच्याविषयी त्यांच्या मनात अजून ओलावा होता. ते तसे स्वभावाने किंवा मनाने दुष्ट नव्हते. त्यांना फितवीत होता तो त्यांचा महत्त्वाकांक्षी आणि कारस्थानी दिवाण मुशीरुद्दौला, तेव्हा त्याचा काटा काढल्याशिवाय निजामअली शुद्धीवर येणार नव्हते. नानांनी मनात ठरविलं की, मुशीरुद्दौला यांना कारभारातून काढून टाकायची मागणी आपण निजामअलीकडे केली पाहिजे. त्यांना कारभारातून काढून टाकल्याखेरीज पुणे दरबाराचे समाधान होणार नाही, हे आपण त्यांना निक्षून सांगितलं पाहिजे.

नानांनी नबाब निजामअली यांच्या शिरजोर दिवाणाला त्याच्या हातून घडलेल्या मराठी दौलतीच्या अपमानाबद्दल शासन करण्याचा निर्धार केला; परंतु त्या बाबतीत त्यांना हरिपंत फडके यांचा सल्ला हवा होता. त्यांच्या सल्ल्याविना ते महत्त्वाची आणि जोखमीची कामं हाती घेत नसत. हरिपंत तात्या हे नानांचे जुने मित्र, एके काळचे सहकारी, चाहते आणि अंतःस्थ सल्लागार होते. मुळचे ते फडावरचे कारकून; परंतु पुढे शिपाईपेशा पत्करून सेनापतिपदास चढले होते. नानांची आणि त्यांची फडावर कारकून असतानाची मैत्री होती; परंतु त्यांनी लष्करी पेशा पत्करल्याने त्या मैत्रीत व्यत्यय आला नव्हता. दोघंही एकमेकांना भाऊभाऊ म्हणून मानीत होते. हरिपंत तात्या हे शिपाईगडी असले तरी, मुत्सद्देगिरीतही तरबेज होते. कित्येक

कठीण प्रसंगी नानांना त्यांनी सल्लामसलत दिली होती. अलीकडेच वर्ष-दीड वर्षांमागं नाना आणि महादजी शिंदे या दोघांचा बेबनाव होऊन नानांनी त्रागा करून काशीयात्रेस जाण्याच बेत केला, तेव्हा हरिपंत तात्यांनी पोटदुखीच्या व्यथेनं जर्जर असतानादेखील वानवडीस जाऊन महादजी शिंदे यांच्याकडे शिष्टाई केली होती. त्या शिष्टाईस यश आलं होतं आणि महादजी व नाना या दोघांनी सवाई माधवराव पेशवे यांच्या समक्ष बेलभंडार उचलून एकोप्यानं काम करण्याची शपथ वाहिली होती. असे हे नानांचे जिवलग मित्र आणि विश्वासू सल्लागार, पोटशूलाचा आजार विकोपास गेल्याने सिद्धटेकच्या पवित्र क्षेत्री जाऊन राहिले होते; परंतु जरी ते दूर असले तरी, त्यांच्याशी नानांचा नियमित पत्रव्यवहार होता. आता जेव्हा त्यांनी नबाब निजामअली यांचा उन्मत्त दिवाण मुशीरुद्दौला यांचा समाचार घेण्याचा बेत केला, तेव्हा हरिपंत तात्या यांना पत्र पाठवून त्यांचा सल्ला मागविला.

हरिपंतांनी नानांस उत्तर धाडले.

"...दौला चढीस लागले. हेही टिकणार नाहीत. इतक्या लिहिण्यात नबाबाची जात समजली. बिघाडाची बोलणी आहेत. आपली सावधगिरी आजपासून असावी. होळकर आणावे. भाद्रपद मासी फौजा जमा व्हाव्यात; दौलासारखा चांडाळ नाही. ईश्वर लवकरच समाचार घेईल..."

हरिपंत तात्यांचं पत्र म्हणजे युद्धाची सिद्धता करण्याची आज्ञाच होती. पेशवे, नाना आणि पेशव्यांचे प्रमुख सरदार यांची अप्रतिष्ठा म्हणजे, मराठी दौलतीची अप्रतिष्ठा होती. हरिपंत तात्यांसारख्या शिपाईगड्याला ती अप्रतिष्ठा सहन होणं कधीतरी शक्य होतं का? परंतु नाना हे जरी मुत्सद्दी असले आणि निजामाच्या दरबारात पेशव्यांचा आणि त्यांचा जो अपमान झाला होता, तो जरी त्यांच्या जिव्हारी झोंबला असला, तरी त्या अपमानाचा सूड घेण्यासाठी जी लष्करी कारवाई करावी लागणार होती, त्याची जुळवाजुळव करणं हे त्यांच्या आवाक्याबाहेरचं होतं. ते काम हरिपंत तात्या किंवा त्यांचे दुसरे मित्र परशुराम भाऊ पटवर्धन हे करू शकणार होते; परंतु हरिपंत तात्या यांच्याप्रमाणे परशुराम भाऊ पटवर्धन हेदेखील पुण्यापासून दूर होते. ते तासगावला आपल्या जहागिरीत होते. दुसरी गोष्ट म्हणजे नानांना लढाईचा नेहमी तिटकारा वाटत आला होता. लढाई म्हटलं की, त्यांच्या अंगावर भीतीचा काटा उभा राही. त्यांच्यामधला तो एक मोठा कमकुवतपणा होता आणि त्यांच्या प्रतिस्पर्ध्यांनी आणि शत्रूंनी तो हेरला होता.

हरिपंत तात्या लिहीत होते की, "होळकर आणावे, भाद्रपद मासी फौज जमा व्हावी." परंतु होळकर आणल्याने युद्धात जय मिळणार होता का? होळकर हे नानांशी एकनिष्ठ असले, तरी दीड वर्षांमागं लाखेरी येथे त्यांची आणि शिंद्यांची जी लढाई झाली, त्यात त्यांचा पराभव झाल्याने ते पुरते निष्प्रभ झाले होते. आता

हिंदुस्थानात त्यांचा दरारा उरला नव्हता. त्यांच्या सैन्याचं नैतिक धैर्य तर खचलं होतंच; परंतु त्या सैन्याचे सरसेनापती तुकोजी होळकर हेही वृद्धापकाळामुळे अकार्यक्षम बनले होते. अशा परिस्थितीत निजामावरील लष्करी मोहिमेचं नेतृत्व होळकरांकडे सोपविणं कितपत सयुक्तिक होतं? युद्धाची प्रचंड तयारी करून बेदर येथे तळ देऊन राहिलेल्या निजामासमोर होळकरांचा निभाव लागणार होता का? निजामाचं सैन्य लक्ष-सव्वालक्षाचं होतं तर, होळकरांचं सैन्य साठ-सत्तर हजारांहून अधिक नव्हतं. त्यात पुन्हा निजामापाशी बावीस पलटणींचं कवायती सैन्य होतं. तितकं कवायती सैन्य होळकरांपाशी नव्हतं.

होळकर सोडले तर, नानांचे दोस्त पटवर्धन सरदार यांचंही सगळं सैन्य आठ-दहा हजारांहून अधिक नव्हतं. अशी परिस्थिती असताना युद्धाचं धाडस कसं करायचं, हा पेच नानांसमोर उभा होता. युद्ध करायचं झाल्यास शिंद्यांची आळवणी केल्याशिवाय तरणोपाय नव्हता. शिंद्यांचं कवायती सैन्य सबंध हिंदुस्थानात वरचढ तर होतंच; पण त्यांच्या तोफखान्याच्या तोडीचा तोफखानाही आणखी कोणापाशी नव्हता; परंतु शिंद्यांचा आणि नानांचा छत्तीसचा आकडा असल्याने त्यांची विनवणी करणं त्यांच्या जिवावर येत होतं. दुसरी गोष्ट म्हणजे, शिंद्यांचा धनी अद्याप कायम झालेला नव्हता. महादजी शिंदे यांनी आपल्या मृत्यूप्रसंगी आपल्या भावाचा मुलगा दौलतराव शिंदे यांना आपला दत्तक म्हणून नेमस्त केले असले तरी, महादजी शिंदे यांची थोरली पत्नी लक्ष्मीबाई हिला तो दत्तक म्हणून नको होता. तिच्या पक्षाला शिंद्यांचे शेणवी सरदार आणि मुत्सद्दी होते; परंतु शिंद्यांचे प्रमुख कारभारी आबा चिटणीस यांचं आणि शेणवी मुत्सद्द्यांचं पटत नव्हतं. खुद्द दौलतराव शिंद्यांचाही एक तिसरा पक्ष होता. तो महादजी शिंदे यांच्या हयातीतच मूळ धरू लागला होता. या तिन्ही पक्षांचं परस्परांशी मतैक्य होत नव्हतं म्हणून नानांनी दौलतरावांच्या दत्तकाला अद्याप मान्यता दिली नव्हती. त्यांनी तो प्रश्न लांबणीवर टाकला, त्याला आणखीही दोन कारणं होती. शिंदे हे पेशवाईतील सर्वांत बलाढ्य सरदार असल्याने नानांच्या सर्वाधिकारशाहीला त्यांनी कधीच जुमानलं नव्हतं. शिंद्यांविषयीचा आकस नानांच्या मनात सदैव घर करून राहिला होता. म्हणून महादजी शिंदे यांच्या मृत्यूनंतर शिंद्यांच्या कुटुंबात कलागत लागून ते दुबळे व्हावेत असं त्यांना वाटत होतं; दुसरं कारण असं की, शिंद्यांचा दत्तक कायम करताना नजर म्हणून त्यांना त्यांच्याकडून मोठं घबाड हवं होतं. शिंद्यांचा दत्तक निश्चित झाल्यावर तो जेव्हा सरदारीची वस्त्रं मागण्यासाठी त्यांच्याकडे येणार होता, तेव्हा ते त्याच्याकडून नजरेबाबत भली मोठी रक्कम तर वसूल करणार होतेच; परंतु त्यानं आपल्या तंत्रानं वागलं पाहिजे, अशी अटही त्याला घालणार होते.

परंतु मुशीरुद्दौलानं नबाब निजामअली यांच्या दरबारात त्यांचं आणि पेशव्यांचं सोंग नाचविल्याने शिंद्यांच्या दत्तकाचा प्रश्न लांबणीवर टाकणं त्यांना अशक्य झालं होतं. मुशीरुद्दौलाचा सूड घेतल्याविना त्यांच्या मनाला स्वस्थता लाभणार नव्हती; पण त्यासाठी त्यांना शिंद्यांच्या लष्कराची मदत हवी होती.

नानांनी या गोष्टीचा खल करण्यासाठी आपला मामेभाऊ आणि सल्लागार बहिरोपंत मेहेंदळे यांना भेटीस बोलाविले. नानांचा निरोप मिळताच ते त्वरित त्यांच्या भेटीस गेले. नानांनी त्यांना बसावयास सांगितले आणि हरिपंत तात्यांचं पत्र त्यांच्यासमोर धरीत ते त्यांना म्हणाले,

''हरिपंत तात्यांचं पत्र आलं आहे, वाचा.''

बहिरोपंत मेहेंदळे यांनी नानांच्या हातून हरिपंतांचं पत्र घेतलं आणि ते नजरेखालून घातलं. पत्र वाचल्यावर त्यांनी मान वर केली, तेव्हा नानांनी अधिरतेनं प्रश्न केला,

''तुमचं काय मत आहे? तात्या म्हणतात त्याप्रमाणे सैन्य जमा करायचं का?''

''हरिपंत तात्या ज्या अर्थी म्हणताहेत की, भाद्रपद महिन्यात सैन्य जमा व्हावं, त्या अर्थी बाकीचा प्रश्न सामोपचारानं मिटत नाही हे त्यांनी ताडलं आहे. तात्यांच्या सल्ल्याबाहेर आम्ही वेगळा सल्ला काय देणार?'' बहिरोपंत तात्यांचं पत्र नानांच्या हाती देत म्हणाले.

''तात्या होळकरांना बोलवा म्हणतात; पण निजामाच्या सैन्यासमोर होळकरांचा निभाव लागेल का?'' नानांनी शंका व्यक्त केली.

''तुमची शंका बरोबर आहे. होळकरांमध्ये आता दम उरलेला नाही हे खरं आहे.'' बहिरोपंत मेहेंदळे नानांच्या शंकेला दुजोरा देत म्हणाले.

क्षणभर बैठकीत स्तब्धता पसरली.

'परशुरामभाऊंना तुम्ही पत्र घातलंत का?'' बहिरोपंतांनी बैठकीतील स्तब्धतेचा भंग करीत नानांना प्रश्न केला. ''तेच या प्रश्नाबाबत चांगला सल्ला देऊ शकतील.''

''परशुरामभाऊंना पत्र घातलं आहे. पत्र मिळताक्षणी ते येतील; परंतु ते तरी कोणता सल्ला देणार? प्रश्न आहे तो सैन्याचा! पटवर्धनांचं सगळं सैन्य सात-आठ हजारदेखील भरत नाही.''

नाना चिंतातूर होत म्हणाले.

''गारपिरावर शिकवून तयार होत आहे ते कवायती सैन्य?''

''ते आठ हजार सैन्य कुठलं पुरतंय? आणि ते तरी शिकून तयार झालंय का? नबाबाचं कवायती सैन्य बावीस पलटणींचं आहे. गेली कित्येक वर्षे अव्वल दर्जाचे 'फरांसीस' सरदार ते सैन्य तयार करताहेत.''

''मग शिंद्यांची मनधरणी करावी लागणार म्हणता?''

''दर वेळी आमच्यावर हा अनवस्था प्रसंग येतो. शिंद्यांशिवाय आमचं चालत

नाही, हे मान्य करणं भाग आहे. नबाबाशी युद्ध नको असं आम्हाला वाटत होतं; पण नबाबाचा तो उर्मट दिवाण मुशीर आमचा अपमान करून बसला, त्याला अद्दल घडविली नाही तर आमचा आब राहील का?''

''मग शिंद्यांची मदत मिळविण्यासाठी वाटाघाटी तरी कुणाशी करायच्या? आबा चिटणीसांशी की बाळोबा तात्यांशी?'' बहिरोपंत मेहेंदळ्यांनी प्रश्न केला.

''आम्हाला तेच कळेनासं झालं आहे.'' नानांनी प्रत्युत्तर केलं.

''सध्या शिंद्यांच्या त्रांगड्यात आबा चिटणीस हेच काय ते पक्ष नसलेले मुत्सद्दी आहेत. आम्हाला असं वाटतं की, त्यांनाच हाताशी धरलेलं बरं. शिवाय ते राव शिंद्यांच्या विश्वासातील होते. म्हणून त्यांना आपण जवळ केलं पाहिजे.'' बहिरोपंत मेहेंदळ्यांनी नानांना सल्ला दिला.

''पण शिंद्यांच्या सैन्यात शेणवी सरदारांचा वरचश्मा असताना आपण आबा चिटणीसांना जवळ केलं, तर ते त्यांना आवडेल का?'' नानांनी शंका व्यक्त केली.

''एकदा दत्तकाचा प्रश्न मिटला की, सर्व काही व्यवस्थित होईल. आबा चिटणीसांना हाताशी धरून दौलतरावाला दत्तक कायम केला आणि शिंद्यांची सरदारी त्यांच्याकडे आली की, शेणवी सरदार व मुत्सद्दी काय करणार? दौलतराव लहान आहे, त्यात सध्या तो आपल्या दत्तकपणाला सरकारची मान्यता मिळून आपणाकडे शिंद्यांची सरदारी येणार की नाही या विवंचनेत आहे. अशा स्थितीत आबा चिटणीसांना पुढे करून दौलतरावांचा दत्तक कायम केला, तर तो दरबाराशी आणि आपणाशी नेहमी कृतज्ञ राहील.'' बहिरोपंतांनी आपलं मत व्यक्त केलं.

''दत्तकाचा प्रश्न मिटला असं आपण गृहीत धरू या. मग नजरेचं काय करायचं?'' नानांनी पृच्छा केली.

''शिंद्यांचं सगळं सैन्य युद्धात लोटायचं म्हटल्यावर फार खर्च येईल. त्यात शिंद्यांची आर्थिक स्थिती ओढग्रस्तीची आहे, हे आपणा सर्वांना माहिती आहेच, तेव्हा आबा चिटणीसांना सांगायचं की, सरदारकीची वस्त्रं देताना दरबार नजरेबाबत अडवणुकीनं वागणार नाही. मात्र, निजामाविरुद्धच्या मोहिमेत शिंद्यांच्या फौजांचा उपयोग केला गेल्यास, शिंद्यांनी आपल्या सैन्याचा खर्च आपण करावा.'' बहिरोपंतांनी नानांस सल्ला दिला.

हा पर्याय ऐकून नाना विचारमग्न झाले. दत्तकाला मान्यता देणं आणि सरदारकीची वस्त्रं बहाल करणं याबाबत नजर म्हणून शिंद्यांकडून मोठी रक्कम वसूल करण्याचा नानांचा बेत होता; परंतु आता रकमेवर पाणी सोडावं लागणार म्हणून त्यांना वाईट वाटत होतं. बहिरोपंतांनी सुचविलेला पर्याय मान्य केल्यावाचून गत्यंतर नव्हतं. शिंद्यांच्या सैन्याविना निजामाचा पराभव होऊ शकत नव्हता.

''आबा चिटणीसांना बोलावणं धाडा.'' नाना काही वेळानं गंभीर चेहऱ्यानं आज्ञा

देते झाले. नानांच्या आज्ञेप्रमाणे आबा चिटणीसांना बोलावण्यासाठी एक मनुष्य लगेच वानवडीला पिटाळण्यात आला.

त्याच संध्याकाळी नानांच्या वाड्यात आबा चिटणीस, नाना आणि बहिरोपंत मेहेंदळे या तिघांची गुप्त बैठक भरली.

आबा चिटणीस हे महादजी शिंदे यांचे विश्वासू कारभारी होते. त्या दोघांमध्ये धनी आणि नोकर असा भेदभाव नव्हता; परंतु महादजींच्या मृत्यूनंतर आबा चिटणीस बाजूस पडले होते. नानांनी त्यांना हाताशी धरून शिंद्यांच्या कारभारातील त्यांचं पूर्वीचं स्थान त्यांना पुन्हा प्राप्त करून देण्याचा बेत केला होता. हे जेव्हा आबा चिटणीसांना कळलं, तेव्हा त्यांच्या मनात नानांविषयी विशेष स्नेहाची आणि आपुलकीची भावना नसतानाही त्यांनी केवळ आपलं स्थान टिकविण्यासाठी नानांशी सहकार्य करण्याचं ठरविलं. नाना आबा चिटणीसांना म्हणाले, ''आबा, तुम्हाला आम्ही कशासाठी बोलावून घेतलं ते बहिरोपंतांकडून तुम्हाला कळलंच आहे.''

''हो, ते आम्हाला कळलं,'' आबा चिटणीसांनी सरसावून बसत प्रत्युत्तर केलं. ''पाटीलबाबा गेले आणि त्यांच्या मागं शिंद्यांच्या कारभारात भलतेच लोक पुढे येण्याची चिन्हं दिसू लागली. या चढाओढीत तुम्ही मागं पडता कामा नये, असं आम्हाला वाटलं आणि म्हणून तुमच्याशी काही कानगोष्टी करण्याचा बेत केला.'' आबा चिटणीसांच्या चर्येचं सखोल निरीक्षण करीत नाना म्हणाले.

आबा चिटणीस हे एक मुरब्बी मुत्सद्दी होते. नानांना आपणाविषयी एकदम पुळका का आला हे ते मनातून जाणून होते; परंतु नाना सत्तेवर होते. तर महादजी शिंदे यांच्या निधनानंतर आबा चिटणीसांची अवस्था ना इकडे ना तिकडे अशी झाली होती; त्यामुळे नाना जे जे काय सांगतील ते मुकाट्याने मान्य करण्याचं त्यांनी अगोदरच ठरवून टाकलं होतं.

''तर काय सांगत होतो की, आम्ही शिंद्यांचा दत्तकाचा प्रश्न मिटवून टाकण्याचं ठरविलं आहे आणि त्यासाठी आम्हाला तुमची मदत हवी आहे, आबा.'' नाना म्हणाले.

''आमच्याकडून होईल ती मदत आम्ही तुम्हाला करू.'' आबा चिटणीसांनी नानांना आश्वासन दिलं.

''सांप्रत दौलतरावांचे आणि शिंद्यांच्या बायांचे संबंध कसे आहेत?'' नानांनी पृच्छा केली.

''विशेष चांगले नाहीत.'' आबा चिटणीसांनी प्रत्युत्तर केलं.

''काही समेट होण्याची चिन्हं?''

''आम्हाला काही आशा वाटत नाही. लक्ष्मीबाई तर उघडपणे म्हणतात की, दौलतराव आम्हाला दत्तकपुत्र म्हणून नको आहे.''

''मग कुणाला दत्तक घेण्याचा त्यांचा विचार आहे?''

"तसं काही त्या बोलून दाखवीत नाहीत; पण बहुधा मानाजी फाकड्यांचा मुलगा त्यांनी दत्तक म्हणून हेरला असावा, असा आम्हाला संशय येतो."

"काय? मानाजी फाकड्यांचा मुलगा?" नानांनी सरसावून बसत प्रश्न केला. त्यांची चर्या गंभीर झाली. मानाजी फाकड्यांचा आणि नानांचा अगदी उभा दावा होता. मानाजी फाकड्यांनी एकदा भर दरबारात नानांचा जो उपमर्द केला होता, तो ते अजून विसरले नव्हते.

ते आबा चिटणीसांना म्हणाले, "हे पाहा आबा, शिंद्यांच्या दत्तकाचा प्रश्न तुम्ही मंडळी समेटानं आणि एकमेकांशी विचारविनिमय करून सोडवाल म्हणून दरबारानं इतके दिवस वाट पाहिली. हा प्रश्न आणखी लांबणीवर टाकला, तर त्याला फाटे फुटतील अशी दरबाराला भीती वाटते."

"तुमची भीती ती आमचीही भीती आहे, बाळाजीपंत." आबा चिटणीस म्हणाले.

"असं ना? तर मग आम्ही जो दत्तक निवडू तो तुम्हाला पसंत पडेल का?" नानांनी आबा चिटणीसांकडे पाहून म्हटलं.

"तुमच्या मनात कोण आहे?" आबा चिटणीसांनी पृच्छा केली. "तुम्ही निवडलेल्या कुठल्याही दत्तकाला आम्हाला कशी मान्यता देता येईल?"

"आमच्या मनात दौलतरावांना निवडावं असं आहे. नाही तरी पाटीलबाबांनी आपल्या मृत्युसमयी दत्तक म्हणून त्यांचंच नाव सुचविलं होतं, होय ना आबा?"

नानांच्या तोंडून दौलतरावांचं नाव निघताच आबा चिटणीसांच्या चर्येवरील ताण कमी झाला. त्यांना भीती होती की, नाना आणखी कुणाचं तरी नाव सुचवितील. म्हणून ते म्हणाले, "धन्यांनी आपल्या मृत्युसमयी दौलतरावांना दत्तक घ्यावं असं म्हटलं होतं हे खरं आहे."

"तर मग पाटीलबाबांच्या पश्चात हा वितंडवाद कशाला?" त्यांच्या इच्छेनुसार वागणं हे तुम्हा सगळ्यांचं कर्तव्य नाही का?" नानांनी पृच्छा केली.

आबा चिटणीसांच्या मनात आलं की, शिंद्यांच्या दत्तकाचा प्रश्न सोडविण्याच्या बाबतीत तुम्हीही चालढकल केलीत, असा जबाब नानांना द्यावा; पण त्यांनी मन आवरलं. दत्तकाला मान्यता देण्यासाठी शिंद्यांकडून मोठी नजर घेण्याचा बेत असल्याचंही आबा चिटणीसांना माहीत होतं. ते म्हणाले, "तुमच्या मनात दौलतरावांच्या दत्तकाला मान्यता देण्याचा बेत कायम झाला असल्यास आमची काही हरकत नाही."

"ठीक आहे. तर मग उद्या दौलतरावांना सरकारवाड्यावर घेऊन या. रावसाहेबांच्या समक्ष बोलणी करू या." नाना म्हणाले.

"पण नजरेसंबंधानं दरबारची काय अपेक्षा आहे? ते अगोदर कळलं तर दौलतरावांना त्याची कल्पना देता येईल." आबा चिटणीस म्हणाले.

"आबा, आम्ही तुम्हाला आश्वासन देतो की, नजरेबाबत दरबार ओढून धरणार

नाही.'' नाना म्हणाले. ''परंतु एक गोष्ट आम्ही तुमच्या कानांवर घालून ठेवतो.''

''ती कोणती?'' आबा चिटणीसांनी अधिरतेनं विचारलं.

''यदाकदाचित दरबारचा आणि नबाबांचा युद्धप्रसंग घडला, तर शिंद्यांनी आपल्या सैन्याचा खर्च स्वतःच केला पाहिजे.'' नाना गंभीर होत म्हणाले. आबा चिटणीस त्यावर काही बोलले नाहीत. बैठकीत स्तब्धता पसरली.

''तुम्ही बोलत नाही आबा?'' बहिरोपंत मेहेंदळे आबा चिटणीसांकडे पाहात म्हणाले.

''आम्हाला या बाबतीत दौलतरावांशी आणि आमच्या इतर मुत्सद्द्यांशी विचारविनिमय करावा लागेल.'' आबा चिटणीस गंभीर चर्येने उद्‌गारले. ''काही झालं तरी प्रचंड खर्चाचा हा प्रश्न आहे. खर्चाची तोंडमिळवणी करताकरता धन्यांची केवढी त्रेधा तिरपीट उडत असे ते आम्हाला माहीत आहे. आज अशी परिस्थिती आहे की, खजिन्यात एक तांबडा पैसादेखील शिल्लक नाही.''

महादजी शिंदे हे पेशव्यांच्या सरदारांपैकी सर्वांत अधिक मोठं सैन्य बाळगून असलेले सरदार असल्याने या सैन्याचा मुशाहिरा घालताघालता त्यांच्या अगदी नाकी नऊ येत असत. नानांना ते माहीत नव्हतं असं नाही. तरीसुद्धा देण्या-घेण्याच्या व्यवहारावरून त्यांचे आणि महादजी शिंदे यांचे नेहमीच खटके उडत.

''आबा, दरबारानं शिंद्यांना आणखी किती सवलती द्याव्या असं तुम्हाला वाटतं?'' नाना गंभीर होत म्हणाले. त्यांच्या स्वरात संतापाची छटा होती. आबा चिटणीसांना नानांच्या स्वरात झालेला बदल जाणवल्यावाचून राहिला नाही. ते म्हणाले, ''आम्ही वस्तुस्थिती उघड केली, हे चुकलं का आमचं? धन्यांची ओढग्रस्त स्थिती तुम्हाला माहीत नव्हती असं थोडंच आहे, बाळाजीपंत?''

''तुमच्या धन्याची स्थिती ओढग्रस्तीची होती आणि दरबाराची सुस्थिती आहे असं तुम्हाला वाटतं का आबा?'' नानांनी पृच्छा केली. आपण एकमेकांनी एकमेकांना सांभाळून नेलं पाहिजे. नबाब पावणेतीन कोटी रुपयांची बाकी फेडण्यास टंगळमंगळ करतो आहे. त्यानं पाटीलबाबांना बीड परगणा देण्याचं कबूल केलं होतं; पण तो परतपरत मागूनही तो देईना म्हणून पाटीलबाबांनी त्याची खोड मोडण्याचा बेत केला होता. ही मोहीम ते स्वतःच करणार होते, हे तुम्हाला माहीत आहे ना आबा? त्यांनी नबाबाचा नक्षा उतरविण्यासाठी पुढाकार घेतला असता, तर त्यांचा पाठपुरावा करणं आम्हाला भागच होतं.'' शब्दानं शब्द वाढत होता. कुणी कुणासमोर हटण्यास तयार नव्हता. महादजी शिंदे आणि नाना या दोघांमधील संघर्षाची कारणं आबा चिटणीसांना माहीत होती. उत्तरेकडील मोहिमांच्या खर्चाचा हिशेब अद्याप मोकळा झालेला नव्हता. महादजी शिंदे यांच्या निधनाने त्या प्रश्नावर आता पडदा पडला होता. तरीही आबा चिटणीस खाल्ल्या मिठाला इमानी राहून आपल्या धन्यांचा काही फायदा होतो

का बघावं म्हणून नानांशी हुज्जत घालीत होते; परंतु नाना नजरेबाबत शिंद्यांना सवलत देण्यास तयार नाहीत; इतकेच नव्हे, तर त्यांच्या रागाचा पारा चढतो आहे हे जेव्हा आबा चिटणीसांनी पाहिलं, तेव्हा त्यांनी माघार घेतली. ते म्हणाले,

"आम्ही उद्या दौलतरावांना घेऊन रावसाहेबांकडे सरकारवाड्यावर येतो. तेथे नजरेबद्दल खल करता येईल."

आबा चिटणीसांनी नजरेच्या बाबतीत माघार घेतलेली पाहून नानांनी सुटकेचा श्वास सोडला, कारण आबा चिटणीसाशिवाय आणखी कुणाशी ते शिंद्यांच्या दत्तकाबाबत वाटाघाटी करू शकत नव्हते. शिंद्यांचे शेणवी सरदार व मुत्सद्दी आणि नाना यांच्यात विस्तवही जात नव्हता. म्हणून दगडापेक्षा वीट मऊ असा विचार करून, आबा चिटणीसांना जवळ करण्याचा त्यांनी प्रयत्न चालविला होता.

नानांना कबूल केल्याप्रमाणे दुसऱ्या दिवशी आबा चिटणीस दौलतरावांना घेऊन पेशवे व नाना यांना भेटण्यासाठी शनिवारवाड्यावर आले. महादजी शिंदे यांनी आपल्या मृत्युसमयी आपला दत्तकपुत्र म्हणून जरी दौलतरावांचं नाव सुचविलेलं असलं, तरी अद्याप दत्तक समारंभ पार न पडल्याने दौलतराव चिंतेत होते; पण आबा चिटणीसांनी नानांच्या मुलाखतीहून परतल्यावर त्यांना सांगितलं होतं की, नानांनी त्यांच्या दत्तकास मान्यता देण्याचा विचार चालविला आहे, तेव्हा त्यांना फार आनंद झाला आणि नाना ज्या अटी घालतील, त्या मान्य करण्यास ते एका पायावर तयार झाले. नानांनाही वाटलं की, दौलतराव लहान असल्याने तो सदैव आपल्याच कलानं वागेल.

शनिवारवाड्यात दरबार महालात शिंद्यांच्या दत्तकाच्या वाटाघाटी पेशवे सवाई माधवराव, नाना फडणीस, दौलतराव आणि आबा चिटणीस या चौघांमध्ये पार पडल्या. दौलतरावांनी नानांच्या सर्व अटी बिनविरोध मान्य केल्या. निजामाचं आणि पुणे दरबाराचं युद्ध झालं, तर या मोहिमेमध्ये स्वखर्चानं भाग घेण्यास दौलतराव शिंदे तयार झाले. या वाटाघाटी चालू असताना आबा चिटणीसांनी त्रयस्थाची भूमिका पत्करली होती, कारण दौलतराव आपणास सरदारकीची वस्त्रं मिळणार म्हणून हुरळून गेले असल्याने, नानांच्या सर्व अटी मान्य केल्यावाचून ते राहणार नाहीत, हे ते जाणून होते.

दुसऱ्या दिवशी दरबार भरला, तेव्हा पेशवे सवाई माधवराव यांनी दौलतरावांना सरदारकीची वस्त्रं बहाल करताच दरबारात उपस्थित असलेले सरदार आणि मुत्सद्दी एकदम चकितच झाले, कारण दौलतरावांना सरदारकीची वस्त्रं देण्याचा नानांचा इरादा नसल्याचं पुण्यात बोललं जात होतं. पेशव्यांनी दौलतरावांस महादजी शिंदे यांच्या अलिजाबहाद्दर आणि वकील-इ-मुतलक या दिल्लीच्या बादशहाकडून मिळालेल्या पदव्या, शिवाय तीन फुलांचा साधा घाट असलेला

एक शिरपेच, मोत्यांचा दांडीचा व घोसास सात हिरे असलेला तुरा, मोत्यांचा कंठा आणि वेगवेगळ्या प्रकारचे आणखी बरेच बहुमोल अलंकार अर्पण केले. दौलतरावांनीही पेशव्यांना शिंद्यांच्या प्रतिष्ठेला साजेशी नजर केली.

दौलतराव शिंदे यांना पेशव्यांनी सरदारकीची वस्त्रं बहाल केली म्हणून त्या दिवशी वानवडी येथे शिंद्यांच्या छावणीत तोफांचे बार, बंदुकीच्या फैरी आणि दारूकाम, प्रेक्षणीय रोषणाई झाली. दुसऱ्या दिवशी शिंद्यांच्या कवायती सैन्याचं भव्य संचलन झालं. त्याला सवाई माधवराव पेशवे, नाना फडणीस, अनेक सरदार आणि मुत्सद्दी उपस्थित होते. पेशवे व नाना यांच्या स्वागतासाठी दौलतराव शिंदे आणि त्यांचे सरदार व मुत्सद्दी वानवडीच्या सीमेवर हजर होते. पेशवे व नाना या दोघांचं आगमन होताच तोफांची सलामी झाली आणि शिंद्यांच्या एका कवायती सैन्याच्या तुकडीनं त्यांना मानवंदना दिली. नंतर त्यांना कवायतीच्या मैदानावर उभारण्यात आलेल्या खास शामियान्यात नेण्यात आलं. शामियाना लता-पल्लवांनी आणि रंगीबेरंगी पताकांनी शृंगारण्यात आला होता.

शिंद्यांच्या कवायती सैन्याचा फ्रेंच सरसेनापती बोआन ऊर्फ दिभोई याचे वास्तव्य हिंदुस्थानात असल्याने त्याच्या अनुपस्थितीत दिभोईचा दुय्यम आणि उपसेनापती मॉसियँपेरा ऊर्फ मुसा पेरू हा संचलन समारंभास उपस्थित होता. दौलतराव शिंदे यांनी सवाई माधवराव पेशवे व नाना त्यांचा परिचय करून दिला. मुसा पेरूचा मखमलीचा भारी पोशाख, त्याच्या स्कंधावरील सोन्याचे,'एपॉलेट', त्याच्या छातीवर लटकणारी विविध प्रकारची शौर्यपदकं आणि मानचिन्हं, त्याच्या कमरेला लटकणारी युरोपियन पद्धतीची तलवार, त्याच्या पायांतील गुडघ्यापर्यंतचे पेटंट लेदरचे चकचकीत बूट आणि त्याच्या डोक्यावरील फ्रेंच लष्करी पद्धतीची टोपी नजरेत भरत होती. शिंद्यांच्या सगळ्याच कवायती सैन्याचा पोशाख युरोपियन थाटाचा होता. त्यावरून ते सैन्य युरोपियन असल्यासारखं वाटत होतं. एकंदरीत तो देखावा भव्य आणि परिणामकारक होता.

कवायतीच्या मैदानावर पायदळाच्या तुकड्या बऱ्याच वेळापासून उभ्या होत्या. पाहुणे मंडळी शामियान्यात येऊन आसनस्थ झाल्यावर 'मुसा पेरू'नं आपल्या अधिकाऱ्यांना कवायतीस प्रारंभ करण्याचा इशारा दिला. त्याबरोबर बिगुलाचा आवाज झाला आणि लष्करी वृंदवादकांच्या वाद्यांमधून अंगावर रोमांच उभे करणारे स्वर हवेत तरंगले. वाद्यांच्या तालावर पायदळाच्या तुकड्या कळसूत्री बाहुल्यांप्रमाणे हलू लागल्या. जणू काही ते निर्जीव ठोकळेच होते. संचलनाचं अवलोकन करीत असता निमंत्रित मंडळीही आपल्या आसनांत जागच्या जागी खिळूनच राहिली होती, इतकं ते दृश्य भारावून टाकणारं होतं.

लष्करी संचलनानंतर काही निवडक सैनिकांनी कसरतीचे प्रयोग, नेमबाजी

आणि युद्धाची प्रात्यक्षिकं दाखविली. तो सर्व कार्यक्रम सवाई माधवराव पेशवे अनिमिष नजरेनं पाहत राहिले होते. अखेर लष्करी संचलनाचा कार्यक्रम समाप्त झाला. शिंद्यांच्या कवायती सैन्याने करून दाखविलेली लुटुपुटूची लढाई पाहून तर सगळेचजण थक्क झाले. ते सैन्य निजामाचा पराभव केल्यावाचून राहणार नाही, याबद्दल कुणाला शंका उरली नाही.

।दहा।

निजामअली आणि मुशीरुद्दौला या दोघांनी भर दरबारात पेशवे, नाना आणि त्यांचे सरदार यांची सोंगं नाचविली, त्या दिवसापासून पेशव्यांचे वकील गोविंदराव काळे हे निजामाच्या दरबारात गेले नव्हते; त्यामुळे निजामअली बैचेन झाल्यावाचून राहिले नाहीत. आता त्यांना वाटू लागलं की, आपल्या दरबारात तो प्रकार घडायला नको होता. केवळ मुशीरुद्दौलानं भरीस पाडल्यानं त्यांनी पेशवे, नाना आणि पेशव्यांचे सरदार यांची सोंगं दरबारात नाचविण्यास परवानगी दिली होती; पण गोविंदराव काळे यांनी तो प्रकार मनाला लावून घेतला होता. त्यांनी दरबारात येण्याचं तर बंद केलं होतंच; पण ती वार्ता पुण्यास कळविली होती. त्या बातमीनं पुण्यात केवढा प्रक्षोभ माजला, त्याचे वृत्त नबाबांच्या पुण्यातील वकिलाने आणि त्यांच्या गुप्तहेरांनी त्यांना कळविलं होतं. नाना तो अपमान गिळून मुकाट्यानं गप्प बसले नाहीत, त्यांनी दौलतराव शिंदे यांना पेशव्यांकरवी शिंद्यांच्या सरदारकीची वस्त्रे देवविली असून वानवडीला पेशवे, नाना आणि पुण्यातील प्रतिष्ठित नागरिक यांच्या समक्ष शिंद्यांच्या कवायती सैन्याचं भव्य संचलन झाल्याचा वृत्तान्त निजामाकडे आला होता. त्या बातमीने ते भयंकर अस्वस्थ झाले. दोन-तीन दिवस अतिशय काळजीत गेले. अखेर धीर न धरवल्याने त्यांनी गोविंदराव काळे यांना आपल्या भेटीस बोलाविलं. निजामअली हे कागदी घोडा नाचविणारे सत्ताधारी होते. संबंध आयुष्यात त्यांनी कधी तलवार हातात धरली नव्हती. नशिबानं त्यांना नेहमीच हात दिल्याने ते निजामाच्या गादीवर बसून आजपर्यंत सुखासीन जीवन जगत आले होते; त्यामुळे पुण्यात युद्धाची तयारी सुरू झाल्याची बातमी येताच त्यांच्या छातीत धडकी भरणं स्वाभाविक होतं. दुसरी गोष्ट म्हणजे, गोविंदराव काळे हे जरी पुण्याचे वकील म्हणून त्यांच्या दरबारात काम करीत असले, तरी त्या दोघांचे संबंध अत्यंत जिव्हाळ्याचे होते. निजामअली यांच्या निवडक स्नेह्यांमध्ये गोविंदराव काळे यांची गणना होत होती. त्या मैत्रीचे प्रतीक म्हणून निजामअलींनी गोविंदरावांना एक गाव इनाम दिलं होतं. अशी त्या दोघांची घनिष्ठ मैत्री असल्याने आणि बऱ्याच दिवसांत दोघांची भेट न झाल्याने दोघांनाही चुकल्याचुकल्यासारखं

वाटत होतं; त्यामुळे निजामअलींनी स्वतः होऊन गोविंदराव काळ्यांना भेटून जाण्याचा निरोप धाडताच ते लगेच त्यांच्या भेटीस गेले. निजामअली त्यांची मार्गप्रतीक्षा करीत होते. त्यांनी त्यांच्या हवेलीत प्रवेश करताच त्यांनी हसतमुखानं त्यांचं स्वागत केलं. ते गोविंदरावांना घेऊन दिवाणखान्यात गेले. दोघंही आसनस्थ झाले. नबाबांनी संभाषणास प्रारंभ केला. ते गोविंदरावांना उद्देशून म्हणाले,

"त्या दिवशी दरबारात घडलेल्या प्रसंगांमुळे आपल्या मैत्रीत बाध येईल असं आम्हाला वाटलं नव्हतं. तुम्ही एकदाही आमच्या बाजूस फिरकला नाहीत."

"खाविंद, आपल्या भेटीस यावं असं पुष्कळ वाटत होतं; परंतु निग्रहानं मन आवरतं घ्यावं लागलं त्याबद्दल आपण आम्हाला क्षमा करावी." गोविंदराव म्हणाले. त्यांच्या आवाजातील कातरता निजामअलींना जाणवल्यापासून राहिली नाही. ते क्षणभर स्तब्ध झाले. नंतर काही वेळानं ते म्हणाले,

"तुम्ही तो प्रसंग इतका मनाला लावून घ्याल, असं आम्हाला वाटलं नव्हतं. गोविंदराव, काही झालं तरी तो तमाशा होता."

"तमाशा होता ते ठीक आहे खाविंद; पण मी माझ्या दरबाराचा सेवक आहे, हे तुम्ही विसरता कामा नये. माझ्या दरबारानं मला इथं मराठी दौलतीच्या हितसंबंधांची जपणूक करण्यासाठी ठेवलं आहे; त्यामुळे दौलतीची अप्रतिष्ठा सहन करून मला मुकाट्याने गप्प बसणं कसं शक्य होतं?" गोविंदरावांनी पृच्छा केली.

"म्हणजे तुमचे खाविंद माधवराव पेशवे आणि त्यांचे दिवाण म्हणजे सारी मराठी दौलत असं का समजता तुम्ही गोविंदराव?" नबाबांनी प्रत्युत्तर केलं.

"होय खाविंद, आम्ही तसं समजतो." गोविंदराव काळे निःसंदिग्धपणे उद्गारले.

"आम्हाला तसं वाटत नाही. ज्या गृहस्थांनी सर्व सत्ता बळकावून पेशव्यांना शोभेची वस्तू बनविलं आहे; त्यांना तुम्ही मराठी दौलतीचं प्रतीक समजता, हे पाहून आम्हाला आश्चर्य वाटतं गोविंदराव." नबाब निजामअली गोविंदराव काळे यांच्या नजरेला नजर भिडविण्याचं टाळीत म्हणाले.

"खाविंद, कृपा करून आपण खोलात शिरू नये. मी एक नोकर आहे ही वस्तुस्थिती आपण लक्षात ठेवावी. सत्ताधारी कोण, राज्यकर्ता कोण ही चिकित्सा करण्याचा मला अधिकार नाही. ही चिकित्सा ज्यांनी करावयाची होती ते ती करीत नाहीत आणि ज्यांनी केली त्यांना ती परवडली नाही, हे आपणाला माहीत नाही का खाविंद?" गोविंदरावांनी नबाबांना प्रश्न केला. "मी एक लहान मनुष्य आहे; त्यामुळे लहान तोंडी मोठा घास घेणं मला परवडण्यासारखं नाही. ज्यांनी असा प्रयत्न केला ते आज कुठं आहेत ते आपणाला माहीत आहे."

"होय, ते आम्हाला माहीत आहे," नबाब आपल्या विचारतंद्रीतून भानावर येत म्हणाले, "बरं, आता पुढे काय? झाल्या प्रकारावर इलाज काय?"

"त्यावर आपणच इलाज करावयाचा आहे. खाविंद." गोविंदराव म्हणाले. "पुण्यात आमच्याविरुद्ध मोठी धुळवड सुरू झाल्याचं आम्ही ऐकतो."

"आमच्याही कानी ते आलं आहे."

"तुम्ही तमाशाची बातमी तिखट-मीठ लावून तुमच्या खाविंदांना कळविलीत, होय ना गोविंदराव?"

"नाही. आम्ही पराचा कावळा केलेला नाही; परंतु पराचा कावळा करणारी माणसं इकडेही आहेत आणि पुण्यालाही आहेत, हे आपणाला माहीत आहे ना खाविंद?" गोविंदरावांनी नबाब निजामअली यांच्याकडे अर्थपूर्ण नजरेनं पाहत म्हटलं.

"होय, ते आम्हाला माहीत आहे." नबाब उद्गारले.

"तर मग आपण आमची जबानी का घेता?" गोविंदराव काळे कष्टी स्वरात म्हणाले.

"नाही. आम्ही आपलं सहज विचारलं." नबाब सारवासारव करीत म्हणाले.

"आम्ही ऐकतो की, तुमच्या खाविंदांनी दौलतराव शिंदे यांना राव शिंदे यांचा दत्तक म्हणून मान्यता दिली आहे!"

"होय, ती बातमी खरी आहे." गोविंदराव काळे यांनी प्रत्युत्तर केलं.

"आणि वानवडीला शिंद्यांच्या कवायती सैन्याचं एक भव्य संचलन झालं. त्याला तुमचे खाविंद आणि त्यांचे कारभारी हजर होते म्हणून!"

"होय, तेही खरं आहे. आमच्याकडे आली ती बातमी."

"म्हणजे ही युद्धाची तयारी आहे?"

"तसं म्हटलं तरी चालेल."

ते ऐकताच नबाब क्षणभर निरुत्तर झाले. त्यांची चर्या गंभीर बनली.

"म्हणजे आमच्या दरबारात जो प्रकार घडला, त्याबद्दल आम्हाला शासन करण्यासाठी तुमच्या खाविंदांनी आणि त्यांच्या दिवाणांनी युद्धाची तयारी चालवलीय असंच ना?" नबाब काही वेळानं म्हणाले.

"असा आमचा कयास आहे." गोविंदराव काळ्यांनी प्रत्युत्तर केलं. नबाब त्यावर काही बोलले नाहीत. ते गंभीर चर्येनं दिवाणखान्याच्या खिडकीतून बाहेर पाहत राहिले. त्यांच्या मनात सुरू झालेल्या विचारमंथनाची कल्पना गोविंदराव काळे यांना आल्यावाचून राहिली नाही. ते म्हणाले,

"खाविंद-"

नबाब निजामअलींनी दचकून, भानावर येत गोविंदराव काळे यांच्याकडे पाहत प्रश्न केला,

"काय गोविंदराव?"

"हे प्रकरण विकोपास जाऊ न देणं आपल्याच हाती आहे." गोविंदराव काळे म्हणाले.

"ते कसं काय?'' नबाबांनी उत्कंठित नजरेनं प्रश्न केला.

"झाल्या प्रकाराबद्दल दिलगिरी प्रदर्शित करून आमच्या खाविंदांना आणि बाळाजीपंत नानांना पत्र पाठवा आणि बाकीचा फडशा त्वरित करून टाका.'' गोविंदराव काळ्यांनी निजामअलींना सल्ला दिला.

"आम्ही त्याचाच विचार करतो आहोत गोविंदराव.'' नबाब निजामअली म्हणाले. "आमचे मुख्य सल्लागार मीर आलम यांना बाकीच्या प्रश्नाबाबत बोलणी करण्यासाठी पुण्यास पाठविण्याचा आम्ही विचार करतो आहोत.''

"आपण मागे आम्हाला तसं म्हणाला होतात खाविंद; पण त्याला आता बरेच दिवस झाले-'' गोविंदराव म्हणाले.

"हो. त्या गोष्टीला बरेच दिवस झाले, हे खरं आहे. मध्यंतरी अशा गोष्टी घडल्या की, त्यामुळे मीर आलम यांच्या कामगिरीविषयी विचार करता आला नाही.'' नबाब म्हणाले.

नबाब निजामअली सारवासारव करीत होते; परंतु त्यांनी मीर आलमना तातडीने पुण्याला धाडण्याचा विचार का केला नाही, ते गोविंदराव काळे यांना माहीत होतं. नबाबांनी दूरदृष्टीनं एखादं धोरण आखलं की, त्यांचा आग्रही आणि महत्त्वाकांक्षी दिवाण मुशीरुद्दौला हा त्या धोरणाच्या आड येत असे. नबाबांनी मीर आलम यांना शिष्टाईसाठी पुण्यास धाडण्याचा बेत केला, तेव्हा मुशीरुद्दौलाने नबाबास तो बेत पुढे ढकलण्याचा सल्ला दिला होता.

"मीर आलम यांना लवकरच पुण्याला धाडीत आहोत; पण या बाबतीत तुमचीही आम्हाला मदत हवी आहे. तुमचे खाविंद आणि त्यांचे दिवाण तुम्हाला किती चाहतात ते आम्हाला माहीत आहे.'' नबाब गोविंदरावांकडे पाहत म्हणाले.

"आमच्याकडून आपणाला कोणती मदत हवी आहे?'' गोविंदरावांनी नबाब निजामअलींना प्रश्न केला.

"आमच्या वतीने तुम्ही, तुमचे खाविंद व त्यांचे दिवाण यांच्याकडे रदबदली केली पाहिजे. तुम्ही त्यांची समजूत घालायला हवी की, आमच्या दरबारात त्यांची जी सोंगं नाचविण्यात आली, ती त्यांची थट्टा करण्यासाठी नसून केवळ करमणुकीसाठी होती.'' निजामअली म्हणाले.

ते ऐकताच गोविंदरावांचा चेहरा गंभीर झाला, ते म्हणाले, "खाविंद, अशी रदबदली आम्हाला कशी करता येईल? आपणाला माहीत आहे की, आपण आम्हाला एक गाव इनाम देऊन आपले मिंधे करून ठेवले आहे आणि त्यामुळे आमच्या दौलतीच्या हितसंबंधांकडे आम्ही दुर्लक्ष करतो, अशी टीका आमचे हितशत्रू पुण्यात आमच्यावर करीत असतात; परंतु आमच्या सुदैवाने आमचे कारभारी त्या टीकेकडे लक्ष देत नाहीत ती गोष्ट वेगळी! अशा परिस्थितीत आम्ही आपल्यासाठी

कशी रदबदली करावी?''

निजामअलींना गोविंदराव काळे यांचं म्हणणं पटलं. काही वेळानं ते म्हणाले, ''ठीक आहे, आमच्याकडून घडलेल्या गुन्ह्याचं प्रायश्चित्त आम्हीच भोगलं पाहिजे.'' नबाबाच्या स्वरात त्राग्याची छटा होती. ती गोविंदराव काळे यांना जाणवल्यावाचून राहिली नाही. ते म्हणाले,

''खाविंद, आपण नाराज होऊ नका. आपण मीर आलम यांना पुण्यास पाठवा. ते गेल्यावर मी मुख्य कारभाऱ्यांना पत्र लिहून आपणासाठी रदबदली करीन. माणसाच्या हातून भावनेच्या भरात चूक घडते. तरी प्रकरण संयमानं हाताळावं, अशी विनंती मी मुख्य कारभाऱ्यांना करीन. आपणाला माहीत आहेच की, मुख्य कारभाऱ्यांच्या मनात आपणाविषयी आकसबुद्धी नाही. ते आपणाला त्यांचे एक हिंतचिंतक असं मानत आले आहेत.''

''होय, ते आम्हाला माहीत आहे. आम्ही त्यांना संकटप्रसंगी किती मदत केली, याची जाण त्यांना असावी, असं आम्ही गृहीत धरून चालतो.'' नबाब म्हणाले.

तेवढ्यावर नबाब आणि गोविंदराव काळे यांची मुलाखत संपली. गोविंदरावांनी विड्याचा स्वीकार केला व नबाबांचा निरोप घेतला. गोविंदराव काळे नबाबांच्या हवेलीतून बाहेर पडल्यावर मीर आलम, मुशीरुद्दौला आणि नबाब या तिघांची सल्लामसलत झाली. नबाबांच्या दरबारातील तमाशात माधवराव पेशवे, नाना आणि पेशव्यांचे प्रमुख सरदार यांची जी सोंगं नाचविली गेली, त्यामागे मुशीरुद्दौलाचा हात होता; परंतु तो प्रकार हेतुपुरस्सर झाला असल्याने दौलाच्या मनात त्याबाबत प्रमादाची अथवा खेदाची काडीचीही भावना नव्हती. पुणे दरबाराला डिवचण्यासाठी म्हणूनच त्यांनी तो प्रकार घडवून आणला होता. पुणे दरबार आणि विशेषकरून नाना फडणीस यांच्याविषयी दौलाच्या मनात जी द्वेषभावना होती, त्याचंच ते द्योतक होतं; त्यामुळे आज जेव्हा ते बैठकीला उपस्थित झाले, तेव्हा त्यांची वृत्ती नेहमीसारखी बेदरकार होती. नबाबांनी गोविंदराव काळे यांच्याशी झालेल्या मुलाखतीचा वृत्तान्त मीर आलम व दौला यांना विदित केला आणि मीर आलम यांना उद्देशून ते म्हणाले,

''आलमसाहेब, तुम्ही रघोत्तमराव आणि रायराया या दोघांना बरोबर घेऊन पुण्याला जावं, असं आम्हाला वाटतं. आता वेळ गमावण्यात काही फायदा नाही. आम्हाला इकडे येऊन उणं-पुरं वर्ष होत आलं आहे. आता आमच्या बेगम साहिबा फार कंटाळल्या आहेत. त्यांनी हैदराबादला परत जाऊ या म्हणून आमच्यामागे सारखा धोशा लावला आहे.''

''मीर आलम त्यावर काही बोलले नाहीत. ते सात्त्विक वृत्तीचे गृहस्थ असल्याने मितभाषी होते; पण दौलांनी तोंड घातलं. ते म्हणाले,

''मीरसाहेबांना पुण्याला पाठविण्यामागे खाविंदांचा काय मतलब आहे; ते

आम्ही समजू शकलो नाही.''

"मतलब दुसरा-तिसरा काय असणार? बाकीचा प्रश्न सामोपचाराने मिटविणं आणि परवा दरबारात जो प्रकार घडला, त्याबाबत दिलगिरी प्रदर्शित करणं हाच आमचा मतलब आहे,'' नबाब म्हणाले.

"खाविंदांच्या मनात जर बाकीचा प्रश्न सामोपचाराने मिटवायचा आहे, तर मग बावीस पलटणी उभारण्याचा खटाटोप आपण का केला? पुणे दरबाराकडून दर वेळी खाविंदांची अवहेलना होते. एखाद्या सावकाराप्रमाणे पुणे दरबार खाविंदांच्या मागे बाकी फेडण्याचा तगादा लावतो आहे. काय म्हणे, तर महादजी शिंदे यांच्या गुरूंचं वास्तव्य बीड परगण्यात आहे म्हणून तो परगणा त्यांना हवा आहे. उद्या नाना फडणीस म्हणतील की, हिंदूंची काही तीर्थक्षेत्रं बेदर परगण्यात आहेत म्हणून हा परगणा हवा आहे. टिपू सुलतान तर खाविंदांच्या राज्यावर घारीसारखी नजर ठेवून आहे. खाविंदांच्या दिलखुलास स्वभावाचा हे लोक फायदा घेत आहेत. आम्ही खाविंदांना कवायती सैन्य उभारावयास लावलं ते याचसाठी की, त्यांच्या शत्रूंना या सैन्याची जरब बसावी. या सैन्याचे प्रमुख मुसा पेरू हे आम्हाला वचन देऊन चुकले आहेत की, जे लोक खाविंदांची कुरापत काढतील, त्यांचा आपण समाचार घेऊ. आम्हाला असं वाटतं की, खाविंदांनी पुण्याच्या धमक्यांना भीक घालू नये. त्यांनी आपला कणखरपणा सोडू नये.'' दौला किंचित वरच्या स्वरात म्हणाले.

मुशीरुद्दौलाचं आवेशपूर्ण भाषण निजामअली आणि मीर आलम या दोघांनी शांतपणाने ऐकून घेतलं; परंतु त्यांच्या निर्विकार चर्येवर त्या भाषणाचा यत्किंचितही परिणाम झाल्याचं दिसून आलं नाही.

नबाब निजामअली आणि त्यांचे खास सल्लागार मीर आलम हे जरी लढवय्ये नसले, तरी राज्यकर्त्या आणि लढवय्या घराण्यांतच त्यांचा जन्म झाला असल्याने त्यांना युद्धकलेचा दुरून का होईना पण परिचय होता. याउलट दौला हा प्याद्याचा फर्जी झालेला कालचा मुत्सद्दी होता. तो हुशार आणि महत्त्वाकांक्षी असल्याने स्वकर्तबगारीवर मोठ्या पदास चढला होता. त्याच्या मागे पिढीजातपणाची पार्श्वभूमी नसल्याने त्याच्या आचार-विचारांत आणि बोलण्या-चालण्यात भारदस्तपणा नव्हता. नबाब निजामअली त्याच्या आहारी गेले, याचं कारण त्याच्या पातळयंत्रीपणाचा उपयोग त्यांना त्यांच्या शत्रूंचा आणि प्रतिस्पर्ध्यांचा काटा काढण्यासाठी झाला म्हणून. पुढे त्याचं एवढं प्रस्थ माजलं की, आपण त्याच्या कलानं वागलो नाही तर आपल्या कारस्थानी स्वभावानुसार तो आपणावर उलटेल, अशी भीती त्यांना वाटली. त्याच्या सल्ल्यानं त्यांनी पुणे दरबाराची बाकी फेडण्याच्या बाबतीत चालढकल केली. बाकीच्या रकमेतून बावीस पलटणींचं कवायती सैन्य उभारावं, हा त्याचा सल्ला होता आणि महादजी शिंदे यांच्या स्वारीपासून बीड परगण्याचं रक्षण

करण्यासाठी ते मोठं सैन्य घेऊन भर उन्हाळ्यात बेदरला येऊन राहिले तेही त्याच्याच सल्ल्यावरून! महादजी शिंदे यांचं निधन झालं, तरी ते हैदराबादला माघारी परतले नव्हते, कारण बाकीचा प्रश्न कायमचा मिटल्याखेरीज माघारी परतायचं नाही, हाही दौलाचाच सल्ला होता.

परंतु बावीस पलटणींच्या बळावर बाकी पचवून टाकू असं जरी दौला छातीठोकपणे सांगत असला, तरी निजामअलींना आपल्या सैन्याविषयी आत्मविश्वास वाटत नव्हता, कारण ज्या ज्या वेळी निजामाचा आणि मराठ्यांचा संघर्ष उडाला होता, त्या त्या वेळी मराठ्यांनी निजामांना चोपलं होतं. पेशव्यांचे बलाढ्य सरदार महादजी शिंदे यांचं निधन ही एक दिलासा देणारी गोष्ट होती; परंतु महादजींनी निर्माण केलेलं अव्वल दर्जाचं सैन्य त्याच्या शत्रूचा समाचार घेण्यास सज्ज होतं. त्या सैन्याच्या जोडीला नागपूरकर भोसल्यांचंही सैन्य होतं. बाणाचं युद्ध करण्यात हे सैन्य संबंध हिंदुस्थानात प्रवीण होतं; परंतु शिंदे आणि नागपूरकर भोसले यांच्या सैन्याचं सामर्थ्य लक्षात घेण्यास मुशीरुद्दौला तयार नव्हता. त्या दिवशी नबाब, मीर आलम आणि तो या तिघांची बैठक झाली, तेव्हा त्यानं नबाबाच्या बावीस कवायती पलटणींच्या सामर्थ्यांचं हिरिरीनं प्रतिपादन केलं. निजामअलींनी मुशीराचं संभाषण निर्विकार मुद्रेनं ऐकून घेतलं आणि शक्यतो शांत स्वरात ते म्हणाले,

"आमचे फ्रेंच सरदार मुसा पेरू यांनी शिकवून तयार केलेल्या कवायती सैन्यावर आमचा विश्वास आहे. हे सैन्य मराठ्यांचा समाचार घेईल यात शंका नाही; तरीही आम्हास असं वाटतं की, युद्धप्रसंग शक्यतो टाळलेला बरा. आमच्या थोरल्या बेगम साहिबांनादेखील असंच वाटतं."

नबाब निजामअली यांची थोरली बेगम बक्षी ही त्यांची लाडकी बेगम असल्याने तिचा सल्ला ते फार मानीत असत. ते मुशीरुद्दौलासही माहीत होतं. एक वेळ नबाबाचं मतपरिवर्तन घडवून आणणं सोपं होतं; परंतु बक्षी बेगमला एखादी गोष्ट पटवून देणं हे कठीण काम होतं. पहिली अडचण मुलाखतीची होती. तिची मुलाखत मिळविणं ही अत्यंत कष्टसाध्य गोष्ट होती आणि चिकाच्या पडद्याआड होणारी ही मुलाखत यशस्वी होईलच याची शाश्वती नव्हती.

"आम्हाला वाटतं की, मीर आलम साहेब यांना राजे रघोत्तमराव आणि रायराया यांना बरोबर देऊन पुण्यास पाठवावं. उद्या आमच्या शेजाऱ्यांनी आणि इंग्रजांनी आम्हाला बोल द्यायला नको की, पुणे दरबारची समजूत काढण्याचा आम्ही प्रयत्नच केला नाही म्हणून." नबाब निजामअली शांतपणे म्हणाले.

"खाविंदांची तशी इच्छा असल्यास आमच्याकडून होईल ती मदत आम्ही करू; परंतु मीर आलम साहेब यांना पुण्यास धाडण्यापूर्वी त्यांना प्रथम कलकत्त्यास धाडावं अशी आम्ही खाविंदांना सूचना करू इच्छितो." मुशीरुद्दौला म्हणाले.

"गव्हर्नर जनरल सर जॉन शोअर यांनी आम्हाला त्यांचे वकील मिस्टर कर्कपात्रिक यांच्यामार्फत या अगोदर कळविलंच आहे की, बाकीचा प्रश्न वाटाघाटींनी मिटवा. या प्रश्नावरून युद्धप्रसंग ओढवला, तर इंग्रजांची मदत आम्हाला मिळणार नाही, हे मिस्टर कर्कपात्रिक यांनी स्पष्ट केलं आहे. असे असता मीर आलम साहेबांना कलकत्त्यास धाडण्यात काय हशील आहे?'' नबाब निजामअली यांनी पृच्छा केली.

"खाविंदांना माहीत आहेच की, इंग्रज लोक हे मनाने फार निबर असतात. त्यांच्यात भावनेचा ओलावा फार कमी. अनेक वेळा मनधरणी करून त्यांना प्रसन्न करून घ्यावं लागतं. कलकत्त्याचे गव्हर्नर जनरल शोअर साहेब यांना आपण पुन्हा एकदा स्मरण करून द्यावं की, आपण इंग्रजांचे जुने दोस्त आहात म्हणून. त्यांच्यावर ज्या ज्या वेळी संकटे आली, त्या त्या वेळी आपण त्यांच्या मदतीला धावून गेला आहात. त्यांना आपली आणखीही मदत लागल्यावाचून राहणार नाही, हे त्यांना आपण पत्रातून पटवून द्यावं. त्यांना आपण विनंती करावी की, त्यांच्यावर आपण जे उपकार केले आहेत, ते स्मरून त्यांनी त्यांची परतफेड केली पाहिजे आणि ते शक्य झालं नाही, तर हैदराबाद शहरी त्यांच्या ज्या दोन पलटणी आहेत, त्या तरी आपल्या मदतीस मिळाव्यात, असं आपण शोअर साहेबांना लिहावं. एकदा इंग्रजांकडून थोड्या जरी मदतीचं आश्वासन मिळालं, तर पुणे दरबाराशी आपणास सौदा पटविण्याचं नैतिक बळ प्राप्त होईल.'' मुशीरुद्दौला म्हणाले.

कलकत्त्याचे गव्हर्नर जनरल सर जॉन शोअर यांनी निजामअली यांना अगोदरच बजावलं होतं की, बाकीच्या प्रश्नावरून तुमचं आणि पुणे दरबाराचं युद्ध झालं, तर आमच्याकडून तुम्हाला काडीचीही मदत मिळणार नाही. तुम्ही जसे आमचे दोस्त आहात, तसेच मराठेही आमचे दोस्त आहेत. अशा स्थितीत आम्हाला एका दोस्ताविरुद्ध दुसर्‍या दोस्ताला मदत करता येणार नाही. तसं केलं तर, मराठे आमच्यावर मैत्रीभंगाचा आरोप करतील आणि ते आम्हाला नको आहे; परंतु गव्हर्नर जनरल सर जॉन शोअर यांच्याकडून हे निःसंदिग्ध उत्तर आलं असताना मुशीरुद्दौला मीर आलम यांना कलकत्त्यास धाडण्याचा सल्ला निजामअलींना देत होते. हा लोचटपणा नामुष्कीचा आहे, हे निजामअलींना पटत होतं. तरीही दौलांना नाराज करणं त्यांच्या जिवावर आल्याने त्यांनी पुन्हा एकदा मीर आलम यांना कलकत्त्यास पाठविण्याचा निर्णय घेतला.

नबाब निजामअली यांनी आपले दिवाण मुशीरुद्दौला यांच्या सल्ल्याप्रमाणे भर उन्हाळ्यात मीर आलम यांना मोठा लवाजमा देऊन कलकत्त्यास रवाना केलं. बिचारे मीर आलम, आपले खाविंद निजामअली यांच्या आज्ञेचा भंग करणं त्यांच्या भिडस्त स्वभावामुळे जिवावर आल्यानं निमूटपणे कलकत्त्यास रवाना झाले. प्रवास लांबचा, त्यात दिवस उन्हाळ्याचे असल्याने अंगातून घामाच्या धारा वाहत होत्या आणि

मनस्वी थकवा भासत होता. तरी मीर आलमनी लांब पल्ल्याच्या मजला मारीत कलकत्ता गाठलं. त्यांनी आपण आल्याची वर्दी गव्हर्नर जनरल सर जॉन शोअर यांना देऊन मुलाखत मागितली, तेव्हा त्यांची घोर निराशा झाली. निजामअलींना मराठ्यांविरुद्ध इंग्रजांची मदत मिळणार नाही, हे त्यांच्या दरबारातील इंग्रज वकील मि. कर्कपॅट्रिक यांनी स्पष्टपणे सांगितले असता, त्याच आशयाचे आपले स्वदस्तुरीचे पत्र निजामांना गेले असता त्यांनी आपणाकडे मीर आलमना धाडलेलं पाहून गव्हर्नर जनरल सर जॉन शोअर यांच्या कपाळावर आठ्यांचं जाळं पसरलं. त्यांनी एक आठवडाभर मीर आलमना कामाच्या सबबीवरून मुलाखत देण्याचं टाळलं आणि ज्या दिवशी मुलाखत दिली, त्या दिवशी त्यांना तुटक शब्दांत सांगितलं की, 'आम्ही निजामअलींना पूर्वी जे काय कळविलं होतं तो आमचा अखेरचा शब्द आहे, असं त्यांना जाऊन सांगा.' मात्र, मीर आलम यांना भर उन्हाळ्यात कलकत्त्यापर्यंत लांबचा प्रवास करण्यासाठी जी दगदग सहन करावी लागली, त्याबद्दल 'लॉर्ड'साहेब सहानुभूती व्यक्त करण्यास विसरले नाहीत. लॉर्ड साहेबांकडून नकार मिळाला; पण त्याचबरोबर प्रवासाची दगदग सोसली म्हणून त्यांच्याकडून सहानुभूती मिळाली, यातच प्रवासाचं सार्थक झालं, अशी आपल्या मनाची समजूत करून घेऊन मीर आलम यांनी माघारीचा रस्ता धरला.

गव्हर्नर जनरल यांची कोरडी सहानुभूती स्वीकारून मीर आलम हात हलवीत माघारी परतले. नबाबांना त्याबद्दल वाईट वाटलं नाही; परंतु मशीरुद्दौलाची मात्र घोर निराशा झाली. इंग्रजांच्या राजनीतीची त्यांना भयंकर चीड आली; परंतु ती निष्फळ होती. इंग्रजांचं ते काहीच वाकडं करू शकत नव्हते.

।अकरा।

पुण्याचा रखरखीत वैशाख महिना हां हां म्हणता निघून गेला. ज्येष्ठ महिना लागला की, पुण्याच्या हवामानात बदल होतो. उन्हाळ्याची झळाळी कमी होते, वादळी पावसाच्या एक-दोन जोरदार सरी येऊन गेल्याने हवेत गारवा येतो आणि मृगाचं आगमन जाहीर करणारे समशीतोष्ण वारे वाहू लागतात. त्या वर्षीच्या वैशाख महिन्यातही बदलत्या ऋतुचक्राची चाहूल लागली. पुण्याचे नागरिक उन्हाळा सरला म्हणून सुटकेचा श्वास सोडताहेत तोच एके दिवशी ध्यानीमनी नसताना पुण्यावर एक संकट ओढवलं. अचानकपणे शनिवारवाड्यास आग लागली. कोठीच्या दुसऱ्या मजल्यावर नोकरांना धूर दिसला. त्याबरोबर त्यांनी जिवाच्या आकांताने आरडाओरडा केला. 'धावा धावा, वाड्यास आग लागली.' ती आरोळी ऐकून वाड्यातील इतर नोकर-चाकर आणि बाहेरचे लोक धावून आले. त्यांनी मिळेल त्या भांड्यांनी पाणी आणून आग शमविण्यास प्रारंभ केला; पण भारी वारा सुटल्याने आगीच्या ज्वाळा पाण्याच्या माऱ्यास दाद देईनात, माणसांचा उपाय चालेना. सवाई माधवराव पेशवे आणि पेशव्यांच्या कुटुंबातील माणसे केव्हाच वाड्याबाहेर पडली होती. इतक्यात नाना फडणीसही वाड्यात येऊन दाखल झाले. कुणीतरी जाऊन त्यांना वाड्यास आग लागल्याची बातमी कळविल्याने ते हातातलं काम तसंच टाकून धावत आले होते. त्यांचं आगमन झालं, तेव्हा आग चांगलीच भडकली होती. वाड्याच्या सात खणांनी पेट घेतला होता. बेफाम वाऱ्याबरोबर धुराचे काळे गडद लोट आणि किटाळं आकाशात जात होती. आगीच्या आवाजाने आसमंत निनादत होता. मध्येच एखादं आढं, तुळई किंवा वासा खाली कोसळून मोठा आवाज होत होता. नाना गंभीर चर्येनं अगतिक होऊन, आगीच्या ज्वाळांकडे पाहत होते. वाडा कसा वाचवावा, याच चिंतेनं त्यांना घेरलं होतं. शेकडो लोक आग शमविण्याचा प्रयत्न करीत होते. ते वाड्याच्या जळक्या भागापासून इतर भाग वाचविण्यासाठी मधला काही भाग तोडीत होते, तरीही आग त्यांना दाद देत नव्हती. अखेर होता होता सायंकाळ झाली. आता वारा पडला, त्यामुळे आग आटोक्यात आली; पण पूर्ण विझली नाही. लोक रात्रभर आगीवर पाण्याचा मारा

करीत होते. अखेर दुसऱ्या दिवशी त्यांना आग पूर्णपणे शमविण्यात यश आलं. या दरम्यान वाड्याचे पाच मजले जळून भस्मसात झाले होते. दोन मजले वाचविण्यात आग शमविणाऱ्यांना यश आलं होतं. कोठीची तर नावनिशाणीही शिल्लक नव्हती.

माणसं घोळक्यांनी हलक्या आवाजात चर्चा करीत होती. सगळ्यांचे चेहरे दुःखी आणि खिन्न भासत होते. साऱ्या आसमंतावर उदास कळा पसरून राहिली होती. पेशवे कुटुंबातील माणसं उघडी पडली होती. त्यांना सुरक्षित ठिकाणी हलविण्यात आलं होतं; पण नानांच्या बाजूस कुणीच फिरकलं नव्हतं; सगळेजण आग शमविण्यात गुंतले होते. सगळ्यांनाच त्यांची विस्मृती पडली होती; पण नानांना त्याचं भान नव्हतं. त्यांच्या मनात विचारांचा एकच कल्लोळ माजला होता. शंका-कुशंकांनी गर्दी केली होती. आगीचं कोडं त्यांना उमगलं नव्हतं. ही आग अचानक लागलेली नाही; ते घातपाती कृत्य असलं पाहिजे, असं त्यांचं संशयी मन म्हणत होतं. आग कोठीला लागली होती. वास्तविक तिथं माणसांचा राबता कमी. असं असता तिथं आग कशी लागली? नानांना रात्रभर आलोचन-जागरण घडलं. त्यांचा जीव त्यांच्या वाड्यात ठरला नव्हता. ते रात्रभर सरकारवाड्यात ठाण मांडून राहिले होते. आग शमविण्यात गुंतलेल्या माणसांना काय पाहिजे, काय नको, त्याची ते जातीनं चौकशी करीत होते. अखेर आग पूर्णपणे विझली, तेव्हाच ते घरी गेले. जाताजाता त्यांनी वाड्याच्या जळक्या भागाकडे दृष्टिक्षेप केला, तेव्हा ते दृश्य पाहून त्यांच्या हृदयाचं पाणी पाणी झालं. संबंध पाच मजले आगीच्या भक्ष्यस्थानी पडले होते. काळपट भिंती, जळकी आढी, जळक्या तुळया आणि जळके खांब याशिवाय त्या ठिकाणी आणखी काहीही दिसत नव्हतं. खाली राखेचा आणि मोडक्यातोडक्या, जळक्या लाकडांचा प्रचंड ढीग पडलेला होता. ते दृश्य स्मशानातील एखाद्या चितेसारखं होतं.

नाना आपल्या वाड्यात परतले आणि त्यांनी शहर कोतवाल आनंदराव काशी व शहर शिबंदीचे प्रमुख माधवराव रामचंद्र या दोघांना भेटून जाण्याचा निरोप धाडला. वाड्याची आग भडकली, तेव्हा ते दोघं नानांना भेटून गेले होते; परंतु त्या वेळी ते त्यांना काही बोलले नव्हते; त्यामुळे आता जेव्हा त्या दोघांना त्यांच्या भेटीस येण्याचा निरोप मिळाला, तेव्हा त्यांच्या पोटात भीतीचा एकच गोळा उठला. वाड्याच्या आगीचं खापर नाना आपल्या माथी मारणार, आपण वाड्याच्या सुरक्षिततेचं काम केलं नाही म्हणून ते आपणाला फैलावर घेणार म्हणून ते दोघं पुरतेच घाबरले; परंतु आल्या संकटाला तोंड देण्याशिवाय गत्यंतर नव्हतं. ते दोघे भेदरलेल्या चर्येनं घामाघूम होऊन, नानांच्या भेटीस गेले. नानांनी त्यांचं नेहमीच्या थंड आणि निश्चल चर्येनं स्वागत केलं. ते बराच वेळ त्यांच्याशी बोलले नाहीत आणि बोलले, तेव्हा धरणीकंप व्हावा त्याप्रमाणे त्यांच्या क्रोधाचा स्फोट झाला.

"कशाला आलात? तोंडं काळी करून निघून जा." नाना गरजले.

परंतु ते दोघे जागचे हलले नाहीत.

"आम्ही तुमच्या कानीकपाळी ओरडत होतो की, शहरात शत्रूंच्या गुप्तहेरांचा सुळसुळाट झालाय, तरी सावध राहा म्हणून. वाड्याला अचानकपणे आग कशी लागली आणि तीही कोठीला?"

"वाड्याच्या बंदोबस्तात गफलत झाली असं आम्हाला वाटत नाही." आनंदराव काशी घसा साफ करीत, धीर धरीत म्हणाले. "आपण पाहिलंच आहे की, वाड्याच्या जवळपास आणि वाड्यातही आमच्या माणसांचा किती कडक बंदोबस्त होता ते!"

"तर मग वाड्याला आग कशी लागली?"

"हे कृत्य परकी गुप्तहेरांचं किंवा त्यांच्या घातपाती हस्तकाचं नाही. हे कृत्य घरभेद्यांचं आहे." माधवराव रामचंद्र छातीठोकपणे म्हणाले.

"तसं असेल तर, या घरभेद्यांना शोधून काढणं हे आमचं काम आहे का?" नानांनी माधवराव रामचंद्राकडे रागाने पाहत प्रश्न केला, "आता कुणा कुणावर म्हणून नजर ठेवायची?" नाना निराशेच्या स्वरात उद्गारले.

आनंदराव काशी आणि माधवराव रामचंद्र गप्प होते.

नाना फडणीसांना गुप्तशत्रू फार होते. त्यांच्यापैकी कुणीतरी वाड्यातील एखाद्या नोकराला हाताशी धरून वाड्याला आग लावली असण्याचा संभव नाकारता येत नव्हता.

"वाड्यातील नोकरांची जबानी घ्या. संशयितांना चाबकांनी फोडून काढा, राखेचे तोबरे द्या; तापलेल्या तोफेवर बसवा." नानांनी हुकूम केला. शहर कोतवाल आनंदराव काशी गप्पच होते. संशयित नोकरांना कसं हुडकून काढायचं, हा प्रश्नच होता. वाड्यातील बहुतेक सर्व नोकर इमानी होते. सवाई माधवराव पेशव्यांचा त्यांच्यावर विश्वास होता. त्यांच्या परवानगीशिवाय त्यांना पकडणं, कसं शक्य होतं? त्यांच्या परवानगीविना त्यांना पकडलं तर पेशव्यांना ते खपलं असतं का? आनंदराव काशी मोठ्या पेचात सापडले होते.

"आमच्या कानी आलं आहे की, आनंदवल्लीहून दादांच्या मुलांचे निरोपे शहरातील काही लोकांना भेटतात." नाना काही वेळानं म्हणाले -

"आम्ही आमची माणसं त्यांच्या मागावर सोडलेली आहेत." आनंदराव काशींनी प्रत्युत्तर केलं.

"गोविंदपंत गोडबोल्यांच्या घरावर तुम्ही पाळत ठेवता ना?" नानांनी प्रश्न केला.

"गोविंदराव गोडबोल्यांचा घरावर आमची पाळत आहे." आनंदराव काशींनी उत्तर दिलं.

गोविंदराव गोडबोले हे नानांच्या विश्वासातले एक गृहस्थ असल्याने नानांनी त्यांना आनंदवल्ली येथे, अमृतराव बाजीराव आणि चिमणाजी या राघोबादादांच्या मुलांवर देखरेख करण्यासाठी म्हणून ठेवलं होतं; परंतु अलीकडे गोविंदराव गोडबोले बाजीराव रघुनाथ यांना फितूर तर झाले नाहीत ना, असा नानांना संशय येऊ लागला होता; कारण आनंदवल्लीहून येणारी काही माणसं गोविंदराव गोडबोल्यांच्या घरी जात असल्याची बातमी नानांच्या कानी आली होती आणि म्हणून त्यांनी आनंदराव काशींना त्यांच्या घरावर पाळत ठेवण्यास सांगितलं होतं.

''आणि मोरोबादादांच्या मुलांच्या हालचालींवरही पाळत ठेवण्यास विसरू नका. हे सर्व लोक म्हणजे अस्तनीतील निखारे आहेत. ते कोणत्या वेळी घात करतील त्याचा नेम नाही.'' नाना म्हणाले.

''कारभाऱ्यांनी त्याची काळजी करू नये. दौलतीच्या वैऱ्यांच्या हालचालींवर आमची घारीसारखी नजर असते. ते पुराव्यानिशी सापडले, तर आम्ही त्यांची मुळीच गय करणार नाही.'' आनंदराव काशी नानांना आश्वासन देत म्हणाले.

''ठीक आहे.'' आनंदराव काशी आणि माधवराव रामचंद्र या दोघांना निरोप देत नाना म्हणाले. नाना बैठकीतून उठलेले पाहताच ते दोघंही उठले. माधवराव रामचंद्र जागचे हलले; परंतु आनंदराव काशी हलले नाहीत. ते चुळबुळत जागच्या जागी उभे राहिले. नानांनी त्यांच्याकडे प्रश्नार्थक नजरेनं पाहिलं. ते पाहून ते म्हणाले,

''कारभाऱ्यांनी सरकारवाड्यातील नोकरांची जबानी घेण्याचा हुकूम केला; पण आम्ही हुकुमाप्रमाणे तामिली केली तर सरकार, धन्यांना ते आवडेल का?''

तो प्रश्न ऐकताच नाना विचारात पडले. त्यांना लगेच प्रत्युत्तर देता आलं नाही. सरकारवाड्यातील नोकरांची जबानी घ्यायची म्हटलं की, माधवराव पेशव्यांची परवानगी लागणार, हे त्यांच्या ध्यानी आलं नव्हतं. ते आपल्या अधिकाराप्रमाणे आनंदराव काशींना रागाच्या भरात हुकूम करून गेले होते. बराच वेळ विचार केल्यावर ते म्हणाले -

''तुम्ही वाड्यावर चला. आम्ही येतो तिकडे. रावसाहेबांना सांगून वाड्यातील नोकरांना गोळा करू या. मग तुम्हाला जे काय विचारायचं असेल ते नोकरांना विचारा.'' आणि इतकं सांगून त्यांनी माधवराव रामचंद्र व आनंदराव काशी या दोघांना रजा दिली.

नानांच्या सूचनेप्रमाणे आनंदराव काशी शनिवारवाड्यात हजर झाले. नानाही काही वेळानं तिकडे गेले. त्यांनी सवाई माधवराव पेशवे यांची भेट घेऊन वाड्याला आग लागली, त्यासंबंधी वाड्यातील नोकरांची शहर कोतवाल जबानी घेऊ इच्छितात, तरी त्यांना तशी परवानगी द्यावी, अशी माधवरावांना विनंती केली. त्या विनंतीप्रमाणे पेशव्यांनी वाड्यातील नोकरांची जबानी घेण्यास परवानगी दिली.

वाड्यातील बहुतेक सर्व नोकर जुने आणि इमानी असल्याने त्यांच्या हातून वाड्यास आग लावण्यासारखं घातपाती कृत्य होणार नाही, याची आनंदराव काशी यांना खात्री होती. तरी त्यांनी संशयित लोकांची कसून जबानी घेतली; परंतु त्यांना दोषार्ह असं काही आढळून न आल्याने त्यांनी त्यांना रजा दिली. त्यानंतर शनिवारवाड्याच्या जळिताचं प्रकरण गुलदस्तात पडलं. त्याला अनेक कारणं घडली.

शनिवारवाड्यास आग लागून दोन दिवस लोटतात न लोटतात तोच नानांना धक्का बसणारी आणखी एक घटना घडली. एके दिवशी सिद्धटेकहून बातमी आली की, हरिपंत तात्या यांचं देहावसान झालं. ती वार्ता शनिवारवाड्याच्या आगीपेक्षा अधिक दुःखदायक होती. हरिपंत फडके हे नानांचे जुने सहकारी, जिवलग मित्र आणि विश्वासू सल्लागार होते. त्यांचं निधन झाल्याचं कळताच त्यांना धक्का बसणं स्वाभाविक होतं. तात्या निघून गेल्याने त्यांची अपरिमित वैयक्तिक हानी झाली होती. आता त्यांना संकटप्रसंगी धीर देणारा, सल्ला देणारा आणि त्यांच्या मदतीस धावून येणारा निकटचा कुणी मित्र उरला नव्हता. तात्या सिद्धटेकला असले, तरी नानांचा आणि त्यांचा नियमित पत्रव्यवहार चालू होता. नाना वेळोवेळी त्यांच्याकडून पत्राद्वारे सल्ला मागवीत असत आणि तेसुद्धा आजारी असतानाही मित्रकर्तव्य म्हणून तत्परतेनं नानांना सल्ला देत; पण आता गेल्या दोन-अडीच तपांचा तो जवळचा ऋणानुबंध कायमचा संपुष्टात आला होता. हरिपंत फडके गेल्यानं नानांच्या आयुष्यात एक मोठाच रितेपणा निर्माण झाला.

नानांनी हरिपंत फडके यांचे पुत्र बाबाराव फडके यांना त्यांच्या वडिलांच्या मृत्यूबद्दल सांत्वनपर संदेश धाडला. नंतर त्यांनी बाबारावांना हरिपंतांच्या सरदारीची वस्त्रं देऊन, त्यांना आपल्या हाताशी ठेवलं. त्यांना लष्करी मोहिमांचा विशेष अनुभव नव्हता, तरीही नानांनी त्यांना हुजुरातीच्या सैन्याचं सेनापतिपद दिलं.

अशा रीतीनं ज्येष्ठ महिन्यातील संकटग्रस्त दिवस निघून जात असता, पुणे दरबार आणि निजाम यांच्यामधील संबंधही बिघडत चालले होते. निजामाच्या दरबारात पेशवे, नाना आणि पेशव्यांचे प्रमुख सरदार यांची सोंगं तमाशात नाचविण्यात आली, तेव्हा पुण्याचे वकील गोविंदराव काळे यांनी दरबारातून बहिर्गमन करताना निजाम आणि त्यांचा बेमुर्वतखोर उर्मट दिवाण दौला या दोघांना इशारा दिला होता की, त्यांच्याकडून मराठी दौलतीचा हा जो अपमान झाला; त्याचा जाब विचारण्याकरिता पेशवे, नाना आणि त्यांचे सरदार मोगलाईत जातीनं आल्यावाचून राहणार नाहीत. नंतर गोविंदराव काळे आणि निजामअली यांची मुलाखत झाली, तेव्हा गोविंदराव काळे यांनी निजामअलींना झाल्या प्रकाराबद्दल दिलगिरी प्रदर्शित करून पुण्यास पत्र पाठविण्याचा सल्ला दिला होता; परंतु निजामअलींनी दिलगिरीचं पत्र पाठविलं नव्हतं. दरम्यान, नानांची पेशव्यांच्या सर्व सरदारांना ससैन्य पुण्यात येण्याबद्दल पत्रे

रवाना केली होती. या घडामोडी होत असताना हरिपंत फडके यांचं देहावसान झालं होतं. यदाकदाचित निजमाशी युद्ध करण्याचा प्रसंग उद्‌भवलाच तर तत्संबंधी सल्ला देणारा निकटचा मित्र पुण्यात असावा, म्हणून नानांनी परशुरामभाऊ पटवर्धन यांना तातडीनं पुण्यास निघण्याबद्दल तासगावला पत्र धाडलं होतं. हे पत्र हाती पडताच परशुरामभाऊंनी नानांना कळविलं की, आम्ही पुण्यास निघत आहोत; परंतु परशुरामभाऊंचं आगमन होण्यापूर्वीच निजामाचे खास सल्लागार मीर आलम हे सुमारे दोन हजार लोकांच्या मोठ्या लवाजम्यासह पुण्यात येऊन दाखल झाले.

मीर आलम यांच्याबरोबर निजामांनी हैबतराव रघोत्तमराव राजेंद्र व रेणुराव धोंडजीराम रायराया या दोन हिंदू मुत्सद्द्यांना धाडलं होतं. तिघंही मुत्सद्दी स्वभावानं शांत आणि आपल्या धन्याची कामगिरी इमानेइतबारे पार पाडणारे होते. त्यांनी आपल्याबरोबर पेशवे सवाई माधवराव आणि त्यांचे दिवाण नाना फडणीस यांच्यासाठी भारी किमतीच्या भेटी आणि भरजरी वस्त्रं आणली होती. हेतू हा की, त्या भेटींनी ते दोघे खूश व्हावेत आणि निजामाच्या दरबारात त्यांचा जो अपमान झाला, तो त्या भेटी स्वीकारल्यावर विसरून जावेत. तसेच त्यांनी आपणाबरोबर जो लवाजमा आणला होता, तोही प्रेक्षणीय होता. नबाब निजामअली यांच्या ऐश्वर्याचं आणि दिमाखाचं ते जणू प्रदर्शनच होतं. हत्ती, घोडे, उंट, पालख्या, शिलेदार, बारगीर, शिपाई-प्यादे यांचं ते एक अपूर्व असं मिश्रण होतं. सर्व लोकांचे पोशाखही उंची होते आणि त्यांच्या राहुट्या आणि डेरेही भारी कनातीचे होते. गारपिरावर निजामांच्या लोकांचा तळ पडला, तेव्हा त्यांना बघण्यासाठी पुणेकरांच्या झुंडीच झुंडी लोटल्या.

निजामाचे सल्लागार मीर आलम यांनी पेशवे सवाई माधवराव यांना अधिकृतपणे कळविले की, आपले खाविंद नबाब निजामअली यांनी आपणास आपल्या भेटीस पाठविले आहे. तरी भेटीचा दिवस मुक्रर करण्याची कृपा करावी. पेशवे सवाई माधवराव हे नानांच्या सल्ल्याविना कोणताच निर्णय घेऊ शकत नव्हते. त्यांनी मीर आलम यांचे पत्र नानांना दाखविले आणि त्यांना मुलाखतीचा दिवस मुक्रर करण्याची सूचना केली. नानांनी मुलाखतीचा दिवस मुक्रर केला व त्याप्रमाणे पेशव्यांनी मीर आलम यांना त्यांच्या पत्राचं उत्तर धाडलं. पेशवे सवाई माधवराव यांनी दरबार भरवून मीर आलम आणि त्यांचे सोबती यांना मुलाखत दिली. दरबारात पेशव्यांचे पुण्यात हजर असलेले सरदार आणि मुत्सद्दी उपस्थित होते. दरबाराच्या रीतिरिवाजानुसार निजामाच्या मुत्सद्द्यांचं शनिवारवाड्यातील गणेश महालात स्वागत करण्यात आलं. त्यांना दरबारी इतमामाने त्यांच्या मुक्कामावरून आणण्यात आलं होतं. हुजुरातीच्या सैन्याची एक तुकडी तिघा मुत्सद्द्यांना आणण्यासाठी गारपीरावर आली होती. पेशव्यांच्या परराष्ट्र राजनैतिक खात्याचे प्रमुख बहिरोपंत मेहेंदळे यांनी त्या तिघांचं शनिवारवाड्याच्या दिल्ली दरवाजावर स्वागत केलं आणि त्यांना दरबारात नेलं. मीर

आलम यांनी मोगली पद्धतीनुसार पेशव्यांना मुजरा केला आणि त्यांना निजामाचं पत्र सादर केलं. ते पत्र पेशव्यांनी आपले दिवाण नाना फडणीस यांच्या हवाली केलं. पत्र नुसतंच औपचारिक होतं. त्यात नबाबाच्या दरबारात झालेल्या पेशव्यांच्या अपमानाबद्दल दिलगिरी प्रदर्शित करण्यात आली नव्हती की बाकीचाही निर्देश त्यात नव्हता. ते पत्र दरबारात वाचण्यात आलं, तेव्हा सर्वांच्या चर्येवर नाखुशीचे भाव दृग्गोचर झाले. निजामअलींनी एवढा मोठा लवाजमा देऊन आपले मुत्सद्दी पुण्यात पाठविण्याचा खटाटोप का केला, ते दरबारात उपस्थित असलेल्या लोकांना समजू शकले नाही. मात्र, निजामअलींनी पेशवे व नाना या दोघांना जे भारी किमतीचे मौल्यवान नजराणे धाडले होते, ते पाहून त्यांचे डोळे दिपून गेले. तथापि, नानांची चर्या नेहमीसारखी निश्चल आणि निर्विकार होती. नजराणे स्वीकारताना पेशवे उल्हसित झाल्यासारखे दिसले.

निजामअलींच्या मुत्सद्द्यांना पेशव्यांनी मुलाखत दिल्यावर दरबार बरखास्त झाला. नंतर पेशवे, नाना, बहिरोपंत मेहेंदळे आणि निजामांचे तीन मुत्सद्दी यांची बोलणी सुरू झाली. नानांनी प्रथम पाहुण्यांची वास्तपुस्त केली व संभाषणास प्रारंभ केला आणि मीर आलम व त्यांचे दोन सोबती यांना उद्देशून ते म्हणाले,

“तुमच्या आगमनाचा हेतू तुमच्या खाविंदांच्या पत्रावरून स्पष्ट होत नाही. तुमच्या खाविंदांनी तुम्हाला इकडे का धाडलं याचा खुलासा तुम्ही कराल का?”

मीर आलमना या सवालास समर्पक जबाब देता आला नाही, कारण नबाब निजामअली यांनी त्यांना पुण्यास निघतेवेळी निश्चित स्वरूपाच्या सूचना केलेल्या नव्हत्या. बाकीचा प्रश्न सोडविण्याबाबत अंतिम वाटाघाटी करण्याचा अधिकार तर त्यांना देण्यात आला नव्हताच; पण नबाबाच्या दरबारात पुणे दरबाराचा जो अपमान झाला, त्याबद्दल दिलगिरी प्रदर्शित करण्याची सूचनाही देण्यात आली नव्हती. मीर आलम आपल्या सात्त्विक स्वभावानुसार गोड भाषेत म्हणाले,

“अलीकडे दोन्ही दरबारांमध्ये जो तणाव निर्माण झाला आहे, तो कमी व्हावा म्हणून प्रयत्न करण्यासाठी आम्हाला आमच्या खाविंदांनी इकडे पाठविलं आहे.”

“पण आपण तणाव कसा कमी करणार? ज्या कारणामुळे तणाव निर्माण झाला, ती कारणं आपणाला माहीत आहेतच.” नानांनी मीर आलम यांच्याकडे आपल्या थंड पण धारदार नजरेनं पाहत म्हटलं.

मीर आलमनी लगेच प्रत्युत्तर केलं नाही. तणावाची कारणं त्यांना पूर्ण माहीत होती; परंतु ती उघड केली, तर ती मान्य केल्यासारखं होणार होतं आणि निजामअली व त्यांचे दिवाण मुशीर यांना ते नको होतं. सावाचा आव आणून दौला सगळ्यांना सांगत सुटले होते, ‘पुणे दरबार काही कारण नसताना आमची कुरापत काढीत आहे.’ निजामअली पुणे दरबाराला पावणेतीन कोटी रुपयांचं देणं लागतात,

हे कबूल करायलाच दौला तयार नव्हते आणि त्यांच्या चिथावणीनुसार निजामाच्या दरबारात जो तमाशा झाला, त्यामुळे पुणे दरबाराचा जो अपमान झाला, हेही त्यांना मान्य नव्हतं. ते म्हणत होते की, येऊन-जाऊन तो तमाशा होता; त्यात एवढं मनाला लावून घेण्याचं काय कारण? निजामअली आणि त्यांचे दिवाण मुशीरुद्दौला या दोघांची प्रस्तुत मते मीर आलमना ठाऊक असल्याने त्या मतांविरुद्ध त्यांना वागता येत नव्हतं. तरीही ते म्हणाले,

"गेली वीस-बावीस वर्षं दोन्ही दरबार शांततेनं आणि सलोख्यानं वागत आले आहेत. यापुढेही हे संबंध कायम असेच टिकून राहावेत अशी आमच्या खाविंदांची इच्छा आहे."

"आमचीही तीच इच्छा आहे-" नाना म्हणाले. "पण तुमचे खाविंद आमच्या दरबाराला जे देणं लागतात, ते फेडण्याचा विचार ते का करीत नाहीत? हा प्रश्न आणखी किती दिवस दिरंगाईवर टाकण्याचा त्यांचा विचार आहे?"

"आमच्या खाविंदांना आपण आठकलमी मागणी सादर केली, तिचा जाब त्यांनी मागं दिलाच आहे." मीर आलम म्हणाले.

"पण तो जाब आम्हास मान्य नाही." नाना म्हणाले. "आणि कलकत्त्याच्या जनरलनीदेखील आमची आठकलमी मागणी मान्य करण्याचा सल्ला तुमच्या खाविंदांना दिला असल्याचं आमच्या कानी आलं आहे. खरं ना?"

"हो, ते खरं आहे; पण आमच्या खाविंदांनी कलकत्त्याच्या जनरलना बाकीच्या प्रश्नाबाबत आणखी एक पत्र पाठविलं आहे. त्यात त्यांनी सर्व हिशेब नव्यानं सादर केला आहे." मीर आलम म्हणाले.

"मग हे एरंडाचं गुऱ्हाळ चालूच राहणार तर!" नाना म्हणाले.

"तसं नाही व्हायचं. हा प्रश्न लवकरात लवकर निकालात काढण्याचा आमच्या खाविंदांचा विचार आहे." मीर आलम म्हणाले.

"लवकरात लवकर म्हणजे किती दिवसांत?" नानांनी पृच्छा केली.

"तसं नक्की सांगता येत नाही बाळाजीपंत." मीर आलम दिलगिरीच्या स्वरात म्हणाले.

मीर आलमच्या त्या जबाबानं बैठकीत शांतता पसरली. निजामअली आणि त्यांचे दिवाण मुशीरुद्दौला या दोघांनी सहस्रावधी रुपये खर्च करून मीर आलमची वकिलात पुण्यात धाडली होती, ती नुसती दिखाऊ, जगाच्या डोळ्यांत धूळफेक करण्यासाठी हे आता स्पष्ट झालं होतं. पुणे दरबार आमच्यावर कुरघोडी करतो आहे. त्यांची समजूत काढण्यासाठी आम्ही आमचे अव्वल दर्जाचे मुत्सद्दी पुण्यात पाठविले; परंतु पुणे दरबार आमच्या शिष्टाईला दाद देत नाही, हे आपल्या शेजारच्या राजे-रजवाड्यांच्या मनावर बिंबविण्यासाठी म्हणून निजामअलींनी ती वकिलात पुण्यात

धाडली, हे नाना फडणीसांच्या ध्यानी आल्यावाचून राहिलं नाही. पातळयंत्री मुशीरुद्दौलाच्या सुपीक डोक्यातून निघालेली ती एक कावेबाज शक्कल होती; परंतु काही झालं तरी निजामअली आणि त्यांचा कारस्थानी दिवाण मुशीरुद्दौला यांच्या डावपेचांना बळी पडायचं नाही, असा निर्धार नानांनी केला होता. त्या निर्धाराला ते चिकटून राहिले. त्यांनी मीर आलम आणि त्यांचे दोन सोबती यांना निक्षून सांगितलं की, निजामअलींनी तीन गोष्टी केल्या पाहिजेत; त्याशिवाय त्यांचे आणि आमचे संबंध सुधारायचे नाहीत. त्या तीन गोष्टी अशा– बाकीचा फडशा करणे; नबाबांच्या दरबाराच्या मराठी दौलतीचा जो अपमान झाला, त्याबद्दल दिलगिरी प्रदर्शित करणे आणि मुशीरुद्दौलास कारभारातून काढून टाकणे. नानांचा तो आक्रमक पवित्रा पाहून निजामाचे तीन मुत्सद्दी अवाक होऊन नानांच्या तोंडाकडे पाहतच राहिले. त्यांनी स्वप्नातदेखील कल्पना केली नव्हती की, नाना दौलाला कारभारातून काढून टाकण्याची सूचना निजामांना करतील म्हणून!

निजामाचे मुत्सद्दी दिङ्मूढ होऊन आपणाकडे पाहत राहिले आहेत, हे पाहून नाना आवाज चढवून म्हणाले,

"नबाब आणि त्यांचा चढेल मुत्सद्दी दौला या दोघांनी हा काय पोरखेळ चालविलाय? माणसाच्या सहनशीलतेला सीमा असते. आमच्या सहनशीलतेची हद्द झाली आहे. आता आम्ही गप्प बसणार नाही. नबाब बाकीचा फडशा करण्यास तयार नाहीत ते एक ठीक झालं; पण आपल्या दरबारात ते आमच्या खाविंदांचं आणि त्यांच्या सरदारांची आणि मुत्सद्द्यांची सोंगं नाचवितात याचा अर्थ काय? आमच्या मराठी दौलतीचा हा अपमान आम्ही कदापि सहन करणार नाही."

"बाळाजीपंत, शांत व्हा." निजामअलींचे शांतप्रवृत्त सल्लागार मीर आलम मध्येच म्हणाले. "सोंगं नाचविण्यामागील कथा मी आपणाला कथन करतो. त्याचं असं झालं, तुमचे वकील गोविंदराव काळे यांनी आमच्या खाविंदांकडे जाऊन बाकीचा प्रश्न काढला, तेव्हा ते सहज गमतीनं म्हणाले की, बाकीच्या प्रश्नाबाबत प्रत्यक्ष वाटाघाटी करण्यासाठी नानांनी, म्हणजे तुम्ही आमच्याकडे आलं पाहिजे. हा विनोद गोविंदराव काळ्यांच्या ध्यानी आला नाही. ते गंभीरपणे म्हणाले की, 'नानांना पुण्यात फार कामं असतात. ते बाकीच्या फडशाच्या वाटाघाटी करण्यासाठी इकडे कसे येतील?' गोविंदराव काळे आणि आमचे खाविंद यांचं संभाषण चालू असता मुशीरुद्दौला बैठकीत होते. ते गमतीनं म्हणाले की, 'नाना इकडे कसे येत नाहीत ते बघतो. इतकेच नव्हे, तर त्यांच्याबरोबर तुमच्या खाविंदांना आणि त्यांच्या सरदारांनाही आज रात्री इकडे यायला लावतो.' आणि दौलांनी बैठकीत सांगितल्याप्रमाणे रात्री दरबार भरला असता ती सोंगं आणली. ती गोष्ट तुमचे दोन वकील गोविंदराव काळे आणि गोविंदराव पिंगळे यांनी मनाला फार लावून घेतली. आपल्या खाविंदांनी

आणि दौलांनी त्या दोघांची समजूत काढण्याचा पुरेपूर प्रयत्न केला. ते म्हणाले की, 'दरबारात तुमच्या खाविंदांचं आणि त्यांच्या सरदार मुत्सद्द्यांची सोंगं नाचविण्यात आली, त्यामागे त्यांचा मराठी दौलतीचा अपमान करण्याचा वाईट हेतू नव्हता. तो एक विनोद होता.' पण त्या दोघांना काही ते पटलं नाही आणि त्यामुळे हा सारा अनर्थ घडला."

मीर आलम यांची वकिली पटण्याजोगी होती. तरीही नाना म्हणाले,

"तुमचे खाविंद आणि त्यांचे दिवाण या दोघांनी केलेला भयंकर विनोद कदाचित खराही असू शकेल; परंतु आम्हाला तो आमचा अपमान वाटला. आपणाला माहीत आहेच की, आम्हा मराठी लोकांना विनोदाचं अंग तसं कमीच; परंतु तो दोष आमचा नसून तो दोष, काल परिस्थितीचा आणि वातावरणाचा आहे. विनोद कुणाला सुचतो, तर जे लोक सुखवस्तू असतात त्यांना. तुम्ही लोक ऐश्वर्यात नांदणारे, तेव्हा तुम्हाला विनोदाची आवड असल्यास नवल नाही; परंतु आम्ही मराठी लोक कष्टानं वर येणारे. आम्हाला सतत प्रतिकूल परिस्थितीशी झुंजावं लागल्यानं, आमच्यामधील विनोदाची भावनाच आटून गेली. आम्ही लोक उठल्या-सुटल्या तलवारीला हात घालतो, असा तुम्ही लोक आरोप करता; परंतु आमच्या चिडखोर स्वभावाची कारणमीमांसा तुम्ही करीत नाही. आमच्या भावनांची कदर करीत नाही."

"ते खरं आहे," मीर आलम म्हणाले. "परंतु निर्हेतुकपणे घडलेला हा प्रमाद आपण उदार मनानं पोटात घालावा."

"प्रमाद निर्हेतुकपणे घडला, त्यामागे कुत्सितपणा नव्हता, असं जर तुमच्या खाविंदांनी आम्हाला लेखी कळविलं आणि याउपर असे प्रकार त्यांच्या दरबारात घडणार नाहीत, असं आम्हाला वचन दिलं, तर त्यांच्या विनंतीचा आम्ही अवश्य विचार करू; परंतु असं पत्र जोपर्यंत त्यांच्याकडून येणार नाही, तोपर्यंत दौलांना कारभारातून काढून टाकण्याची आमची मागणी कायम राहील." नाना निश्चयी स्वरात म्हणाले.

"तुमच्या भावना आम्ही खाविंदांना कळवितो," असं आश्वासन मीर आलमनी नानांना दिलं. तेवढ्यावर वाटाघाटी संपल्या. नंतर पान-सुपारी झाल्यावर मीर आलम व त्यांचे सहकारी यांनी पेशवे आणि नाना यांचा निरोप घेतला.

तब्बल तीन महिने मीर आलम आणि त्यांचे सोबती यांचा पुण्यात मुक्काम होता. त्या दरम्यान त्यांच्यात आणि नबाब निजामअली व मुशीरुद्दौला यांच्यात पत्रव्यवहार चालू होता; परंतु त्यातून काही निष्पन्न झालं नाही. नबाब निजामअली हे आपला दिवाण मुशीरुद्दौला यांच्या इतके आहारी गेले होते की, स्वतंत्र धोरण आखण्याची कुवतच मुळी त्यांच्यामध्ये उरली नव्हती. दौला जो काही सल्ला देतील त्याप्रमाणे वागणं हेच त्यांचं काम होतं. मीर आलम यांनी माधवराव पेशवे व नाना

फडणीस यांच्याशी मुलाखत झाल्यावर नबाबास कळविलं होतं की, आपल्या दरबारात पेशवे, नाना फडणीस आणि पेशव्यांचे सरदार यांचा जो अपमान झाला, त्याबद्दल आपण क्षमा मागावी व बाकीचा फडशा करावा आणि दौलांना कारभारातून काढून टाकावे, अशा तीन मागण्या नाना फडणीसांनी केल्या आहेत. त्या मागण्या मान्य झाल्याखेरीज पुणे दरबाराचा आणि आपला सलोखा होणं शक्य नाही. मीर आलम यांचं पत्र वाचून निजामअली काळजीत पडले, कारण नाना फडणीसांनी दौलांना कारभारातून काढून टाकण्याची मागणी करून त्यांच्यासमोर मोठाच पेच उभा केला होता; परंतु दौलांना मात्र नानांच्या मागणीबद्दल काही वाटलं नाही. त्यांनी पेशवे, नाना आणि पेशव्यांचे सरदार यांची सोंगं तमाशात नाचविण्याचा निर्णय घेतला, त्याच वेळी ही अटकळ केली असावी की, नाना फडणीस हा अपमान मुकाट्याने गिळून गप्प बसणार नाहीत.

दौलांना तेच हवं होतं. पुणे दरबाराशी दोन हात करून उभय पक्षांच्या बलाची परीक्षा त्यांना घ्यायची होती. ही धाडसी वृत्ती त्यांच्या रोमारोमांत संचार करीत होती. त्याशिवाय का ते निजामाच्या सैन्यातील एका साध्या शिपायावरून दिवाणपदास चढले होते? त्यांनी निजामअलीच्या भीतीचं निरसन करीत म्हटलं की, तुम्ही काही काळजी करू नका. नाना फडणीस हे कागदी वाघ आहेत. त्यांना तुमच्याशी युद्ध करण्याचं धाडस होणार नाही आणि त्यांनी तसा प्रयत्न केला, तर मराठ्यांना आपण योग्य तो धडा देऊ. तोपर्यंत आपण मीर आलम यांना पुण्याहून माघारी बोलाविण्याची घाई करू नये. त्यांना आणखी काही दिवस तिकडे राहू द्यावं! नानांच्या आणि त्यांच्या आणखी काही मुलाखती होऊ द्याव्यात. पुण्यातील इंग्रज वकील मिस्टर मॅलेट यांनाही त्यांना भेटण्याबद्दल पत्र पाठवावं.

आणि मुशीरुद्दौलाच्या सल्ल्यानुसार नबाब निजामअली यांनी मीर आलम यांना त्यांचा पुण्यातील मुक्काम काही दिवस वाढविण्याबद्दल पत्र धाडलं व मिस्टर मॅलेट यांची मुलाखत घेण्याची सूचना केली. त्या सूचनेनुसार मीर आलम हे आपले सोबती राजे रघोत्तमराव आणि रायराया यांना घेऊन संगमावर मिस्टर मॅलेट यांच्या भेटीस गेले. मिस्टर मॅलेट यांनी त्या तिघांचं चांगलं आगतस्वागत केलं. त्यांच्याशी मनमुराद गप्पागोष्टी केल्या आणि कंपनी सरकारचं धोरण विशद करून त्यांना सल्ला दिला की, नबाब निजामअली यांनी आपल्या विवेकशून्य आणि बढाईखोर दिवाणाच्या नादी लागून मराठ्यांकडील संबंध बिघडवू नयेत. मॅलेट पुढं असेही म्हणाले की, पुणे दरबारानं बाकीबाबतची जी आठकलमी मागणी निजामांना सादर केली आहे, ती गैरवाजवी नाही, असं आमच्या सरकारला वाटतं. पुणे दरबारानं हा प्रश्न कंपनी सरकारच्या निदर्शनास आणला होता व गव्हर्नर जनरल सर जॉन शोअर यांचं मत प्रस्तुत मागणीबाबत अजमावलं होतं. निजामाच्या दरबारात पेशवे, नाना आणि

पेशव्यांचे प्रमुख सरदार यांची सोंगं तमाशात नाचविली गेली, त्या प्रकाराबद्दल नापसंती दर्शवून मि. मॅलेट यांनी मुशीरुद्दौलाची मूर्खांत गणना केली. ते म्हणाले की, पेशवे, नाना आणि पेशव्यांचे सरदार यांची सोंगं नबाबाच्या दरबारात तमाशात नाचविल्याने त्यांची तर अप्रतिष्ठा होत नाहीच; उलट या प्रकारामुळे नबाबाच्या दरबाराची मात्र अप्रतिष्ठा झाली आहे. साठ वर्षांचा नबाब हा विचारांनी वजनदार नसून एक उल्लू मनुष्य आहे, असं निदान आमच्यासारख्या परकीय लोकांचं तरी मत झालं; त्यामुळे नाना फडणीसांनी मुशीरुद्दौलांना कारभारातून काढून टाकण्याची जी मागणी नबाबाकडे केली ती गैरवाजवी आहे, असं आम्हाला वाटत नाही, कारण दरबारात सोंगं नाचविण्याच्या मागे मुशीरुद्दौलांचा हात आहे हे स्पष्टच आहे.

मिस्टर मॅलेट यांचे सडेतोड विचार निजामअली आणि मुशीरुद्दौला या दोघांना रुचण्यासारखे नव्हते; परंतु मीर आलम यांना ज्या अर्थी नबाबांनी मॅलेटची भेट घेण्याबद्दल लिहिलं होतं, त्या अर्थी त्या भेटीचा वृत्तान्त नबाबांना कळविणं हे त्यांचं कर्तव्यच होतं. मि. मॅलेट यांची प्रतिक्रिया पाहून निजाम आणि दौला दोघेही बैचेन झाले; परंतु आपल्या हातून घडलेल्या गुन्ह्याचं परिमार्जन करण्याचा मात्र त्यांनी प्रयत्न केला नाही. उलट बेडर मनाने ते संभाव्य परिस्थितीला तोंड देण्याची तयारी करू लागले. निजामांच्या गुप्तहेरांनी पुणे शहरात संचार करून पेशव्यांच्या सरदारांच्या व हुजुरातीच्या सैन्यात फंद-फितुरी माजविण्याचा प्रयत्न केला होता. त्याबद्दल काही गुप्तहेरांना कैदही करण्यात आलं होतं. आता बातम्या येऊ लागल्या की, निजामांचे सशस्त्र सैनिक मराठी मुलखात शिरून दंगेधोपे माजवीत आहेत व लुटालूट आणि जाळपोळ करीत आहेत. त्या बातम्यांनी नाना फडणीस अस्वस्थ होणं स्वाभाविक होतं. त्यांनी मराठी मुलखातील सैन्याच्या शिबंद्यांना हुकूम केला की, 'जशास तसे' या न्यायानं निजामाच्या मुलखामध्ये शिरून लुटालूट आणि जाळपोळ करा. मीर आलम यांचं पुण्यामध्ये वास्तव्य असतानाच उभय सैन्यांमध्ये चकमकी झडू लागल्याने त्यांच्या शिष्टाईला काहीच अर्थ उरला नाही; त्यामुळे त्यांनी निजामाकडे बेदरला परत फिरण्याची परवानगी मागितली, तेव्हा निजामांना ती देण्यापलीकडे दुसरा इलाज उरला नाही.

अखेर चार महिन्यांच्या प्रदीर्घ वास्तव्यानंतर मीर आलम व त्यांचे सोबती यांनी पुणं सोडलं. पेशव्यांनी दरबार भरवून त्या तिघांना निरोपाची पान-सुपारी दिली. निजामांनी पेशवे आणि नाना यांना मोठे नजराणे आणि भरजरी वस्त्रं, अलंकार पाठविले होते. पेशव्यांनी त्याची परतफेड केली. त्यांनी निजाम व दौला यांना नजराणे आणि वस्त्रे, अलंकार तर पाठविलेच; पण निजामांच्या मुत्सद्द्यांचाही वस्त्रंप्रावरणं देऊन सत्कार केला. त्या सत्कारानं तिघेही मुत्सद्दी खूश झाले; परंतु आपली शिष्टाई यशस्वी झाली नाही ही खंत त्यांच्या मनात कायम राहिली. मीर

आलम, रघोत्तम हैबतराव व रेणुराव रायराया या तिघांनी पुणं सोडलं. बेदरला पोहोचल्यावर त्यांनी धन्यांची भेट घेऊन त्यांना आपल्या शिष्टाईचा तपशील विदित केला. मीर आलमची शिष्टाई अयशस्वी झाली होती; परंतु नबाब निजामअली व त्यांचा दिवाण मुशीरुद्दौला हे दोघे नाउमेद झाले नाहीत. त्यांनी निजामाचा दुसरा पुत्र साहेबजादा मीर पोलादअली सिकंदरजादा याला शिष्टाईसाठी पुण्यास पाठविलं.

।बारा।

निजामपुत्र साहेबजादा मीर पोलादअली सिकंदरजादा याचं पुण्यात आगमन झालं, तेव्हा पावसाळा ओसरत आला होता. त्यानं आपल्याबरोबर आणलेला लवाजमा मीर आलम यांनी आणलेल्या लवाजम्याहून अधिक भारी होता. तो निजामाचा लाडका पुत्र असल्याने, त्याच्या हौशी पुरविण्यास निजामाने हात आखडता न घेणं स्वाभाविकच होतं. मीर आलम यांच्याप्रमाणे मीर पोलादअली सिकंदरजादा याचंही पेशव्यांनी त्याच्या योग्यतेप्रमाणं स्वागत केलं. त्याच्या मानपानात कोणत्याच प्रकारचं न्यून पडू दिलं नाही. पेशव्यांनी गणेश महालातील दरबारात त्याचं औपचारिक स्वागत केलं. त्यानं आणलेल्या मौल्यवान नजराण्यांचा स्वीकार केला आणि त्याला औपचारिक मुलाखत दिली. त्यानं आणलेल्या खलित्याचं दरबारात वाचन झालं. खलिता नेहमीच्या परिपाठाचा होता. दोन्ही दरबारांतील मैत्री पूर्वीसारखी टिकावी, अशी सदिच्छा निजामअलींनी प्रदर्शित केली होती.

दरबारातील औपचारिक भेटीनंतर मीर पोलादअली सिकंदरजादा यानं सवाई माधवराव पेशवे आणि नाना फडणीस या दोघांच्या पृथक पृथक मुलाखती घेतल्या. त्या मुलाखतीमध्ये त्यानं दोन्ही दरबारांतील जुनी मैत्री कायम टिकावी, अशी सदिच्छा प्रदर्शित केली.

मीर पोलादअली सिकंदरजादा हा जरी निजामअलींचा द्वितीय पुत्र असला, तरी तो निजामाचा लाडका पुत्र असल्याने निजाम आपल्यामागे त्यालाच गादी देणार असल्याची वदंता असल्याने निजामाचा भावी वारस म्हणून त्याचं नाना फडणीसांनी चांगलं स्वागत केलं होतं. त्यात पुन्हा तो स्वभावानं सालस असल्याने आपल्या पहिल्या भेटीत त्यानं सगळ्यांची अंतःकरणं काबीज केली होती. विशेषतः सवाई माधवराव पेशव्यांचं तर त्याच्याविषयी चांगलं मत झालं. ते दोघं थोड्याफार वर्षांनी समवयस्क तर होतेच, शिवाय राज्यकर्ते या नात्यानं दोघांना भावी कालात शेजारी म्हणून नांदायचं होतं; म्हणून त्या दोघांचं सख्य जमलं. दुसरी गोष्ट म्हणजे, सवाई माधवराव पेशवे यांना मीर पोलादअली यांच्या शादीस उपस्थित राहण्याबद्दल निजामअलींनी मोठा आग्रह केला होता. तो स्वतः माधवरावांच्या

विवाहास निजामाचा प्रतिनिधी या नात्यानं उपस्थित होता. त्याच्या शादीस जाण्याचं माधवरावांच्या मनात होतं; परंतु नाना फडणीसांनी त्यात मोडता घातला होता. मीर पोलादअली सिकंदरजादा याचा पुण्यात दोन-तीन महिने मुक्काम होता. त्या दरम्यान त्यानं सवाई माधवराव पेशवे, नाना फडणीस आणि इंग्रज वकील मिस्टर मॅलेट या तिघांच्या अनेकवार मुलाखती घेतल्या; परंतु त्यातून फलनिष्पत्ती अशी काही झाली नाही. मीर आलम यांना ज्याप्रमाणे निजामाने तहाच्या वाटाघाटी करण्याचे अधिकार दिले नव्हते, त्याचप्रमाणे मीर पोलादअली यालाही ते देण्यात आले नव्हते; त्यामुळे त्याची शिष्टाई निष्फळ झाली. अखेर तोसुद्धा नाना फडणीसांचं मन वळविण्याच्या बाबतीत अयशस्वी झाल्याने बेदरला माघारी परतणं त्याला भाग पडलं. मीर पोलादअलीने पुणं सोडलं, तेव्हा पेशव्यांच्या आज्ञेवरून एकेक सरदार ससैन्य पुण्यास येण्यास प्रारंभ झाला होता. नाना फडणीसांचे स्नेही आणि विश्वासू सल्लागार सरदार परशुरामभाऊ पटवर्धन यांचं तर मीर पोलादअली याचं पुण्यात वास्तव्य असतानाच आगमन झालं होतं. मीर पोलादअली याची पक्की खात्री झाली की, आपला बाप आणि पेशवे यांच्यामध्ये आता युद्ध अटळ आहे.

मीर पोलादअली सिकंदरजादा यानं पुण्याहून प्रयाण केल्यावर हैदराबादहून आणखी दोन बड्या असामींचं पुण्यात आगमन झालं. त्या दोन असामी विशेष गाजावाजा न करता आल्या होत्या किंबहुना त्या गुप्तपणे आल्या असं म्हटलं तरी वावगं होणार नाही. नबाब निजामअली यांचा थोरला पुत्र मीर अलीजादा याचे ते दोघं दूत होते. अजीमुद्दौला आणि सदाशिव रेड्डी अशी त्या दोघांची नावं होती.

मीर अलीजादा हा जरी निजामअली यांचा थोरला पुत्र आणि कायद्याने त्यांच्या गादीचा वारस असला तरी, मुशीरुन्मुलकाचं आणि त्याचं वाकडं असल्यानं, त्याच्या चिथावणीमुळे निजामअलींनी आपली गादी आपला दुसरा पुत्र मीर पोलादअली सिकंदरजादा याला द्यावयाचं ठरविलं होतं. ही गोष्ट मीर अलीजादा याला कळल्यानं तो मनातून असंतुष्ट होता आणि तो आपला बाप आणि त्याचा दिवाण मुशीरुद्दौला या दोघांच्या शत्रूंशी संधी जुळविण्याचा प्रयत्न करीत होता. त्याने निजामअलींचा कट्टर शत्रू टिपू सुलतान याच्याशी गुप्तपणे मैत्री साधली होती आणि नाना फडणीसांची मर्जी संपादण्याची तो कोशिश करीत होता. पुणे दरबारानं आपल्या वारसाहक्कास मान्यता दिली, तर पुणे दरबाराच्या सर्व अटी मान्य करण्याची त्यानं तयारी दर्शविली होती आणि नानांनी त्याच्या शिष्टाईला यापूर्वी वाटाण्याच्या अक्षता लावल्या असल्या, तरी नाउमेद न होता त्यानं आपल्या गुप्त हस्तकांमार्फत नाना फडणीसांची आळवणी करण्याचा प्रयत्न चालूच ठेवला होता.

निजामअली यांचे विश्वासू सल्लागार मीर आलम यांची पुण्यातील शिष्टाई अयशस्वी झाल्याची वार्ता हैदराबादला पोहोचली तेव्हा, मीर अलीजादा व मुशीरुद्दौलाचे

शत्रू यांना आनंद झाला होता. पुणे दरबार आणि निजामअली यांचं युद्ध अटळ असून, ते झालं तर निजामांना हार पत्करावी लागेल आणि मग आपलं घोडं पुढं दामटण्याची संधी आपणास चालून येईल, असे मांडे मुशीरुद्दौलाचे विरोधक मनात खात होते. या विरोधकांमध्ये अजीमुद्दौला आणि सदाशिव रेड्डी हे दोघे अग्रेसर होते. वास्तविक अजीमुद्दौला हा निजामअली यांचा एक निस्सीम सेवक होता; परंतु मुशीरुद्दौलाचं निजामाकडील प्रस्थ वाढल्याने त्यानं आपल्या धन्याची बाजू सोडून तो त्याच्या थोरल्या मुलास जाऊन मिळाला होता. सदाशिव रेड्डी हा एक मोठा जमीनदार अथवा संस्थानिक होता. तो फौजफाटा बाळगून असे. हैदराबादमधील निजामांचे आणि त्याचे चांगले संबंध नव्हते. तो स्वतंत्र बाण्याने वागणारा एक हिंदू सत्ताधारी असल्यानं निजामांचे आणि त्याचे संबंध सलोख्याचे नसणं स्वाभाविक होतं. तरीसुद्धा निजामअली त्याच्या वाटेला जात नसे; परंतु आपला पाताळयंत्री दिवाण मुशीरुद्दौला याच्या आहारी जाऊन आपल्या थोरल्या मुलास ते गादी नाकारीत आहेत, हे जेव्हा सदाशिव रेड्डीस कळलं, तेव्हा त्यानं अलीजादाचा पक्ष धरला होता आणि त्याला निजामाच्या गादीचा वारसा मिळवून देण्याचा बेत त्यानंही केला होता. तो स्वभावाने इतका तापट आणि स्वाभिमानी होता की, पुण्यास नाना फडणीसांकडे शिष्टाईस जाणं त्याला कमीपणाचं वाटलं होतं; परंतु मुशीरुद्दौलाच्या कारस्थानास बळी पडलेला दुर्दैवी निजामपुत्र साहेबजादा मीर अलीजादा याची त्याला कणव येत असल्याने, केवळ त्याच्यासाठी म्हणून तो अजिमुद्दौला यांच्याबरोबर पुण्यात आला होता. अजिमुद्दौला व रेड्डी या दोघांनी नाना फडणीस आणि पेशवे सवाई माधवराव या दोघांच्या गाठभेटी घेतल्या. त्यांनी नानांच्या मनावर बिंबविण्याचा प्रयत्न केला की, नबाब निजामअली हे कपट कारस्थानी मुशीरुद्दौला याच्या आहारी जाऊन आपल्या थोरल्या मुलास गादी नाकारीत आहेत; मुशीरुद्दौलाचं हे कारस्थान यशस्वी झालं, तर निजामअली यांच्या मागं तो हैदराबादचा सत्ताधारी बनून मराठ्यांना डोईजड होईल, तरी निजामाचा थोरला पुत्र साहेबजादा याची बाजू घेऊन निजामअलीचा वारस म्हणून त्याला मान्यता द्यावी. तसं झालं तर, पुणे दरबार आणि निजामअली यांचं बाकीच्या प्रश्नावरून युद्ध जुंपलं, तर साहेबजादा मीर अलीजादा हा पुणे दरबाराच्या वतीनं आपल्या बापाशी लढेल.

परंतु नाना फडणीसांना हा युक्तिवाद पटला नाही. त्यांनी अजिमुद्दौला व सदाशिव रेड्डी या दोघांना निःसंदिग्धपणे सांगितले की, निजामअली यांच्या घरगुती भांडणात पुणे दरबार पडणार नाही. साहेबजादा अलीजादा आणि त्याचा बाप निजामअली या दोघांनी हा प्रश्न आपसामध्ये सोडविला पाहिजे. नानांचा हा निर्णय पुण्यातील बऱ्याच मुत्सद्द्यांना पसंत पडला नाही. विशेषतः मुशीरुद्दौलाच्या निजामाकडील वाढत्या वजनाबद्दल ज्यांना त्याचा मत्सर वाटत होता, त्यांना वाटत होतं की,

नानांनी त्याचा नक्षा उतरविण्याकरिता अलीजाचा पक्ष घेतला पाहिजे; परंतु नाना हे धोरणी आणि व्यवहारी मुत्सद्दी होते. निजामअली चढेल मुशीरुद्दौलाच्या नादाला लागून आपल्या थोरल्या मुलावर अन्याय करीत आहेत हे त्यांना स्पष्ट दिसत होतं; पण निजामअली बलाढ्य होते. त्यांच्या मुलाचा पक्ष धरल्याने पुणे दरबार त्यांचं काहीच करू शकत नव्हता. अलीजादा हा आगा-पिछा नसलेला एक दुर्दैवी राजपुत्र होता. त्याचा पक्ष कमजोर असल्याने तो आपल्या बापाशी यशस्वीपणे दोन हात करण्यास असमर्थ होता. ही वस्तुस्थिती स्पष्ट दिसत असता त्याचा पक्ष धरून हात पोळून घेण्यात काही अर्थ नव्हता. दुसरी गोष्ट अशी की, निजामअलींनी मुशीरुद्दौलाच्या भरीस पडून आपल्या दरबारात जरी पेशव्यांचा आणि त्यांचा तमाशातील सोंगं नाचवून अपमान केला असला आणि त्या अपमानाचं उट्टं काढण्याची भाषा नाना बोलत असले, तरी प्रत्यक्षात निजामाशी समर प्रसंग करण्याची त्यांची मनापासून इच्छा नव्हती. निजाम हा प्रसंगी आपल्या उपयोगी पडणारा दोस्त आहे, असंच ते अजून धरून चालत होते. त्यात पुन्हा अलीजादाचा पक्ष धरण्यास आपण नकार दिल्याचं निजामअली आणि मुशीरुद्दौला या दोघांना कळलं, तर त्यांच्या मनात आपणाविषयी स्नेहाचा ओलावा निर्माण होऊन ते बाकीचा प्रश्न सामोपचारानं मिटवितील आणि पुणे दरबाराशी दिलजमाई घडवून आणतील, अशी एक आशा नानांना वाटत होती.

अखेर अलीजादाचे दूत मोठ्या निराश मनाने हात हलवीत पुण्याहून हैदराबादला परतले. नानांना वाटलं होतं की, या शिष्टाईला वाटाण्याच्या अक्षता लावून आपण निजामांविषयी जो सद्भाव दाखविला त्याचा अनुकूल परिणाम होऊन निजामअली आणि मुशीर हे दोघे थकबाकीचा प्रश्न सोडविण्यासाठी पुन्हा वाटाघाटी करतील. पुण्याचे निजामाकडील वकील गोविंदराव काळे यांना त्यांनी अलीजादाचे दूत पुण्यात येऊन गेल्याचं कळविलं होतं. हेतू हा की, ही वार्ता त्यांनी निजामअलीस विदित करावी. शिवाय निजामांच्या पुण्यातील हस्तकांकडूनही त्यांना ही बातमी कळण्याचा संभव होता; परंतु नानांची घोर निराशा झाली. अलीजादाच्या दूतांना नकार देऊन त्यांनी माघारी धाडलं, त्याचा काहीच परिणाम झाला नाही. निजाम आणि मुशीर या दोघांनी नानांच्या सद्भावनेला प्रतिसाद दिला नाही. उलट मीर पोलादअली सिकंदरजादा हा पुण्याहून माघारी परतल्यावर निजामानं आपल्या सैन्याचे काही विभाग पुण्याच्या रोखाने हलविल्याच्या बातम्या पुण्यात येऊन धडकल्या. खुद्द निजामांच्या छावणीत त्याचे काही बेजबाबदार सरदार रणघोषणा करून आपल्या सैनिकांना पुण्याविरुद्ध चेतावणी देऊ लागले. आपण पुणे जाळून भस्मसात करू, पेशवे आणि नाना या दोघांना पंचे नेसवून, पळी-पंचपात्र घेऊन वाराणशीला पाठवू आणि खानदेश व विजापूर हे दोन प्रांत घेऊ, अशा वल्गना ते बेमुर्वतखोर सरदार करू लागले. त्या

बातम्या पुण्यास आल्याने पुणं तापू लागलं. पुण्याचे नागरिक नानांना आवाहन करू लागले की, निजामाचे शंभर अपराध भरले आहेत, तेव्हा त्याला शासन करण्याच्या बाबतीत आता बिलकूल दिरंगाई करू नका.

निजाम आणि त्याचा मस्तवाल दिवाण मुशीरुद्दौला हे दोघे जरी पुणे दरबाराची कळ काढीत असले आणि नाना वरकरणी त्यांना शासन करण्याची भाषा बोलत असले, तरी प्रत्यक्षात निजामाविरुद्ध लष्करी उपाययोजना करण्याचा त्यांचा मनापासून इरादा नव्हता. तरीही निजामावर दबाब आणण्यासाठी त्यांनी पेशव्यांच्या सर्व सरदारांना त्यांच्या सैन्यासह पुण्यास बोलाविलं होतं. त्या आज्ञेप्रमाणे सरदार मंडळी पुण्यास येऊन दाखल होण्यास सुरुवात झाली होती. पेशव्यांचे सगेसोयरे पटवर्धन सरदार नानांचं पत्र मिळताच दिवाळी झाल्यावर पुण्यास निघाले. त्यांच्याप्रमाणेच तुकोजी होळकर आणि खंडेराव विठ्ठल विंचुरकर, रंगराव त्रिंबक राजेबहाद्दर आणि गोपाळराव पागे हेही दिवाळी झाल्यावर पुण्यास येऊन दाखल झाले. ते भांबुर्ड्यास डेरेदाखल झाले. दौलतराव शिंदे यांचा मुक्काम वानवडीला होता; पण तेही दिवाळी झाल्यावर पुण्यात आले. शिंदे आणि होळकर हे पेशव्यांचे हुकमी सरदार! दोघेही मातब्बर; परंतु वर्ष-दीड वर्षामागे लाखेरी येथे या दोन सरदारांची जी रक्तलांच्छित लढाई झाली, त्यात होळकरांचा पराभव झाल्याने त्यांचं सैन्य आता कमकुवत झालं होतं. त्यात पुन्हा होळकरांच्या सैन्याचे प्रमुख सेनापती तुकोजी होळकर यांचा वृद्धापकाळ झाला होता. त्यातच ते व्यसनासक्त असल्याने त्यांची काया दुबळी बनली होती. म्हणून त्यांनी आपल्याबरोबर आपला वडील मुलगा काशीराव होळकर आणि आपला उजवा हात सरदार बापू होळकर या दोघांना आणलं होतं.

शिंद्यांच्या सैन्याचा बराच मोठा भाग हिंदुस्थानात होता. ते सैन्य घेऊन येण्याची आज्ञा जिवबादादा करेकर यांना दौलतराव शिंदे यांनी धाडली होती. जिवबादादांनी दौलतरावांना कळविलं की, आपण पुण्यास न येता परभारेच रणक्षेत्राकडे येऊ.

पेशव्यांच्या सर्व सरदारांमध्ये शिंदे आणि होळकर हे जरी बलाढ्य असले, तरी पेशवे आणि नाना यांच्याशी अंतःस्थ सल्ला-मसलत करण्याचा मान त्यांना नव्हता. तो पटवर्धन सरदारांना होता; त्यामुळे पटवर्धन सरदारांचं पुण्यात आगमन झाल्यावर त्यांचे पुढारी परशुराम पटवर्धन आणि नाना या दोघांची मुलाखत झाली. हरिपंत फडके आणि परशुरामभाऊ पटवर्धन हे दोन सरदार हे नानांचे उजवे-डावे हात होते. त्यांच्यापैकी हरिपंत तात्या निवर्तले असल्याने सल्ला-मसलतीची सारी मदार आता परशुरामभाऊंवर येऊन पडली होती. हरिपंत तात्यांच्या निधनानंतर नाना आणि परशुरामभाऊ यांची ही पहिलीच भेट होती. तिघेही एकमेकांना भाऊ भाऊ म्हणून मानीत आले असल्याने आणि त्यांच्यापैकी एकजण गेल्याने दोघांच्याही भावना त्या

भेटीत उन्मळून आल्या. दोघांच्याही तोंडून शब्द बाहेर पडला नाही. अखेर दाटलेल्या आवाजात परशुरामभाऊंना उद्देशून नाना म्हणाले,

"तात्या गेले." नानांच्या स्वरातील कंप परशुरामभाऊंना जाणवल्यावाचून राहिला नाही; परंतु नानांचं सांत्वन करण्यास त्यांच्यापाशी शब्द नव्हते, होत्या त्या फक्त भावना! तथापि, ते शिपाईगडी असल्याने ते त्या योग्य शब्दांत व्यक्त करू शकत नव्हते. काही वेळानं ते म्हणाले,

"हरिपंत तात्या गेले. फार वाईट गोष्ट झाली; परंतु ईश्वरीइच्छेसमोर माणसाचा इलाज नाही."

"आता कसं व्हायचं भाऊ?" नानांनी पृच्छा केली. त्यांची चर्या गंभीर दिसत होती.

"तुमचे ज्येष्ठ बंधू गेले; पण कनिष्ठ बंधू जिवंत आहेत. ते तुम्हाला अंतर देणार नाहीत." परशुरामभाऊ नानांचं सांत्वन करीत म्हणाले.

"आता आमचा सगळा भार तुमच्यावर आहे." नाना म्हणाले. "परवा बाबा गेले, काल हरिपंत तात्या गेले. दौलतीचे हे दोन आधारस्तंभ गेले. राव शिंद्यांचं आणि आमचं पटलं नाही; परंतु दौलतीचा त्यांना अभिमान होता. ते हयात असेतोवर दौलतीच्या रक्षणाच्या बाबतीत आम्ही निर्धास्त होतो. आमचे मतभेद असले, तरी प्रसंगी साद घालताच ते धावून यायचे. त्यांच्या आधारामुळे दौलतीच्या शत्रूंची आम्हाला पर्वा वाटली नाही. ते गेले आणि नबाबांचं फावलं. आपल्या कारस्थानी दिवाणाच्या नादाला लागून त्यानं आमच्यावर कुरघोडी केली. भर दरबारात तमाशात आमची सोंगं नाचविली."

"नबाबाला आणि त्याच्या उर्मट दिवाणाला धडा शिकवू या. पाटीलबाबा गेले आणि त्यांच्या मागं दौलतीच्या सरदारांनी हातात बांगड्या भरल्या, असं का नबाब आणि मुशीर हे दोघं समजतात?" परशुरामभाऊ क्रोधाविष्ट होत म्हणाले. अनावर रागाने त्यांच्या मिशा ताठ झाल्या.

"मुशीर आणि नबाब या दोघांना धडा शिकविलाच पाहिजे, कारण दौलतीची प्रतिष्ठा आता पणास लागली आहे." नाना म्हणाले.

"हो, आता पाऊल मागं नाही." परशुरामभाऊ विचारमग्न स्थितीतून भानावर येत म्हणाले. त्यांची चर्या कमालीची गंभीर बनली होती. अंतर्यामी उठलेल्या तुफान वादळाचं प्रतिबिंब त्यांच्या चर्येवर दृग्गोचर झालं होतं. नबाब निजामअली आणि त्यांचा चढेल दिवाण मुशीरुद्दौला या दोघांनी दरबारात भांडांचा नाच करून, पेशवे सवाई माधवराव आणि त्यांचे सरदार यांची जी अप्रतिष्ठा केली होती, त्याबद्दल त्या दोघांना कसं शासन करावं, हाच विचार त्यांच्या मनात आता घोळत होता.

"आपलं सैन्य नबाबाच्या सैन्याहून मोठं आहे." नाना म्हणाले, "परंतु त्यांचं कवायती सैन्य जबरदस्त आहे, असं गोविंदराव पिंगळे यांचं म्हणणं आहे."

"त्याची चिंता आता नको." परशुरामभाऊ निश्चयी स्वरात पण आत्मविश्वासानं म्हणाले. "त्या सैन्याच्या बळावर नबाब आणि मुशीर हे दोघं उड्या मारतात हे आता जगजाहीर झालं आहे. म्हणून तर त्यांचा नक्षा उतरविलाच पाहिजे."

"तरीही मन कचरतं." नानांचा स्वर डळमळीत होता. "भाऊ, तुम्हाला माहीत आहेच की, पाटीलबाबांच्या वारशावरून त्यांच्या सरदारांमध्ये दुफळी माजली आहे. शेणवी सरदारांचा बलाढ्य गट शिंद्यांच्या बायांच्या मागे उभा आहे. त्यांना दौलतराव दत्तक म्हणून नको आहे."

"शेणवी सरदारांचा कल बायांच्या बाजूनं असला, तरी दौलतीच्या रक्षणाच्या बाबतीत ते चुकारपणा करतील असं आम्हाला वाटत नाही. त्यांचे पुढारी जिवबादादा हे समंजस आहेत. त्यांना दौलतीच्या प्रतिष्ठेची चाड आहे. त्यांना तुम्ही पत्र घातलंत ना?"

"हो पत्र घातलं आहे. दौलतरावांनीही घातलं आहे." नाना म्हणाले, "आणि भाऊ, या पुढचा प्रश्न महत्त्वाचा आहे-"

"तो कोणता?" परशुरामभाऊंनी नानांकडे पाहत प्रश्न केला.

"युद्ध झालं तर सैन्याचं सेनापतिपद कुणाकडे द्यावं?"

"त्याचा विचार नंतर करता येईल. सर्व सरदार एकत्र जमल्यावर." परशुरामभाऊ म्हणाले.

"पण आम्ही सुतोवाच करू इच्छितो. सेनापतिपद तुम्ही पत्करणं हे सर्व दृष्टीने हिताचं आहे." नाना म्हणाले.

"त्याचा खल झाला पाहिजे. दौलतीचे सर्व सरदार मिळून ही मोहीम करणार, तेव्हा ज्येष्ठ-कनिष्ठ हा प्रश्न पुढे येणार." परशुरामभाऊ विचार करीत म्हणाले.

"ज्येष्ठपणा शिंद्यांकडे जातो. राव शिंदे हयात असते तर हा प्रश्नच उद्भवला नसता. राव शिंद्यांच्या मागे तुकोजी होळकरांची वर्णी लागते-"

"छे! छे! त्यांचा विचार नको." परशुरामभाऊ लगबगीनं म्हणाले. "तुकोजी होळकर आता लष्करी मोहिमा करण्याच्या अवस्थेत नाहीत. वृद्धापकाळामुळे ते जर्जर झाले आहेत, शिवाय लाखेरीच्या पराभवामुळे त्यांचं नैतिक धैर्य खचलं आहे."

"पण हरिपंत तात्यांनी सर्वप्रथम होळकरांना बोलावून घेण्याचा आदेश आम्हाला धाडला होता." नाना म्हणाले.

"होळकर हे दौलतीचे नेकजात सरदार आहेत हे कबूल; परंतु तेवढ्यावरच सेनापतिपदाची माळ तुकोजी होळकरांच्या गळ्यात घालणं इष्ट नाही. शिंद्यांच्या सरदारांना ते बिलकूल खपणार नाही. आपला शत्रू किती ताकदवान आहे, याचा

विचार आपण केला पाहिजे. समजा, शिंद्यांच्या सरदारांनी ऐनवेळी चुकारपणा केला, तर होळकरांच्या सैन्यामध्ये लढाईचा रेटा पुढे नेण्याचे बळ उरणार नाही. सुभेदारांच्या वेळचं होळकरांचं सैन्य आता नाही.'' परशुरामभाऊ म्हणाले.

''मग रघुजी भोसल्यांविषयी तुमचं काय मत आहे?'' नानांनी पृच्छा केली.

''तुम्हाला काय वाटतं रघुजींविषयी?'' परशुरामभाऊंनी प्रश्न केला.

''नबाबांचे हस्तक त्यांना जाऊन भेटतात, त्यांच्याशी गुप्त खलबतं करतात, अशी बातमी आमच्या हेरांनी आणली आहे.'' नाना म्हणाले.

''तर मग सेनापतिपदासाठी रघुजींचा विचार करता येणार नाही आणि रघुजी सेनापतिपद स्वीकारतील असं आम्हाला वाटत नाही. नागपूरकरांचा आतापर्यंतचा इतिहास बघितला, तर दौलतीपासून ते फटकून वागत आले आहेत हे दिसून येतं. दौलतीचं धनीपण ते केवळ नाइलाजानं मानीत आले आहेत. दौलतीनं ज्या ज्या वेळी लष्करी मोहिमा काढल्या, त्या त्या वेळी नागपूरकरांनी दौलतीचे भागीदार म्हणून स्वतंत्र वृत्तीनं भाग घेतला आहे.'' परशुरामभाऊ म्हणाले.

''तर मग सेनापतिपद तुम्हालाच पत्करावं लागेल.'' नाना आग्रही स्वरात म्हणाले.

''त्याचा योग्य वेळी विचार करू.'' परशुरामभाऊंनी प्रत्युत्तर केलं.

। तेरा ।

मार्गशीर्ष महिनाअखेर पुण्याला लष्करी तळाचं स्वरूप प्राप्त झालं. पुणे शहराच्या पाच-सहा मैलांच्या परिसरात मराठी दौलतीच्या असंख्य लहान-मोठ्या सरदारांच्या छावण्या पडल्या. निजामावरील मोहिमेत भाग घेण्यासाठी त्यांना पाचारण करण्यात आल्यानं ते एकेक करीत आपल्या फौजफाट्यासह पुण्यात येऊन दाखल झाले होते. शिंद्यांचा मुक्काम पुण्यालाच होता. तुकोजी होळकर, रघुजी भोसले, गोविंदराव गायकवाड हे प्रथम श्रेणीचे सरदार नंतर आले. शिंद्यांचे हिंदुस्थानातील सरदार परभारेच मोगलाईत उतरणार होते. पेशवेआणि नाना या दोघांनी प्रत्येक सरदाराचं पुणे शहराच्या सीमेवर जाऊन औपचारिकपणे स्वागत केलं. सतत पंधरा-वीस दिवसांपर्यंत पेशवे आणि त्यांचे दिवाण या दोघांना सरदारांचं स्वागत करण्यापलीकडे अन्य उद्योग नव्हता. मोठ्या सरदारांच्या मागोमाग लहान सरदार येऊ लागले. विंचूरकर, पटवर्धन, रास्ते, राजेबहाद्दर, बहिरो अनंत, रंगराव ओढेकर, मालोजीराव घोरपडे, निंबाळकर, जाधव, वाघोलीकर, भुइंजकर, गाडापूरकर, भोईटे, पाटणकर, शितोळे, आटोळे, ऐतोळे, धारकर, पवार, सुपेकर, मलठणकर, अमदाबादकर, नगरदेवळेकर, सोमवंशी, पवार, थोरात, मोहिते, शिर्के, पुरंदरे, पानशे, कुरुंदवाडकर पटवर्धन, मिरजकर पटवर्धन, कित्तुरकर देसाई, सुरापूरकर बेरड, सिंदखेडकर जाधव असे लहान-मोठे सरदार अपापली निशाणं फडकावीत अगणित युद्धसाहित्यासह पुण्यात येऊन दाखल झाले. प्रस्तुत सरदारांखेरीज हुजुरातीच्या सैन्याच्या बावन्न पागा होत्या. नीळकंठराव रामचंद्र पागे, बळवंतराव थोरात, भास्कर जगताप, बाबूराव अनंत, निकम, धायबर, भोईटे, अमृतराव यशवंतराव वगैरेंच्या बावन्न पागा; शिवाय यशवंतराव तापकीर, रणनवरे इत्यादिकांची पथकंही जमा झाली.

हुजुरातीचे पंचवीस हजार गारदी होते. हुजुरातीच्या तोफखान्यांचे सरदार पानशे यांनी दोनशे तोफा गाड्यावर चढवून सज्ज केल्या; त्याबरोबरच दारूगोळ्याने भरलेले छकडेही जय्यत तयार होते. शिवाय कामाठी, बेलदार, खलाशी, गोलंदाज, तबेलदार असा मोठा सरंजाम आणि फौजेचं इतर सामान वाहून नेण्यासाठी पन्नास हजार बैल जमविण्यात आले.

मार्गशीर्ष महिन्याच्या कृष्ण पक्षातील ते पुण्यातील दृश्य अत्यंत विलोभनीय, अंगात वीरश्री संचार करणारं आणि बाहू स्फुरण पावणारं होतं. सूर्यास्त होऊन अंधार पडला की, पुण्याच्या दहा-वीस मैलांच्या टापूत अंधाऱ्या रात्रीच्या कोंदणात दीपज्योतींचे असंख्य पुंजके दृश्यमान होत. सरदारांच्या छावण्यांतून मशालींच्या आणि चिरागदानांच्या लालसर प्रकाशात सैनिकांच्या घोळक्यांतून शाहिरांच्या आणि गोंधळ्यांच्या डफ-तुणतुण्यांचे आवाज निघत. रात्रीची निरवता आणि कडाक्याची थंडी पोवाड्यांना आणि अंबाबाईच्या उदेकारांना घनगंभीरता आणीत होती. केवळ लढाईवर जाण्यास सज्ज झालेले शिपाईच नव्हे, तर पुण्याचे नागरिकदेखील शाहिरांच्या आणि गोंधळ्यांच्या आवेशयुक्त रणचेतावणीच्या कवनांनी बेहोश होऊन गेले होते. सगळ्यांच्या तोंडातून एकच उद्घोष निघत होता. पुणे दरबाराच्या अपमानाचा बदला घेतला पाहिजे. नबाब निजामअली आणि त्याचा उन्मत्त दिवाण मुशीर या दोघांना शासन केले पाहिजे.

पुण्यात मराठी दौलतीच्या सरदारांच्या सैन्याचा पूर लोटला होता. त्यांची दखल निजामांचे पुण्यात वावरणारे गुप्तहेर आणि संगमावरील ब्रिटिश रेसिडेन्सीतील अधिकारी मोठ्या उत्कंठेनं घेत होते. मराठे आणि निजाम हे इंग्रजांचे दोस्त; दोघांचं भांडण जुंपून ते दुबळे व्हावेत हे जरी इंग्रजांचं अंतःस्थ धोरण असलं, तरी वरकरणी दोघांचा समझोता व्हावा, अशी भूमिका त्यांनी घेतली. त्या दिशेने त्यांनी आपद्धर्म म्हणून मध्यस्थी करण्याचा प्रयत्नही केला होता; परंतु लढाई टळत नाही, हे जेव्हा त्यांनी ताडलं, तेव्हा त्यांनी मध्यस्थीचा प्रयत्न सोडून दिला होता; पण आता जेव्हा मराठा सरदारांचा अफाट सेनासागर पुण्यात पसरला, तेव्हा पुण्याचा ब्रिटिश वकील मिस्टर मॅलेट बेचैन झाला. मराठ्यांच्या सामर्थ्याचं हे विराटदर्शन त्याला तत्पूर्वी कधी झालं नव्हतं. मराठ्यांकडून निजाम धुळीस मिळाला, तर मराठे इंग्रजांना जुमानणार नाहीत, असा विचार त्याच्या मनात आला आणि त्या अस्वस्थ मनःस्थितीतच त्याने पेशवे आणि नाना यांची मुलाखत मागितली. नेहमीच्या प्रथेप्रमाणे पेशव्यांनी मॅलेटला गणेश महालात भेटीस बोलावलं. गणेश महालात मॅलेटचं आगमन झालं, तेव्हा त्याची चर्या चिंतातुर दिसत होती. नेहमीप्रमाणे त्यानं डोक्याची टोपी काढून पेशव्यांस लवून अभिवादन केल्यावर पेशव्यांनी त्याला आपल्या शेजारी बसण्याची खूण केली. नाना पेशव्यांच्या उजव्या बाजूस बसले होते.

"तुमचे सरदार येऊन दाखल झाले आहेत, तेव्हा आता लढाई टळत नाही, असं आम्हाला वाटू लागलं आहे." मॅलेटने संभाषणाची प्रस्तावना केली.

"हो, आता पाऊल मागे नाही. नबाबाचं सैन्य आमच्या हद्दीत पुढं सरकत असल्याच्या बातम्या येत आहेत. अशा परिस्थितीत आम्हाला स्वस्थ बसून कसं चालेल?" पेशव्यांनी प्रत्युत्तर केलं.

"तरीसुद्धा, आपण शेवटपर्यंत युद्ध टाळावं, अशी विनंती करण्यासाठी मी

आलो आहे.'' मॅलेट म्हणाला.

''लढाई कशी टाळता येईल ते तुम्हीच सांगा!'' नानांनी संभाषणात तोंड घातलं. ''आम्ही जे काय करतो, त्याची खबर तुम्हाला देऊनच करतो, होय ना मिस्टर मॅलेट?'' नानांनी गंभीर होऊन मॅलेटला प्रश्न केला. या गोऱ्या साहेबाचा आगंतुकपणा त्यांना आवडला नसल्याचं त्यांच्या आवाजावरून दिसून लक्षात होतं. नानांच्या आवाजातील फरक मॅलेटला जाणवला आणि तो थोड्याशा दिलगिरीच्या स्वरात म्हणाला,

''माझा हा आगंतुकपणा तुम्हाला आवडलेला नाही हे मी जाणतो; परंतु मित्रकर्तव्य म्हणून तुमच्या इच्छेविरुद्ध आम्हाला असं वागावं लागतं.''

''मिस्टर मॅलेट, आम्ही प्रत्येक वेळी तुमच्या सल्ल्याची कदर करीत आलो आहोत, हे तुम्हाला माहीत आहेच. या भांडणात दोष कुणाचा आहे, तेही तुम्ही जाणता. असं असता, दर खेपेला तुम्ही मध्यस्थाची भूमिका घेऊन आमच्याकडेच का येता? ते आम्हाला समजत नाही.'' नाना गंभीर होत म्हणाले, ''तुमचे नबाबाकडील वकील मिस्टर करकपात्रिक यांचं नबाब ऐकतात की नाही, ते आम्हाला कळलेलं नाही.''

नानांचा हा रोखठोक सवाल ऐकून मॅलेट क्षणभर निरुत्तर झाला.

''नबाबानं जर मिस्टर करकपात्रिक यांच्या सल्ल्याची कदर केली असती, तर त्यानं आपलं सैन्य आमच्या हद्दीच्या रोखाने पाठविलं असतं, असं आम्हाला वाटत नाही. मिस्टर मॅलेट, खरं ना?'' मॅलेट गप्प बसलेला पाहून नानांनी पृच्छा केली. ''आम्हाला मुळीच युद्धाची खुमखुमी नाही. आम्ही युद्ध टाळण्याचा किती प्रयत्न केला, ते तुम्हाला माहीत आहेच. नबाबानं आणि त्याच्या उन्मत्त दिवाणानं भर दरबारात आमचा अपमान केला, तरी आम्ही संयम राखला. नबाबानं आणि त्याच्या दिवाणानं झाल्या प्रकाराबद्दल दिलगिरी प्रदर्शित करावी, अशी आमची मागणी होती; पण नबाब दिलगिरी प्रदर्शित करण्यास तयार नाही. त्याने तीन शिष्टाया इकडे पाठविल्या; पण एकाही पुढाऱ्याला आमच्याशी तह करण्याचा अधिकार दिला नाही. त्यावरून आम्ही काय समजायचं ते समजलो. जगाच्या डोळ्यांत बेमालूम धूळफेक करण्याचा हा धूर्त डाव होता. आमच्या शेजाऱ्यांना वाटलं असेल की, नबाब आमचा अनुनय करण्याचा सारखा प्रयत्न करतो आहे; परंतु आम्ही त्याला दाद देत नाही. असंच ना मिस्टर मॅलेट?'

तरीही मॅलेटनं प्रत्युत्तर केलं नाही.

''चोराच्या उलट्या बोंबा म्हणतात तसा प्रकार आहे हा मिस्टर मॅलेट! आमच्या खोड्या काढायच्या आणि आम्हालाच उलट आरोपी ठरवायचं, असा हा धूर्त डाव आहे. तरीही आम्ही गप्प बसलो असतो; परंतु आमचे सरदार आणि आमची जनता

गप्प बसावयास तयार नाही. नबाबानं भर दरबारात आमचा अपमान केल्याची बातमी पुण्यास आली, तेव्हापासून लोक आम्हाला या अपमानाचा सूड घेण्यास सांगत आहेत. शहरातील वातावरण किती तापलेलं आहे हे तुम्ही पाहिलंच आहे.'' नाना म्हणाले.

''हो, ते आम्ही पाहिलं आहे; परंतु तुम्ही सहजासहजी भडकून जात नाही, हेही आम्ही जाणून आहोत. तुमच्या अंगी असणारी ही संयमी वृत्ती विरळा. म्हणून आम्ही म्हणतो की, आपण आणखी थोडं सबुरीनं घ्यावं.'' मॅलेट आर्जवी स्वरात म्हणाला.

''आता संयम बाळगणं आमच्या हाती नाही मिस्टर मॅलेट. नबाबाचं काय करावं ते यापुढे आमच्या सरदारांनी ठरवायचं आहे. तरीही... आम्ही प्रथम लढाईस तोंड फोडणार नाही. नबाबाविषयी आमच्या मनात अद्याप ओलावा आहे. त्यानं शहाणपणा दाखविला तर, कदाचित लढाई होणारही नाही. लढाई होणं न होणं हे त्यांच्या हातात आहे.'' नाना विचार करीत म्हणाले.

''मिस्टर कर्कपॅट्रिक हे निजामअली यांच्याबरोबर आहेत, हे तुम्हाला माहीत आहेच, बाळाजीपंत.'' मॅलेट नानांना उद्देशून म्हणाला.

''हो ते आम्हाला माहीत आहे.'' नानांनी प्रत्युत्तर केलं.

''मला असं वाटतं की, पंतप्रधान जर मोहिमेवर गेले, तर त्यांच्याबरोबर मीही असलेलं बरं. तुमची काही हरकत आहे का बाळाजीपंत?'' मॅलेटनं नानांकडे पाहत म्हटलं.

मॅलेटचा प्रश्न ऐकून नाना क्षणभर गोंधळले. नबाबाबरोबर त्याच्याकडील इंग्रज वकील कर्कपॅट्रिक हा असल्याचं त्यांना माहीत होतं. नबाबाचा सर्व दरबार त्याच्याबरोबर बेदरला आला असल्याने कर्कपॅट्रिकही त्यांच्याबरोबर असणं स्वाभाविक होतं; परंतु इकडची गोष्ट वेगळी होती. पेशवे निजामाच्या मोहिमेवर जाणार होते ते त्यांच्या फौजांचे सरसेनापती म्हणून. अशा परिस्थितीत त्यांच्याबरोबर परकी वकिलांनी जाणं कितपत सयुक्तिक होतं? तरीही नानांनी विचार केला की, मॅलेटला बरोबर घ्यावं. ते मॅलेटला म्हणाले.

''तुमच्या मनात पंतप्रधानांबरोबर जायचं असल्यास आमची आडकाठी नाही; परंतु तुम्ही तिकडे कुणाच्या गाठीभेटी घेता कामा नये. आम्ही तुम्हाला असं करू देणार नाही.'' नाना थोड्याशा कडक स्वरात म्हणाले.

''नाही. आम्ही कुणाच्या गाठीभेटी घेण्याच्या फंदात पडणार नाही. तुमच्या सूचनांनुसार आम्ही वागू. तुम्हा दोघांचा एक मित्र आणि निरीक्षक या नात्याने आम्ही वागू.'' मॅलेट नानांना आश्वासन देत म्हणाला.

तेवढ्यावर मुलाखत संपली. पेशव्यांनी मॅलेटला विडे दिले आणि त्यानं पेशव्यांचा आणि नानांना निरोप घेतला.

पेशव्यांनी शुभ मुहूर्तावर प्रस्थान काढलं. प्रातःकाळी बारा घटका दिवसा ते

शनिवारवाड्यापासून देवास नमस्कार करून व ब्राह्मणांस दक्षिणा वाटून निघाले. त्यांना गारपिरावर नेण्याकरता शहरात दहा-पंधरा हजार फौज आली होती.

शनिवारवाड्याच्या दिल्ली दरवाजासमोर रुप्याच्या अंबारीचा हत्ती सज्ज होता. त्याच्या गळ्यात रुप्याच्या घंटा आणि सोन्याच्या घुंगुरमाळा, डोक्यावर सोन्याची पिंपळपानं आणि पायांत तोडे असा त्याचा साजशृंगार होता. खवाशीत पाठीमागे अप्पा बळवंत आणि अमृतराव पेठे बसले होते. त्यांच्या हातात चवऱ्या आणि मोरचेले होते. पेशवे अंबारीत येऊन बसल्यावर त्या दोघांनी त्यांच्यावर चवऱ्या आणि मोरचेले ढाळण्यास प्रारंभ केला. पेशव्यांच्या अंबारीसमोर जरिपटक्याचे हत्ती, शे-पन्नास जिलिबीचे हत्ती चौघड्यासह चालू लागले. पायदळाचे रिसालदार व जमादार आपापल्या निशाणांचे फरारे वाऱ्यावर सोडून ताशे आणि मर्फे वाजवीत जिलिबेस चालले. हत्तीवर नौबती वाजू लागल्या.

पेशवे गारपिरावर जाण्यासाठी शनिवारवाड्यातून बाहेर पडले, तेव्हा त्यांच्या दर्शनार्थ रस्त्याच्या दुतर्फा पुण्याच्या नागरिकांची झुंबड उडाली. स्त्रिया घरांच्या गवाक्षात तिष्ठत उभ्या होत्या. वीस-एकवीस वर्षांचे तरुण पेशवे तसे काही देखणे नव्हते; परंतु आई-बापाविना पोरके आणि नानांच्या कठोर पालकत्वाखाली आयुष्य घालवीत असलेले, म्हणून त्यांच्याविषयी पुण्याच्या नागरिकांना सहानुभूती आणि अनुकंपा वाटत होती. त्यांचं शनिवारवाड्याहून गारपिरावर आगमन होईस्तोवर अख्खं पुणं त्यांना निरोप देण्यासाठी रस्त्यावर आलं होतं. कुणी म्हणून घरात राहिलं नव्हतं. अशा रीतीने पेशव्यांची स्वारी दुपारी दोन प्रहरी गारपिरावरील आपल्या डेऱ्यात येऊन दाखल झाली. पेशव्यांच्या लागोपाठ नानाही गारपिरावर जाऊन दाखल झाले. डेऱ्यांच्या रक्षणाची जबाबदारी रंगरावराजे बहाद्दर आणि राघोपंत गोडबोले यांच्याकडे सोपविण्यात आली होती. त्यांचे घोडदळ आणि गारदी डेऱ्याभोवती अहोरात्र पहारा करीत होते.

पेशवे निजामाच्या मोहिमेवर निघाले, तेव्हा पेशव्यांच्या कुटुंबातील बायका-मुलं, जडजवाहीर आणि खजिना सिंहगडावर नेऊन कडक बंदोबस्तात ठेवण्यात आला. खुद्द पुण्याच्या बंदोबस्तासाठी माधव रामचंद्र कानडे यांना सात-आठ हजार स्वार आणि पाच-सात हजार हशम देण्यात आले.

पेशव्यांचा गारपिरावर दहा दिवस मुक्काम झाला. सर्व सैन्याची सुसूत्रता राखण्यासाठी एका वरिष्ठ सरदाराची नेमणूक गारपिरावरील मुक्कामी करण्यात आली. वास्तविक हा मान एखाद्या अनुभवी आणि ज्येष्ठ सरदाराला प्राप्त होणं अगत्याचं होतं; परंतु नाना फडणीस हे पेशवाईत सर्वाधिकारी असल्याने महत्त्वाचे निर्णय ते कुणाचा सल्ला न घेता स्वतःच घेत असत; त्यामुळे हुजुरातीच्या सैन्याचे बिनीवाले म्हणून त्यांनी आपले जिवाभावाचे मित्र आणि सहकारी कै. हरिपंत तात्या

यांचे चिरंजीव बाबाराव फडके यांची नेमणूक केली. बाबाराव फडके यांची त्यांच्या वडिलांच्या जागी नेमणूक होऊन फार दिवस झाले नव्हते. त्यात पुन्हा त्यांना लढाईचा बिलकूल अनुभव नव्हता. ते तलवारीच्या, भाल्याच्या अथवा बंदुकीच्या जखमेचं एकही लेणं अंगावर मिरवीत नव्हते की, त्यामुळे त्यांना लढाईच्या धुमश्चक्रीत जखमी झालेल्या मराठा वीरांमध्ये स्थान प्राप्त व्हावं. हा मान मिळविण्याचा त्यांचा एकच अधिकार होता आणि तो म्हणजे एका ज्येष्ठ सरदाराचा पुत्र होण्याचा. नानांनी त्यांची महत्त्वाच्या जागेवर नेमणूक केली ती ते आपल्या मित्राचे पुत्र म्हणून हे तर खरंच; शिवाय तो मान मिळाल्यानं कृतज्ञता बुद्धीनं ते आपल्या आज्ञेत राहावेत म्हणून! नानांनी या स्वार्थी हेतुनुसार आपल्या अखत्यारीत ज्या अनेक नेमणुका केल्या, त्यामुळे राज्यकारभारात आणि सैन्यात शिथिलता निर्माण झाली होती. बाबाराव फडक्यांच्या नेमणुकीचे अनिष्ट परिणाम पुढे मराठ्यांना भोगावे लागणार होते. मराठी दौलतीच्या इतिहासातील शेवटची मोठी लढाई हरण्याची नामुष्की मराठ्यांच्या कपाळी येणार होती; केवळ दैवी कृपेमुळे ते संकट टळलं. ती शेवटची मोठी लढाई मराठ्यांनी जिंकावी, असा कदाचित दैवी संकेत असावा.

हुजुरातीच्या सैन्याचे बिनीवाले म्हणून बाबाराव फडक्यांची नेमणूक झाली, तेव्हा बहुतेक सर्व ज्येष्ठ मराठा सरदारांनी कपाळावर हात मारून घेतला. बाबारावांच्या जागी जर परशुरामभाऊंची नेमणूक झाली असती तर त्यांना ती पसंत पडली असती; परंतु त्यांच्यासाठी नानांनी बिनीवाल्यांहून मोठी जागा राखून ठेवली आहे, हे हुजुरातीच्या आणि इतर मराठा सरदारांना माहीत नव्हतं, तरीही त्यांनी निषेधाचा चकार शब्द काढला नाही. आपला अपमान आणि उपेक्षा त्यांनी निमूटपणे सहन केली. मात्र, धुसफूस चालूच राहिली. अखेर गारपिरावरून पेशवे आणि नाना यांचा मुक्काम हलला. त्याच दिवशी पुणे दरबारातील निजामाच्या वकिलानं पत्रं डाकेत रवाना करून निजामाला कळविलं की, पेशव्यांची स्वारी मोहिमेवर निघाली आहे, तरी सावधान!

पेशवे प्रथम खडकीवर गेले. तेथून येरवड्यास आणि मग गणपतीच्या दर्शनासाठी थेऊरास गेले. पेशव्यांबरोबर मराठी सेना मुळेच्या दक्षिणोत्तर बाजूनं पुढे सरकू लागली. पेशव्यांनी थेऊरात मकर संक्रांत साजरी केली. दरबार भरवून सरदारांना तीळशर्करा वाटली. सगळ्यांची तोंडं गोड झाली. शत्रूभाव नाहीसा झाला. थेऊरास पेशव्यांनी सढळ हाताने ब्रह्मवृंदास दानधर्म केला. ब्राह्मणांनी संतुष्ट होऊन पेशव्यांना शुभाशीर्वाद दिला व त्यांची मोहीम यशस्वी व्हावी म्हणून विघ्नहर्त्या गणरायास प्रार्थना केली. पेशवे आणि नाना खूश झाले. त्यांनी थेऊराहून मुक्काम हलविला.

मराठी सेना नांदेड, साळू-माळू, पारगाव, वाळकी रोखाने पूर्वेकडे पुढे सरकू लागली. पेशवे, शिंदे आणि होळकर समांतर रेषेत मार्ग आक्रमित होते. सैन्याचा

तळ तीन कोसांच्या क्षेत्रात पडे. नंतरचे मुक्काम आळगाव, मिरजगाव, नागलवाडी आणि सिंगवी येथे झाले. सिंगवी हे गाव सीना नदीवर असून तेथे पाणी मुबलक होते, म्हणून सरदारांनी तेथे तळ ठोकण्याचा बेत केला. होळकरांच्या फौजा मिरजगावात राहिल्या, तर शिंदे खांडवी कोळंबीवर राहिले. या सर्व सेना चार कोसांच्या टापूत पसरलेल्या होत्या.

पेशवे, शिंदे आणि होळकर पूर्वेच्या रोखाने निजामाच्या तळासाठी मार्ग आक्रमित होते, तेव्हा नागपूरकर भोसले वाशिममार्गे पुढे सरकत होते. बाणाच्या युद्धात निष्णात असलेल्या नागपूरकर भोसल्यांच्या फौजा सबंध हिंदुस्थानात ख्यातनाम होत्या. भोसले पेशव्यांना मिळू नयेत म्हणून निजामाची खटपट चालू होती. तरीही ते पेशव्यांना जाऊन मिळण्यासाठी येत असल्याची वार्ता निजामअली आणि मुशीरुद्दौला या दोघांना कळली, तेव्हा त्यांनी भोसल्यांना रोखण्यासाठी आपला एक अव्वल दर्जाचा सरदार आसदअलीखान याला त्यांच्या रोखाने रवाना केलं.

पेशव्यांचं हुजुरातीचं सैन्य आणि त्यांच्या सरदारांचं सैन्य यांची गोळाबेरीज केली, तर हे सर्व सैन्य आपणाला भारी होईल, याची जाणीव निजाम आणि त्याचा दिवाण मुशीरुद्दौला या दोघांना नव्हती असं नाही; परंतु मराठ्यांचं सर्व सैन्य एकत्र येण्यापूर्वी एकेका सरदाराला गाठून त्याचा पराभव करण्याचा व्यूह निजामअली आणि त्यांचे सरदार यांनी रचला होता. तदनुसार आसदखानाचा सामना भोसल्यांच्या फौजांशी व्हायचा होता; परंतु तो धूर्त डाव रघुजी भोसले यांना आकलन झाल्याने त्यांनी आसदअलीखानास हुलकावण्या देत पेनगंगा नदीवरील येवती-भागवती हे ठिकाण गाठले. आता त्यांना आसदअलीखानाच्या हल्ल्याचा धोका नव्हता. तरीही रघुजी भोसले यांनी आपले वऱ्हाडातील एक सुभेदार विठ्ठल बल्लाळ परांजपे यांना त्यांच्या सैन्यासह आपणास येऊन मिळण्याचा निरोप आपले कारभारी बाबूराव वैद्य यांच्यामार्फत धाडला. विठ्ठल बल्लाळ परांजपे हे भोसल्यांचे पराक्रमी सरदार असून त्यांच्या हाताखालील रोहिल्यांचं कडवं सैन्य आणि घोडदळही उत्कृष्ट होतं. भोसल्यांनी येवती-भागवती येथील आपला तळ उठवून ते आलेगाव नराडी येथे येऊन दाखल झाले. हा मुलूख मोगलाई असल्याने भोसल्यांनी त्याची पुरती राखरांगोळी करून टाकली. गावंच्या गावं बेचिराख झाली. भोसल्यांच्या घोड्यांनी आणि भारवाहू जनावरांनी उभी शेतं हा हा म्हणता खाऊन टाकली. सहस्त्रावधी लोक जिवाच्या भयानं सुरक्षित ठिकाणी आश्रयासाठी पळत सुटले.

मागे आलंच आहे की, पेशव्यांचे प्रथम श्रेणीचे सरदार शिंदे यांचं काही सैन्य पुण्यास, तर काही हिंदुस्थानात होतं. हिंदुस्थानातील सैन्य मोठं होतं आणि ते जिवबादादा बक्षी, देवजी गवळी आदी सरदारांच्या आधिपत्याखाली होतं. पेशव्यांनी निजामावरील मोहीम काढण्याचा निर्णय घेतला, तेव्हा दौलतराव शिंदे यांनी

वानवडी येथून आपल्या उत्तरेतील सरदारांना पत्रं धाडून त्यांना दक्षिणेत पाचारण केलं होतं. या सर्व सरदारांमध्ये जिवबादादा जसे मातब्बर होते, तसेच वयोवृद्ध आणि अनुभवी होते. त्यांचा कल शिंद्यांच्या बायांकडे असल्याने ते दौलतरावांच्या आज्ञेनुसार दक्षिणेत येतात की काय याबद्दल नाना साशंक होते. म्हणून त्यांनी जिवबादादांकडे आपला राजाराम नावाचा खास दूत धाडून त्यांना दक्षिणेत येण्याची विनंती केली होती. नाना जिवबादादांना लिहीत होते.

'...नबाब निजामउल्मुल्क याजकडे खंडणीबाबत तीन कोट रुपये बाकी निघत आहे. ती मागावयास पाठविली असता नबाबाचा उन्मत्त दिवाण भर दरबारात निर्भर्त्सनापूर्वक बोलला आणि दंडात सामर्थ्य असल्यास खंडणीचा ऐवज लढून घ्यावा एरवी एक छदामही मिळत नाही, असा त्यानं बेपर्वाईनं जबाबसवाल केला. यासाठी त्यास मराठ्यांचं सामर्थ्य दाखविणं जरुरीचं झालं आहे; पण ही गोष्ट सरकारच्या गादीचा अभिमान वाहणाऱ्या तुम्हा सरदारांवाचून कशी शेवटास जावी? तुमचं सामर्थ्य मोठं आणि तुमची विजयी फौज शत्रूचा धुडगूस उडवून देण्यास शक्तिमान आहे. यासाठी तिकडे कितीही कामं असली तरी, सर्व फौजेसहित मजल दरमजल कूच येऊन लढाई फत्ते करावी आणि श्रीमंतांचा लौकिक वाढवून शत्रूस पक्की दहशत बसवावी. विलंब लावू नये, वाट पाहत आहे.'

नाना फडणीसांप्रमाणेच दौलतराव शिंदे यांनीही जिवबादादांना पत्र धाडून तातडीने दक्षिणेत बोलाविलं होतं. 'तुम्ही आल्याखेरीज लढाईस आरंभ होणे नाही, याकरिता तेथे जेवत असाल, तर पाणी पिण्यास इकडे यावे.' दौलतराव लिहीत होते.

नाना फडणीस आणि दौलतराव शिंदे या दोघांची पत्रं मिळताच जिवबादादा बक्षी चाळीस हजार सैन्य, कवायती कंपू, तोफखाना व बुनगे यांच्यासह निजामाच्या मोहिमेत भाग घेण्यासाठी दक्षिणेत रवाना झाले. त्यांच्याबरोबर बाळोबातात्या, बाळाभाऊ बक्षी, धोंडोबा पागनीस वगैरे सरदार होते.

जिवबादादा बक्षी यांच्याप्रमाणेच देवजी गवळी हेही शिंद्यांचे एक हुकमी सरदार होते. त्यांच्यापाशी पंधरा हजारांचं घोडदळ आणि दहा हजार पेंढार होतं. दौलतराव शिंदे यांचं पत्र मिळताच देवजी गवळी तत्काळ दक्षिणेस निघाले. त्यांनी बेधडक मोगलाईत प्रवेश करून बीड परगण्यात भयंकर नासधूस केली. त्यांच्या पेंढारानं निजामाच्या सैन्यावर छापे घालून त्यांची कत्ती मारण्याचा सपाटा सुरू केला. तुफान लांडग्याप्रमाणे त्यांनी निजामाच्या सैन्याची कुतरओढ करून त्याला सळो की पळो करून सोडलं. पेशवे आणि त्यांचे सरदार मोगलाईच्या रोखाने निघाले, तेव्हा निजामाचा मुक्काम कमठाणे येथे होता. तेथून त्याने आपल्या बिनीच्या फौजांच्या काही तुकड्या लुटालूट करण्यासाठी मराठी मुलखात

घुसविल्या आणि नंतर कमठाण्याहून आपला मुक्काम हलवून सरहद्दीच्या दिशेनं कूच केलं. त्यानं सिकंदरपुरा येथे पहिला मुक्काम केला व मग मुजरा नदीच्या किनारी बोलीगाव येथे येऊन राहिला. हे ठाणे बेदरपासून सहासष्ट मैलांवर होतं.

निजामाचं सैन्य लाख-सव्वालाखाचं होतं. त्याच्या प्रथम श्रेणीच्या सरदारांत रावरंभा निंबाळकर, कल्याणराव व भवानराव निंबाळकर, तेजसिंग, जोधसिंग द्वारकोजी पाटणकर, साबाजी घाटगे, चरणकर शिंदे, भारमल माने, मानसिंगराव हाके, विठ्ठल सुंदरचा नातू चिमणाराजे, राजे रायराया, त्रिमलराव, नारायणराव वैशंपायन,शिवबाळा हजारी नागपूरकर या हिंदू सरदारांचा समावेश होता. त्याच्या शंभर-सव्वाशे लहान-मोठ्या सरदारांपैकी पन्नासहून अधिक सरदार हिंदू होते.

आपल्या मुसलमान सरदारांपैकी आसदअलीखान, सुभानखान, अलफखान, अमीखान या चौघांना निजामाने पौष महिनाअखेर नळदुर्गकडे रवाना केलं होतं. त्यांनी बार्शी-परंड्यापर्यंतच्या प्रदेशात धुमाकूळ घालण्यास प्रारंभ केला होता. या सरदारांना तिकडे पाठविण्याच्या मागे निजामाचा एक डाव होता. आपला रोख कुठल्या बाजूस आहे ते मराठ्यांना कळू नये आणि त्यामुळे त्यांची दिशाभूल व्हावी. त्याचा डाव काही फलद्रूप झाल्यावाचून राहिला नाही, कारण त्याचं बरंच मोठं सैन्य बार्शी-परंडा भागात संचार करीत असल्याची बातमी मराठ्यांना कळताच त्या सैन्याच्या समाचारासाठी त्यांना आपलं काही सैन्य तिकडे धाडावं लागलं.

नबाब निजामअली व त्यांचा कावेबाज दिवाण मुशीरुद्दौला या दोघांची पावलं आरंभापासूनच अत्यंत सावधगिरीनं आणि योजनापूर्वक पडत होती. मराठ्यांना एक जबरदस्त तडाखा लगावून वठणीवर आणणं हीच त्यांची अंतिम योजना होती. त्या तडाख्यामुळे ते सरळ येतील आणि आपणाशी तहाच्या वाटाघाटी करतील, असे मांडे ते मनातल्या मनात खात होते; परंतु मराठ्यांच्या फौजा एखाद्या पुराच्या अजस्त्र लोंढ्याप्रमाणे आपल्या दिशेने सरकत असल्याची बातमी गुप्तहेरांनी आणली, तेव्हा निजामअलीच्या पोटात भीतीचा गोळाच आला. त्याच्या हातापायांना भीतीनं कापरं भरलं. आता कसं होणार म्हणून तो विचार करून लागला. खाणं-पिणं रुचेना की जनानखान्यातही त्याचं मन रमेना. तसे दरबार भरत होते, लखनवी कंचन्यांचा नाच, गाणं-बजावणं आणि मेजवान्याही झडत; परंतु त्यात जीव नव्हता. मराठ्यांकडून आपला पराभव झाला तर कसं होणार ही घोर चिंता निजामाचं मन पोखरीत होती.

निजामाची अशी अवस्था होण्याचं कारण हे की, तो योद्धा नव्हता. आयुष्यात एकदाही तलवार हातात धरण्याचा योग त्याच्या जीवनात आला नव्हता. लढाईत एखाद्या छोट्या लष्करी तुकडीचं नेतृत्व करण्याचंदेखील भाग्य त्याच्या वाट्याला

आलं नव्हतं. केवळ दैव अनुकूल झाल्यामुळे निजामाच्या गादीवर बसण्याचं भाग्य त्याला लाभलं होतं. मनमुराद सुखोपभोग घेण्यापलीकडे त्यानं आयुष्यात अन्य काही केलं नव्हतं. सुदैवानं मुशीरुद्दौलासारखा महत्त्वाकांक्षी, कर्तबगार आणि कावेबाज दिवाण राज्य कारभाराच्या चौकटीवर घट्ट ठाण मांडून राहिला असल्यानं त्याच्या प्रतिस्पर्ध्यांचा आणि विरोधकांचा काटा परस्पर निघाला होता.

जसजशा मराठ्यांच्या फौजा जवळ येत असल्याच्या बातम्या येऊ लागल्या, तसतसा निजामाचा धीर अधिकाधिक सुटत चालला. मुशीरुद्दौला आणि सरदार त्याला धीर देत होते. आपण मराठ्यांचा पराभव करू म्हणून छातीठोकपणे सांगत होते; परंतु बेगमांचा उत्साह मावळला होता. त्या रडकुंडीस येऊन आपल्या नवऱ्याची मनधरणी करीत होत्या की, लढाईचं काम मुशीरुद्दौला आणि सरदार यांच्यावर सोपवून आपण हैदराबादला परतू या; परंतु मुशीरुद्दौला त्या गोष्टीस अनुकूल नव्हता. त्याचं म्हणणं असं होतं की, धन्यानं जर लढाईची जबाबदारी सरदारांवर सोपवून रणांगणातून पळ काढला, तर सैन्याचं नैतिक धैर्य खचलं जाईल. दौलाचा हा युक्तिवाद निजामअलींना पटत होता व म्हणून त्यांचे पाय त्यांच्या छावणीबाहेर पडत नव्हते. तरीही त्यांच्या मनाचा निर्धार कायम होत नव्हता. मन चलबिचल होत होतं. म्हणून अंतिम निर्णय घेण्यापूर्वी त्यांनी आपले स्नेही गोविंदराव काळे यांना भेटीस बोलाविलं. नबाबाच्या पाचारणानुसार गोविंदराव काळे त्यांच्या भेटीस गेले. त्या वेळी नबाबापाशी त्यांचे सल्लागार किंवा मुशीरुद्दौला यांच्यापैकी कुणी नव्हतं. सुरुवातीला नमस्कार-चमत्कार होऊन आरोग्याच्या आणि हवामानाच्या गोष्टी झाल्यावर निजामअली मुद्द्यावर आले. ते गोविंदराव काळ्यांना म्हणाले,

"आता लढाई अटळ दिसते, गोविंदराव. शिंद्यांच्या फौजा बहुसंख्येने हिंदुस्थानांतून इकडे येत असल्याच्या बातम्या आहेत."

"ते खरं आहे. शिंद्यांची चाळीस हजार फौज लढाईत भाग घेण्याच्या इराद्यानं येत आहे." गोविंदराव काळे यांनी निजामअलींच्या बातमीस दुजोरा दिला.

"शिंद्यांच्या बावीस कवायती पलटणी, शिवाय पेशव्यांच्या आणि इतर सरदारांच्या पलटणी मिळून आमच्या पलटणींहून हे कवायती सैन्य तिप्पट होईल! आणि शिंद्यांचं घोडदळही कजाख!" निजामअली काळजी व्यक्त करीत उद्गारले. "आता कसं होणार आमचं गोविंदराव?" निजामांनी काळजीच्या स्वरात गोविंदराव काळे यांना प्रश्न केला.

"खाविंदांनी आता लढाईची चिंता करू नये. जे काय व्हायचं ते होऊन जाईल," गोविंदराव काळे निजामअलींना धीर देत म्हणाले.

"तुम्ही म्हणता ते खरं आहे. काळजी करून आता काही फायदा नाही; परंतु

मन स्वस्थ बसत नाही. लढाई हा जुगार असतो. निव्वळ कुशल सैन्य आणि भारी रणसामग्री यांच्या बळावर लढाईत विजय मिळत नसतो. लढाईचं नेतृत्व करणारे सरदारही निष्णात युद्धपटू असावे लागतात.'' निजामअली उद्गारले.

''आपले सरदार निष्णात युद्धपटू नाहीत, असा आपणास संशय येतो का खाविंद?'' गोविंदरावांनी पृच्छा केली.

''छे! छे! तसं बिलकूल नाही.'' निजामअली लगबगीनं म्हणाले. ''आमचे सरदार निष्णात युद्धपटू आहेत, यांत शंका नाही; परंतु आमच्या थोरल्या साहेबजाद्यानं त्यामध्ये भेदनीतीचा अवलंब सुरू केला आहे म्हणून म्हणालो.'' निजामअली म्हणाले.

गोविंदरावांनी त्यावर काही प्रत्युत्तर केलं नाही. त्यांना माहीत होतं की, निजामाचा थोरला साहेबजादा अलीजादा याच्याविषयी काही सरदारांच्या मनात ओलावा असून ते मुशीरुद्दौलाचा द्वेष करतात.

''गोविंदराव, आमच्या मनात एक विचार घोळतो आहे.'' निजामअली म्हणाले.

''तो कोणता खाविंद?'' गोविंदराव काळे यांनी पृच्छा केली.

''तुमचे पंतप्रधान आणि त्यांचे दिवाण या दोघांची भेट घ्यावी. ही भेट झाली, तर लढाई टळू शकेल, असा आम्हाला भरवसा वाटतो.'' निजामअली म्हणाले.

''आपण आम्हाला एकदा ही कल्पना ऐकविली होती; परंतु बाळाजीपंतांना ती पसंत पडली नाही.'' गोविंदरावांनी प्रत्युत्तर केलं.

''ते आम्हाला माहीत आहे; परंतु आणखी एकदा प्रयत्न करावा असं आमचं म्हणणं आहे. सुदैवानं ते दोघं आता आमच्या जवळ आले आहेत, तेव्हा तुम्ही पुढाकार घेऊन ही भेट घडवून आणावी, असं तुम्हाला सांगण्याकरिता बोलावून घेतलं.'' निजामअली गोविंदरावांकडे पाहत म्हणाले.

''आपली आज्ञा आम्हाला प्रमाण आहे खाविंद, तरीसुद्धा आपण दरबाराच्या मागण्या मान्य केल्याखेरीज बाळाजीपंत आपली भेट घेण्यास तयार होतील, असं वाटत नाही.'' गोविंदरावांनी प्रत्युत्तर केलं.

त्यावर निजामअली काही बोलले नाहीत. बैठकीत क्षणभर स्तब्धता पसरली. निजामअलींनी आपल्या तंबूच्या कनातीच्या खिडकीतून बाहेर बघण्यास प्रारंभ केला. शिशिर ऋतूच्या आगमनानं झाडी निष्पर्ण झाली असल्याने मातकट आणि पिवळसर उन्हामुळे आसमंतात उदास वातावरण भरून राहिल्यासारखं वाटत होतं. निजामअलींची चर्या खिन्नतेनं अंधारून गेली होती. त्यांच्या डोळ्यांभोवती दृग्गोचर झालेली काळी वर्तुळं आणि गालावरील सुरकुत्या अधिक गडद वाटत होत्या. अलीकडे ते बरेच म्हातारे दिसू लागले होते.

''बाळाजीपंतांच्या मागण्या आम्ही मान्य करण्याचं ठरविलं आहे गोविंदराव.''

निजामअली काही वेळानं बैठकीतील स्तब्धतेचा भंग करीत म्हणाले. ते ऐकताच गोविंदराव स्तंभित झाले. निजामअलींच्या तोंडून निघालेली ती शरणागतीची भाषा ऐकून त्यांना आश्चर्य वाटणं स्वाभाविक होतं. गेल्या दीड-दोन वर्षांत त्यांनी सैन्य उभारण्यासाठी कोट्यवधी रुपये खर्च केले होते. कवायती सैन्य उभारलं होतं आणि पुण्याची राखरांगोळी करून पेशवे आणि नाना या दोघांना पंचे नेसवून व त्यांच्या हाती पळी-पंचपात्र देऊन त्यांना काशीस पाठवून देण्याच्या वल्गना केल्या होत्या; परंतु आता मराठे जवळ येताच त्यांच्या पोटात भीतीचा गोळा उठला होता. त्यांची झोप पार उडाली होती. आपल्या सैन्यावरील त्यांचा विश्वास डळमळीत झाल्याने ते पेशव्यांच्या सर्व अटी मान्य करण्यास तयार झाले होते.

"तेव्हा गोविंदराव, आमचा प्रस्ताव त्वरित बाळाजीपंतांना कळवा आणि त्यांना आमच्या वतीने सैन्याच्या हालचाली स्थगित करण्याची विनंती करा. ते भेटीसाठी जी जागा निवडतील तिथं आम्ही जाऊ." गोविंदराव काळे यांच्याकडे दृष्टिक्षेप करीत निजामअली म्हणाले.

गोविंदराव काळ्यांनी त्यावर लगेच प्रत्युत्तर केलं नाही; परंतु त्यांच्या मनात विचार आला की, नबाबांनी दोन महिन्यांपूर्वी जर हा विवेक केला असता, तर आज त्यांच्यावर तहासाठी आळवणी करण्याची नामुष्की आली नसती.

"आपली सूचना पंतांना कळवितो, खाविंद." गोविंदराव काळे निजामअलींना म्हणाले आणि त्यांनी त्यांचा निरोप घेतला.

।चौदा।

सीना नदीच्या तीरावर मिरजगाव येथील पेशव्यांच्या डेऱ्यात पेशवे, नाना आणि त्यांच्या खास विश्वासातील सल्लागार यांची बैठक झाली. नानांच्या विश्वासू सल्लागारांत परशुरामभाऊ पटवर्धन, बाबाराव फडके, आप्पा बळवंत मेहेंदळे, गोविंदराव पिंगळे, बाबूराव वैद्य, राघोपंत गोडबोले, आबा ठोसर आदि लोक बैठकीला नानांच्या निमंत्रणावरून उपस्थित होते.

नाना निजामाच्या मोहिमेवर निघाले, तेव्हा त्यांची अवस्था बळजबरीनं घोड्यावर बसविलेल्या रडत राऊतासारखीच होती. त्यांना युद्ध नको होतं. त्याचं कारण हे की, त्यांना निजामानं उभारलेल्या तेवीस कवायती पलटणींची तर भीती वाटत होतीच, शिवाय मराठे सरदार निष्ठेनं लढतील की नाही याविषयीही त्यांना शंका वाटत होती. पेशवाईचे सर्वाधिकारी झाल्यापासून त्यांच्या हातून ज्या काही गोष्टी घडल्या होत्या, त्यामुळे बरेच मराठे सरदार दुखावले गेले होते, याची जाणीव नानांना होती आणि म्हणून ऐनवेळी लढाईच्या मैदानावर बघ्याची भूमिका पत्करून ते आपणावर सूड उगवतील, अशी त्यांना भीती वाटत होती. ही लढाई आपण हरलो, तर आपल्या नशिबी तुरुंगवासाशिवाय आणखी काही नाही, याची त्यांना कल्पना होती; परंतु गोविंदराव काळ्यांकडून त्यांना जेव्हा चिठ्ठी आली की, निजामअली दरबाराच्या सर्व अटी मान्य करण्यास तयार आहेत, तेव्हा त्यांच्या जिवात जीव आला. नबाब आपणास घाबरला आहे, हे त्यांनी ताडलं आणि त्यांनी काळ्यांच्या प्रस्तावाबाबत विचार करण्यासाठी आपल्या खास सल्लागारांची एक बैठक बोलाविली.

बैठकीत पेशव्यांच्या मसनदीच्या उजव्या बाजूस नाना आणि डाव्या बाजूस परशुरामभाऊ हे दोघं आणि त्या दोघांना लागून इतर माणसं बसली होती. नानांची चर्या उत्साही वाटत होती.

ते माघ महिन्याचे दिवस होते. वसंताचं आगमन होण्यास अजून थोडा अवकाश असला, तरी प्रदेश पहाडी आणि उजाड असल्याने सूर्य वर येऊ लागला की, त्या प्रदेशाला अपरिचित असलेल्या माणसांना उन्हाची झळ जाणवत होती. म्हणून पेशव्यांच्या डेऱ्यासभोवती भिस्ती लोक पखालींनी पाणी घालून

आत गारवा निर्माण करण्याचा प्रयत्न करीत होते. खुद्द बैठकीत दोन हुजरे पेशव्यांवर मोर्चेले ढाळीत होते. इतर दोघेजण बैठकीतील लोकांवर वाळ्याच्या मोठ्या पंख्यांनी वारा घालीत होते. बैठकीसमोर गोविंदराव काळ्यांकडून नानांना आलेलं पत्र पडलं होतं. ते उघडून नाना बैठकीतील लोकांना उद्देशून म्हणाले,

"नबाब तहाला तयार आहे, असे गोविंदराव काळे लिहितात. तरी त्यांना काय प्रत्युत्तर धाडायचं याची श्रीमंतांनी आज्ञा करावी."

नानांकडून सवाई माधवराव पेशवे यांना कशी वागणूक मिळत होती ते सगळ्यांना ठाऊक होतं; परंतु यासारख्या बैठकीत आणि दरबारात ते पेशव्यांचा आब राखण्याची दक्षता घेत असत.

नानांनी संभाषणास प्रारंभ केला; परंतु पेशवे गंभीर चर्येनं मुकाट बसून होते. बैठकीला उपस्थित असलेली वयोवृद्ध मंडळी जो काय निर्णय घेतील, त्याला मान्यता देणं हेच त्यांचं काम होतं.

"नाक दाबलं की तोंड उघडतं." नाना आवेशानं म्हणाले. "मराठी दौलतीच्या सामर्थ्याच्या दर्शनानं नबाब घाबरून गेला आहे आणि म्हणून नाक मुठीत धरून तहाला तयार झाला आहे. इतके दिवस आम्ही त्याच्या कानीकपाळी ओरडलो की, बाकीचा फडशा कर; पण आपल्या उन्मत्त दिवाणाच्या नादी लागून त्यानं आमची मागणी झिडकारली. इतकेच नव्हे, तर भर दरबारातील तमाशात श्रीमंतांची सोंगं नाचवून मराठी दौलतीचा अपमान केला. त्या अपमानाचं उट्टं काढण्यासाठी मराठी दौलतीचे अभिमानी इकडे धावून आले आहेत. पाच-सहा कोसांच्या या परिसरात आमचा सेनासागर पसरलेला आहे. आम्हाला आमच्या सरदारांच्या एकीचा अभिमान वाटतो. श्रीमंतांचं पत्र मिळताच शिंद्यांचे सरदार हिंदुस्थानातून चाळीस हजार सेनेसह दौडगतीनं इकडे चालून येत आहेत. आपण दोन दिवसांत श्रीमंतांची भेट घेतो, असं जिवबा बक्षी यांचं पत्र आलं आहे. त्यांच्याबरोबर मागे कवायती कंपू आणि भारी तोफखाना आहे. शिंद्यांचे दुसरे एक सरदार देवजी गवळी हे बीड परगण्यात पंधरा हजार घोडदळासह धुमाकूळ घालीत आहेत. दौलतीचे दुसरे एक भागीदार रघुजीराजे भोसले हेही आमच्या जवळपास आले आहेत. लवकरच ते आमच्यात येऊन दाखल होतील. त्यांचं सैन्य बाणाचं युद्ध करण्यात तरबेज आहे, तेव्हा मराठी दौलतीचे हे समर्थ आणि पराक्रमी सरदार जे इकडे आहेत, त्यांच्या उत्साहावर पाणी पडल्यासारखं कृत्य आमच्या हातून घडू नये, असं आम्हाला वाटतं. यावर श्रीमंतांच्या दिलाला जे काय चाहेल, ते त्यांनी या बैठकीत स्पष्टपणे जाहीर करावं." नानांच्या भाषणानंतर परशुरामभाऊंनी भाषण केलं; ते म्हणाले,

"आमचं भांडण नबाबाशी नाही. तसा तो साधा-भोळा आहे; परंतु त्याचा कावेबाज आणि पाताळयंत्री दिवाण मुशीरुद्दौला यानं त्याला गुंडाळून ठेवलं आहे.

आज नबाबाची अशी स्थिती आहे की, तो मुशीरुद्दौलाच्या ओंजळीनं पाणी पितो आहे. फक्त पंधरा रुपये मिळविणारा समरकंदहून आलेला एक साधा शिपाई, एका मोठ्या दौलतीचा कारभारी होऊन बसला आहे. त्यानं नबाबाच्या कुटुंबात कलागत लावली. त्याच्या चिथावणीनं नबाबानं सलामत जंगाचा खून केला आणि नबाबाच्या थोरल्या मुलास देशोधडीस लावून नबाबाच्या गादीवर आपल्या नातजावयास आणण्याचे मनसुबे तो करतो आहे. त्याच्याच चेतावणीनं नबाबाला भर दरबारात तमाशामध्ये श्रीमंतांची सोंगं नाचवून दौलतीचा अपमान करण्याचं धाडस झालं, तेव्हा असा चढेल, उन्मत्त आणि कारस्थानी मनुष्य नबाबाच्या कारभारात असणं दौलतीला हितावह नाही म्हणून नबाबाला अट घातली पाहिजे की, मुशीरुद्दौलाला कारभारातून काढून टाकल्याखेरीज तह होणार नाही.''

मुशीरुद्दौलाला कारभारातून काढून टाकावे, ही जी मागणी परशुरामभाऊंनी केली ती मूळ नानांची होती. भाऊंनी त्यांची री ओढली एवढंच!

नाना आणि भाऊ यांचं मत बैठकीला हजर असलेल्या इतर लोकांना मान्य झाल्यानं पेशव्यांनी मत अजमावण्याचा प्रश्न उरला नाही. नानांचं मत तेच पेशव्यांचं मत होतं; त्यामुळे सर्वानुमते निर्णय झाला की, मुशीरला नबाबानं कारभारातून काढून टाकल्याखेरीज दरबार तहाची बोलणी करण्यास तयार नाही.

नबाबाचा दूत सिद्दी इमाम हा पेशव्यांचा जबाब नेण्याकरिता मराठ्यांच्या छावणीमध्ये आला होता. पेशव्यांच्या डेऱ्यात बैठक भरली, तेव्हा तो डेऱ्याबाहेर तिष्ठत उभा होता. तो उत्कंठित मनानं बैठकीच्या निर्णयाची वाट पाहत होता. नानांच्या कारकुनानं गंभीर चर्येनं त्याच्या हातात एक थैली दिली, तेव्हा तो काय समजायचं ते समजला.

पेशव्यांच्या निर्णयानं नबाब निजामअली यांच्या छावणीत विषण्णतेचं वातावरण पसरलं; परंतु मुशीरुद्दौलानं निजामअलींना धीर दिला. निजामाचं कवायती सैन्य आणि त्याचं कसलेलं घोडदळ यांच्यावर त्याची पूर्वीसारखीच भिस्त होती. मध्य आशियातून नशीब काढण्यासाठी आलेला, आगापिछा नसलेला हा मनुष्य जसा महत्त्वाकांक्षी होता, तसाच धाडसी आणि जुगारी वृत्तीचा होता आणि ते गुण त्याच्या अंगात होते, म्हणूनच नाही का तो निजामअलीचा दिवाण झाला होता? पुणे दरबाराची बाकी फेडून पेशव्यांशी तडजोड करावी आणि त्यांचा शेजारी म्हणून गुण्यागोविंदानं नांदावं हे निजामअलींचं सुरुवातीचं धोरण होतं; पण मुशीरुद्दौलानं आपल्या आक्रमक प्रवृत्तीनुसार निजामअलींना मोठं कवायती सैन्य उभारावयास लावलं होतं आणि त्या सैन्याच्या बळावर पेशव्यांशी दोन हात करण्याच्या इराद्यानं हैदराबाद सोडून बेदरला आणलं होतं. त्या उजाड आणि दरिद्री प्रदेशात हैदराबादच्या नबाबी ऐश्वर्यात लोळणारे निजामअली तब्बल वर्ष-दीड वर्ष ठाण देऊन राहिले होते

आणि आता मोठ्या संख्येनं मराठे आपल्या समाचारास आलेले पाहून त्यांची घाबरगुंडी उडाली होती आणि ते तहास तयार झाले होते; पण मुशीरुद्दौला त्यांना तह करू देण्यास तयार नव्हता. आपल्या हस्तकांमार्फत त्यानं कार्यात विघ्नं आणली होती. नबाब निजामअलींनी तहाच्या वाटाघाटी करण्यासाठी पेशव्यांकडे आपले वकील पाठविले होते; परंतु ऐन वेळी तहावर सह्या करण्यासाठी त्यांना दिलेले अधिकार काढून घेतले होते. निजामअलींच्या या धरसोडीमागं मुशीरुद्दौलाचा हात होता. त्याच्या जबरदस्त प्रभावामुळे निजामअली ऐन वेळी आपल्या वकिलांना तहाच्या वाटाघाटी लांबवण्याच्या सूचना करीत होते; पण आता अखेरच्या क्षणी त्यांनी पेशव्यांच्या अटी मान्य करण्याचा हिय्या केला असता, मुशीरला कारभारातून काढून टाकल्याखेरीज तह होणार नाही, असा जबाब पेशव्यांकडून आला होता. ही अट निजामअलींना मान्य होणं कदापिही शक्य नव्हतं, कारण मुशीरुद्दौलामुळेच आपण निजाम झालो, ही कृतज्ञतेची भावना त्यांच्या मनात वसत होती. इतकेच नव्हे तर, त्यांना कारभारातून काढून टाकलं, तर आपलं कसं होणार, ही भीतीही त्यांना भेडसावीत होती. अखेर मुशीरुद्दौलाच्या कर्तबगारीवर आणि आपल्या सैन्याच्या सामर्थ्यावर हवाला टाकून निजामअलींनी धारूर येथील आपली छावणी हलविली. त्यांनी परिंड्याच्या रोखाने चाल केली. परिंड्याच्या भरभक्कम आणि बलाढ्य किल्ल्याच्या आश्रयास राहून मराठ्यांशी दीर्घसूत्री युद्ध खेळण्याचा सल्ला त्याला सरदारांनी दिला होता. त्याचा हा डाव यशस्वी झाला, तर मराठ्यांच्या सैन्याला त्या प्रदेशात तो दीर्घकाळ खिळवून ठेवू शकणार होता.

निजामाचे गुप्तहेर जसे मराठ्यांच्या छावणीत वावरत होते; तसेच मराठ्यांचेही गुप्तहेर निजामाच्या छावणीत वावरत होते. त्यांना जेव्हा कळलं की, निजामअलींनी परिंड्याच्या किल्ल्यात जाऊन राहण्याचा बेत केला आहे, तेव्हा त्यांनी ती बातमी त्वरित मराठ्यांच्या छावणीत कळविली. त्या बातमीनं मराठे विस्मयचकित झाले. निजाम आपल्याशी लढा देण्याचं टाळतो आहे, हे त्यांना उमगण्यास उशीर लागला नाही. त्यानं परिंड्यासारख्या बलाढ्य किल्ल्याचा आश्रय घेतला, तर त्याला तेथून हुसकून लावणं फार अवघड जाईल आणि मग शहास काटशह देण्याचं हे युद्ध किती दिवस चालेल आणि त्यात कोण विजयी होईल, याचा अंदाज करणं कठीण जाईल, हे त्यांच्या ध्यानी आलं. निजामानं टाकलेला हा डाव अत्यंत धूर्त होता. तो डाव हाणून पाडल्याखेरीज मराठ्यांची त्या ओसाड आणि पहाडी प्रदेशातून लवकर सुटका व्हायची नव्हती. तो प्रदेश मोगलाईत मोडत असल्याने निजामाच्या दळणवळणात व्यत्यय येणार नव्हता; पण मराठ्यांची स्थिती मात्र शोचनीय होणार होती. परिंड्याच्या आश्रयास राहून निजामाच्या सैन्याला मराठ्यांची रसद मारणं शक्य होणार होतं आणि रसद तुटली की, त्यांना निजामाशी तह करावा लागणार होता.

निजामाचा बेत निष्फळ करण्यासाठी त्वरित हालचाली करणं अगत्याचं होतं; परंतु मराठ्यांच्या सर्व फौजा अजून एकत्र जमा झाल्या नव्हत्या. शिंद्यांचा हुकुमी सरदार जिवबादादा बक्षी यांचं अद्याप आगमन झालं नव्हतं. नागपूरकर रघुजीराजे भोसले यांच्याही सगळ्या फौजा आलेल्या नव्हत्या. नाना फडणीस आणि परशुरामभाऊ पटवर्धन हे दोघं जिवबादादांच्या वाटेकडे डोळे लावून बसले होते. त्यांनी त्यांच्याकडे एकामागून एक जासूद पाठविण्याचा सपाटा सुरू केला होता. अखेर एकदाचे जिवबादादा बक्षी येऊन दाखल झाले. त्यांच्या आगमनाने नाना फडणीसांचा जीव भांड्यात पडला. जिवबादादांनी प्रथम आपले नवीन धनी दौलतराव शिंदे यांची; नंतर पेशवे सवाई माधवराव व नाना फडणीस यांच्या भेटी घेतल्या. रघुजी भोसले हेही पेशव्यांच्या छावणीत येऊन दाखल झाले. निजामाचा तळ बुरगाव येथे पडला होता. आपण कुणीकडे निघालो आहोत, हे मराठ्यांना कळू नये म्हणून तो दक्षतेनं वागत होता; परंतु त्याच्या डावपेचांच्या बित्तंबातम्या मराठ्यांना कळत होत्या. त्याच्या हालचालींनुसार मराठ्यांच्याही हालचाली होत होत्या. त्याला अडचणीच्या जागी रोखून धरण्याचा प्रयत्न त्यांनी सुरू केला होता. त्या दरम्यान, मराठा सरदारांशी निजामाचा पत्रव्यवहार चालूच होता. मराठ्यांशी तह करण्याची आपली अजून इच्छा आहे असं तो परशुरामभाऊ पटवर्धन, रघुजीराजे भोसले वगैरे मराठा सरदारांना लिहिलेल्या पत्रांतून भासवीत होता. त्याच्याबरोबर असलेला इंग्रजांचा वकील कर्कपॅट्रिक हाही मराठे आणि निजाम या दोघांना सबुरीने वागण्याचा सल्ला देत होता; परंतु या पत्रव्यवहारातून किंवा शिष्टाईतून काही निष्पन्न होणार नाही, हेसुद्धा सगळेजण जाणून होते.

फाल्गुन महिन्याच्या प्रारंभी दोन्ही फौजा एकमेकांच्या जवळ येऊ लागल्या. आता लढाई टळू शकत नाही, याची मराठ्यांना जाणीव झाल्याने त्यांनी लढाईच्या सिद्धतेस प्रारंभ केला; परंतु अद्याप मुख्य सेनापतीची निवड झालेली नव्हती. ती व्हावी म्हणून नानांनी रतनपूर मुक्कामी 'दलबादल' नावाचा सुमारे पाच हजार माणसं बसू शकतील असा मोठा डेरा उभारला. सर्व सरदारांना दरबारात उपस्थित राहण्याबद्दल निमंत्रणे धाडण्यात आली. तदनुसार ठरलेल्या दिवशी मराठी दौलतीचे लहान-मोठे शे-दीडशे सरदार दरबारात हजर झाले. पेशव्यांना नेहमीच्या इतमामाने त्यांच्या डेऱ्यातून दरबाराच्या शामियान्यात आणण्यात आलं. ते आपल्या मसनदीवर स्थानापन्न झाल्यावर सरदार आणि मुत्सद्दी आपापल्या स्थानावर हजर झाले. पेशव्यांच्या मसनदीसमोर सोन्याच्या ताटात विडे ठेवण्यात आले होते. सर्व सरदार, मानकरी आणि मुत्सद्दी स्थानापन्न झाल्यावर नाना फडणीसांनी उपस्थितांना दरबार भरविण्याचं प्रयोजन विदित केलं. निजाम आणि पुणे दरबार यांच्यामधील तेढीचं कारण काय याचा त्यांनी खुलासा केला. दरबार किती संयमानं वागला, निजामानं पुण्यात किती

वांझोट्या शिष्टाया पाठविल्या. दरबारातील तमाशात पेशवे सवाई माधवराव, आपण आणि पेशव्यांचे प्रमुख सरदार यांची सोंगं नाचवून मराठी दौलतीचा कसा अपमान केला, यावर भर दिला. ते निवेदन करीत असताना त्यांच्या आवाजात जो चढ-उतार होत होता, त्याचा परिणाम दरबारात उपस्थित असलेल्या लोकांच्या मनावर होत होता. वातावरण अत्यंत गंभीर बनलं होतं. निजाम आणि त्याचा बेमुर्वतखोर उर्मट दिवाण मुशीरुद्दौला या दोघांनी तमाशात मराठी दौलतीची अप्रतिष्ठा केली, असं जेव्हा नानांनी कंपित स्वरात सांगितलं, तेव्हा सरदारांचे चेहरे प्रक्षुब्ध झाले आणि त्यांचे हात तलवारीच्या मुठीकडे वळले. निजामाच्या निषेधाची एक उत्स्फूर्त कुजबूज सरदारांमध्ये उठली आणि दरबारातील गंभीर शांतता एकदम भंग पावली. जो तो सरदार मनात म्हणू लागला की, नानांनी फार संयम केला. नानांच्या कमकुवतपणाची ते कीव करू लागले. सरदारांच्या चर्येवर उमटलेल्या भावांचं नानांनी क्षणभर निरीक्षण केलं व ते म्हणाले,

"खरंतर नबाबाचा नक्षा आम्ही त्या वेळीच उतरवायला हवा होता; परंतु मनोविकाराच्या प्रक्षोभातून कोणतंही आततायी कृत्य होऊ देणं हा आपला धर्म नव्हे. श्रीकृष्णांनी शिशुपालाचे शंभर अपराध भरेपर्यंत वाट पाहिली. दोन वर्षांमागं टिपू सुलतानाच्या बाबतीतही आम्ही असाच संयम केला होता, हे आपणाला आठवत असेलच. टिपू सुलतानानं आमच्या कर्नाटकातील सरदारांची थोडीथोडकी का विटंबना केली? परंतु त्याची घटका भरेपर्यंत आम्हाला वाट पाहावी लागली. तो आम्हाला शरण आला म्हणून सुटला. निजामअलीच्या बाबतीतही आम्ही असाच संयम केला; पण आता त्याचा घडा भरला आहे. त्याला शासन केलं पाहिजे. श्रीमंतांची इच्छा आहे की, नबाबाचा बदचाल आणि दुष्ट वजीर मुशीरुन्मुल्क यास जिवंत धरून आणावं. आपण सर्व दौलतीचे अभिमानी इथं जमलेले आहात. नबाब आपल्यापासून जवळच त्याच्या सैन्यासह समर प्रसंगासाठी उभा ठाकला आहे. आपली सेनाही त्याचा समाचार घेण्यास सिद्ध आहे; पण आपणाला सेनापतीची निवड करायची आहे व त्यासाठी आपण इथं जमलो आहोत."

नंतर नाना कंपित स्वरात म्हणाले, "आपणामध्ये धैर्याचे आणि पराक्रमाचे मेरुमंदार राव शिंदे आज नाहीत. संयमाचं आणि सौजन्याचं प्रतीक म्हणून समजले जात असलेले हरिपंत तात्याही आमच्यामधून निघून गेले. त्या दोघांच्या महानिर्वाणामुळे आम्ही दुबळे झालो आहोत, अशी आमच्या शत्रूची समजूत आहे. ती समजूत खोटी पाडली पाहिजे. राव शिंद्यांच्या मागे मराठी दौलत खच्ची झालेली नाही, हे आपण आपल्या शत्रूला दाखवून दिलं पाहिजे. म्हणून आपणा सर्वांना श्रीमंतांची आज्ञा आहे की, आपल्या अफाट सेनासागराचं कुशलतेनं नेतृत्व करू शकणाऱ्या, वयाने आणि अनुभवाने ज्येष्ठ अशा सरदाराची सेनापती म्हणून निवड करावी. या निवडीच्या

बाबतीत विसंवाद निर्माण होता कामा नये. हा सरदार लहान, तो सरदार मोठा असा भेदभाव आपण मनात आणू नये.''

नानांनी आपलं भाषण संपविलं आणि ते खाली बसले. क्षणभर दरबारात कुजबूज सुरू झाली. नानांच्या मनात कुणाला सेनापती करायचं आहे, याची कुणकुण बहुतेक सर्व सरदारांना अगोदर लागली होती. सेनापतिपदासाठी परशुरामभाऊ पटवर्धन यांचं नाव ते सुचविणार आहेत, अशी खबर मराठ्यांच्या छावणीत पसरली होती. परशुरामभाऊ पटवर्धन हे नानांचे मित्र होते. मराठी दौलतीच्या बहुतेक सर्व हयात सरदारांमध्ये तुकोजी होळकरांनंतर ते वयानं आणि अनुभवानं मोठे होते. त्यांचं बहुतेक आयुष्य लष्करी मोहिमांत गेलं होतं; परंतु त्यांच्यामध्ये एक मोठी उणीव होती. ते तृतीय श्रेणीचे सरदार होते, त्यांचा सरंजाम अवघा सात हजारांचा होता. शिवाय स्वतंत्र सेनापती या नात्यानं एखादी मोठी लष्करी मोहीम करून विजयश्री संपादन केल्याची प्रशस्ती त्यांच्यापाशी नव्हती. अशा परिस्थितीत त्यांच्या गळ्यात सेनापतिपदाची माळ घातली, तर ते कितपत यशस्वी होऊ शकतील, अशी शंका बहुतेक सरदारांना येत होती.

शिंद्यांच्या सरदारांच्या मनात सेनापतिपद दौलतराव शिंदे यांच्याकडे द्यावं असं होतं. कारण, ते पेशव्यांचे प्रथम श्रेणीचे मातब्बर सरदार होते; परंतु दौलतराव जर सेनापती झाले, तर शिंद्यांच्या कर्तबगार सरदारांत जिवबादादा बक्षी यांचा दबदबा मोठा असल्यानं, दौलतरावांच्या वतीनं लढाईचं खरंखुरं नेतृत्व त्यांच्याकडे जाणार होतं. ते नानांना खपलं नसतं, कारण शिंद्यांच्या शेणवी सरदारांविषयी त्यांचं अंतःकरण शुद्ध नव्हतं. शिंद्यांच्या नंतर सेनापतिपदाचा मान होळकरांकडे जात होता; परंतु तुकोजी होळकर वृद्धापकाळामुळे फार थकले असल्याने लढाईचं नेतृत्व करण्याचं त्राण आता त्यांच्या अंगी उरलं नव्हतं. शिवाय दोन-अडीच वर्षांमागं लाखेरीच्या लढाईत होळकरांचा जो मोठा पराभव झाला, त्यातून ते अद्याप सावरले नव्हते. शिंदे आणि होळकर यांच्या नंतरचा मान नागपूरकर भोसल्यांचा होता; परंतु रघुजी भोसले यांच्या सेनापतिपदास शिंदे आणि होळकर यांनी मान्यता दिली नसती; शिवाय भोसले हे पुणे दरबाराविषयी नेहमी फटकून वागत आले असल्याने नानांनाही ते सेनापती झालेले नको होते.

बराच वेळ झाला तरी सेनापतिपदासाठी कुणाचंही नाव सुचविलं जात नाही हे नानांनी पाहिलं, तेव्हा ते उठून उभे राहिले. त्यांनी क्षणभर सरदारांकडे दृष्टिक्षेप केला आणि म्हणाले,

''सेनापतिपदासाठी कुणाचंही नाव सुचविलं गेलं नाही. त्यावरून सेनापतिपदाची निवड श्रीमंतांनी करावी, अशी आपली इच्छा असल्याचं आम्ही गृहीत धरतो. तसं जर असेल, तर सेनापतिपदाची जबाबदारी परशुरामभाऊंनी पत्करावी, अशी श्रीमंतांची

इच्छा आहे, हे आम्ही जाहीर करतो.''

नानांनी सरदारांच्या अंतःकरणाचा मागोवा घेतला; परंतु सगळ्यांचे चेहरे त्यांना निर्विकार दिसले. त्यावरून आपण जाहीर केलेला निर्णय त्यांना अनपेक्षित नव्हता, हे त्यांच्या ध्यानी येण्यास उशीर लागला नाही. हुजुरातीच्या सैन्याचं सेनापतिपद बाबाराव फडके यांच्याकडे सुपूर्द करून नानांनी स्वतःच्या अखत्यारीत घेतलेला हा दुसरा मोठा निर्णय होता. तो सगळ्यांनी निमूटपणे मान्य केला; परंतु आपल्या या एकतर्फी निर्णयानं सरदारांची मनं दुखावली गेली आहेत, याची जाणीव नानांना असल्याने त्यांनी सर्व सरदारांच्या वैयक्तिक भेटी घेऊन त्यांची समजूत काढण्याचा प्रयत्न केला.

अखेर सरदारांना विडे दिल्यावर दरबार समाप्त झाला. सर्व सरदार आपापल्या छावण्यांत परतले.

शिंद्यांच्या फौजांचे सेनापती जिवबादादा बक्षी होते आणि कवायतीकंपूचं नेतेपद जनरल पेराँ यांच्याकडे होतं. जनरल दिभोई याचा तो उजवा हात होता. दिभोई शिंद्यांच्या सर्व मोहिमांत हजर असायचा; परंतु या वेळी तो गैरहजर होता. महादजी शिंदे यांच्या निधनानंतर शिंद्यांच्या कुटुंबात सरदारकीच्या वारशावरून जी दुफळी निर्माण झाली होती, ती दिभोईला आवडली नव्हती. तो शिंद्यांच्या सेवेतून निवृत्त होऊन युरोपला माघारी जाण्याचा बेत करीत होता. म्हणून त्यानं आपल्या हाताखाली तयार झालेल्या कवायती सैन्याचं सेनापतिपद जनरल पेराँ यांच्याकडे सुपुर्द केलं.

'दलबादल' दरबाराहून परत आल्यावर जिवबादादा बक्षी यांनी शिंद्यांच्या सरदारांची एक बैठक बोलाविली आणि त्यांना कामं वाटून दिली. कवायती फौजांचं नेतृत्व त्यांनी पेराँकडे सोपविलं, तोफखान्याचा प्रमुख म्हणून त्यांनी आपला पुत्र नारायणराव व बुनग्यांचा सरदार म्हणून सदाशिव मल्हार यांची नेमणूक केली. स्वारीच्या व्यवस्थेचे काम बाळोबातात्या पागनीस यांच्याकडे देण्यात आलं. घोडदळाचं नेतृत्व जिवबादादांनी स्वतः पत्करलं. शिंद्यांचा तोफखाना सबंध हिंदुस्थानात अव्वल दर्जाचा होता. महादजी शिंदे यांनी आग्रा येथे तोफा ओतण्याचा एक मोठा कारखाना सुरू केला होता. कुशल युरोपियन, तसेच देशी गोलंदाज शिंद्यांच्या तोफखान्यावर काम करीत होते.

शिंद्यांच्या फौजांबरोबर दहा हजार पेंढारी होते. त्यांचा सरदार करीमखान हा भयंकर क्रूर म्हणून प्रसिद्ध होता. जिवबादादांनी त्याला मोगलांची लुटालूट आणि जाळपोळ करण्याच्या मोहिमेवर पाठविलं. पेंढारी ही सैतानाची अवलाद. त्यांना हृदय, दया-माया या गोष्टी देण्यास विधाता विसरलेला होता. एखाद्या प्रदेशात ते शिरले की, टोळधाडीप्रमाणे तो प्रदेश उजाड व्हायचा. लूटमार, जाळपोळ यात पेंढारी तरबेज होते. त्यांच्या हालचाली झंझावाती होत्या. ते आले कधी आणि गेले

कधी त्याचा पत्ता नाही लागायचा. जिवबादादांचा हुकूम होताच करीमखान पेंढारी आपल्या पिशाच्च सैन्यासह निजामी प्रदेशात घुसला. त्याने पाचशे पाचशेच्या टोळ्या करून त्यांना सर्वत्र पाठविलं. त्यांनी सरकारी खजिने, बाजारपेठा, धनिकांची घरं, काही काही शिल्लक ठेवलं नाही. सगळीकडे लुटालूट आणि जाळपोळ करून तो प्रचंड लूट घेऊन माघारी परतला.

निजाम आणि मराठे यांचे स्वार एकमेकांच्या प्रदेशात शिरून जरी लुटालूट, जाळपोळ करीत असले, तरी दोघांच्याही तळावरील दैनंदिन घडामोडी नेहमीसारख्या शांतपणे चाललेल्या होत्या. मराठ्यांचा तळ विंचला नदीच्या काठी पडलेला होता. सरदारांचे डेरे पाव-पाव मैलाच्या अंतरावर उभे होते. प्रत्येक सरदाराच्या डेऱ्याभोवती विश्वासू असे निवडक सैनिक जागता पहारा देत असत. ओळखीच्या इसमाखेरीज ते इतरांना आत सोडीत नसत. मात्र, सर्वांत कडक पहारा पेशवे सवाई माधवराव आणि नाना फडणीस यांच्या डेऱ्यांभोवती होता. दहा हजार कडवे सैन्य पेशवे आणि नाना यांच्या रक्षणार्थ ठेवण्यात आलं होतं. पेशव्यांचा लवाजमा त्यांच्या शनिवारवाड्यातील लवाजम्यासारखाच होता. त्यांची निजण्याची, देवपूजेची, शहरी तालीमखान्याची राहुटी, कचेरीचा मोठा डेरा, मुदपाकखाना असा तो मोठा पसारा होता. दहा-वीस ब्राह्मण कारकून, शिलेदार, सांडणीस्वार, जासूद, पालख्या, अंबारी वगैरे सरंजाम त्यांच्या दिमतीला होता. नाना फडणीसांचाही सरंजाम असाच मोठा होता.

पहाटेस गजर झाला की, पेशवे उठून बाहेर येत. पहाऱ्यावरील लोकांचे नमस्कार स्वीकारून प्रातर्विधीला जात. नंतर देवपूजेच्या राहुटीत स्नान-संध्या आटोपून तालीमखान्यात जाऊन पोशाख बदलून बाहेर येत. अजून वसंत ऋतुचं आगमन झालेलं नव्हतं; परंतु प्रदेश उजाड असल्यानं उन्हाची प्रखरता जाणवत असे. म्हणून तंबूभोवती भिस्ती पाण्याचा शिडकावा करीत असत. सकाळी दहा वाजता पेशव्यांचं भोजन त्यांच्या देवपूजेच्या राहुटीत होई. ते जरी एकटेच जेवत असले, तरी बाहेरच्या पंक्तीत पाच-पंचवीस तरी लोक असत. त्यात हुजुरातीच्या सरदारांचा अधिक भरणा असे. भोजन झाल्यावर पेशवे बाहेर येऊन पंक्तीच्या लोकांना 'सावकाश जेवा' म्हणून सांगत आणि जे जेवण आटोपून आंचवून येत त्यांना स्वतः विडे देत. जेवणं आटोपली की, शत्रूच्या तोफांचा आवाज येतो की काय याचा कानोसा घेण्यासाठी पेशवे छबिन्याच्या पाच स्वारांना पाच कोसांवर धाडीत. स्वार तोफांचा कानोसा घेऊन माघारी आल्यावर पेशवे निर्धास्त होत. सायंकाळी नाना फडणीस सरकारी कामकाज घेऊन येत. ते आठ वाजेपर्यंत पेशव्यांच्या तंबूत असत. ते गेले की, पेशवे तालीमखान्यात जाऊन पोशाख उतरवीत. नंतर देवपूजेच्या राहुटीत जाऊन सायं भोजन आटोपून आपल्या निजण्याच्या कलंद्रीत जात. आपल्या परिवारातील माणसांबरोबर ते थोडा वेळ बुद्धिबळ खेळत

आणि मग झोपी जात.

पेशव्यांच्या परिवारात आप्पा बळवंत मेहेंदळे, गोविंदराव पिंगळे, बाबूराव वैद्य, राघोपंत गोडबोले, विठ्ठलराव पोतनीस, आबा ठोसर वगैरे लोकांचा अंतर्भाव झालेला होता. ही सर्व माणसं नानांच्या विश्वासातील होती.

पेशव्यांसारखाच मराठा सरदारांचाही दिनक्रम होता. स्नान, संध्या, देवपूजा, भोजनाच्या पंक्ती, सोंगट्यांचे खेळ, कंचन्यांचं गाणं आणि नाच त्यांच्या डेऱ्यांत होत. त्यांनी आपले देव आणि ब्राह्मण पुरोहितही स्वारीबरोबर आणले होते. त्यांच्यासाठी भाजी, फळ-फळावळ, द्राक्षं, पेढे, बर्फी वगैरे वस्तू पुण्याहून येत. सारांश, त्यांच्या सुख-सोयींत यत्किंचितही न्यून नव्हतं.

।पंधरा।

हुताशनी पौर्णिमा दोन्ही छावण्यांत मोठ्या थाटानं साजरी झाली. निजाम धर्मानं मुसलमान असला, तरी त्याची बहुसंख्य प्रजा हिंदू असल्याने तो सणात दिलखुलासपणे भाग घेत असे. त्या वर्षीच्या हुताशनी पौर्णिमेला चंद्रग्रहण असल्याने होळी विशेष रंगली नाही. धांगडधिंगा आणि अचकट-विचकटपणा यांना मर्यादा पडली. दोन्ही छावण्यांतील हिंदू सैनिकांनी ग्रहणाच्या मोक्षसमयी जवळच्या नद्यांवर जाऊन स्नानं आणि धार्मिक विधी पार पाडले. पेशवे, त्यांचे सरदार आणि मुत्सद्दी यांनी विशेष दानधर्म केला.

दुसऱ्या दिवशी धुळवड होती. लगेच तीन-चार दिवसांनी रंगपंचमी येणार होती. मराठ्यांचे गुप्तहेर घारीच्या नजरेनं निजामांच्या सैन्याच्या हालचालींची टेहळणी करीत होते. त्याची जाणीव निजाम आणि मुशीरुद्दौला या दोघांना होती. म्हणून होळीच्या सणाची संधी साधून त्या दोघांनी मराठ्यांना गाफील ठेवून आणि त्यांना बगल देऊन पुढं सटकण्याचा बेत केला होता. त्यांना वाटलं होतं की, होळीचे दिवस असल्याने आपल्या सैन्याची काही हालचाल होणार नाही, असं मराठ्यांना वाटल्यानं ते गैरसावध राहतील.

वद्य प्रतिपदेच्या रात्री नबाबानं आपल्या सैन्याचा तळ उठविला; परंतु मराठ्यांचे गुप्तहेर बिलकूल गैरसावध नव्हते. निजामाच्या बिनीच्या फौजा मोहरीचा घाट उतरत असल्याचं आढळून येताच त्यांनी पळत जाऊन ती बातमी पेशव्यांच्या छावणीत कळविली. त्या वेळी परशुरामभाऊ पटवर्धन आणि बाबराव फडके हे दोघं तळावरच होते. त्या दोघांनी यत्किंचितही विलंब न लावता निजामाच्या समाचारास जाण्याचा बेत केला. तोपर्यंत निजाम मोहरीचा घाट उतरून खाली आला होता. सर्व सैन्य बिनधोकपणे घाट उतरून खाली आल्याने मराठे समोर आले, तर त्यांच्याशी यशस्वीपणे घाटासमोरच्या मैदानात सामना देण्याचा आत्मविश्वास निजाम आणि मुशीरुद्दौला या दोघांच्या मनात निर्माण झाला होता.

निजामाच्या सैन्याचा नवीन तळ तेलंगसी आणि मोहरी या दोन्ही गावांच्या दरम्यान पडला होता. तिथून परिंड्याचा किल्ला दक्षिणेस वीस मैलांवर आणि खर्ड्याची गढी परिंड्याच्या वाटेवर

पाच मैलांवर होती.

निजामाच्या फौजा मोहरीचा घाट उतरून मैदानात आल्याची बातमी बाबाराव फडके आणि परशुरामभाऊ पटवर्धन या दोघांना कळताच त्यांनी आपल्या हाताखाली असलेल्या सैन्यापैकी काही निवडक सैन्य टेहळणीसाठी पुढे धाडलं. मुख्य सैन्य तयार होण्यास अजून अवकाश होता.

हुजरातीच्या बिनीच्या सैन्याची आणि निजामाच्या टेहळणी सैन्याची गाठ पडताच उभय सैन्यांमध्ये क्षणभर जोरदार गोळीबार झाला. हुजरातीच्या सैन्याची लढाईची तयारी नसल्याने ते निजामाच्या सैन्याला पहिली सलामी देऊन संध्याकाळी तळावर परतले. त्या सैन्यानं आणलेल्या बातमीवरून बाबाराव फडके आणि परशुरामभाऊ पटवर्धन या दोघांना निजामाच्या सैन्याच्या सामर्थ्याचा आणि त्यांच्या संख्याबलाचा अंदाज करता आला. परशुरामभाऊ हे एक कसलेले सेनापती असल्याने आणि मराठ्यांच्या सर्व सैन्याचं सेनापतिपद त्यांच्याकडे असल्याने त्यांच्यामध्ये लढाई जिंकण्याविषयीची मोठीच ईर्षा निर्माण झाली होती. हुजरातीचं चाळीस हजार सैन्य आणि सर्व पटवर्धन सरदारांचं चौदा-पंधरा हजार सैन्य मिळून पन्नास-पंचावन्न हजार सैन्यासह निजामाच्या तळावर चालून जाऊन त्याचा मोड करावा, असा बेत त्यांनी हुजरातीच्या सैन्याचे सेनापती बाबाराव फडके यांच्याशी सल्ला-मसलतीने केला. नंतर त्या दोघांनी नाना फडणीसांच्या डेऱ्यात जाऊन त्यांची भेट घेतली आणि त्यांना आपला मनोदय विदित केला.

नाना फडणीस हे जरी पेशवाईचे मुख्य कारभारी आणि सर्वाधिकारी असले, तरी त्यांना लष्करी डावपेचांत विशेष गम्य नव्हतं. त्यातच परशुरामभाऊंच्या कर्तबगारीवर त्यांची मोठी मदार असल्याने त्यांनी निजामावर चालून जाण्याच्या परशुरामभाऊंच्या कल्पनेला आपली मान्यता दर्शविली. मागे आलंच आहे की, मराठा सरदारांच्या छावण्या जळीस्थळी विखुरलेल्या होत्या. शिंद्यांची छावणी पेशव्यांच्या छावणीपासून दोन कोसांवर होती, तर नागपूरकर भोसले अडीच कोसांवर होते. आपल्या हातून जर निजामाचा पराभव होत असेल, तर शिंदे, होळकर किंवा भोसले यांची मदत का घ्या, असा विचार परशुरामभाऊंनी केला.

निजामाच्या बिनीच्या तुकड्यांची आणि मराठ्यांच्या टेहळणी पथकांची चकमक उडून मराठ्यांचा मोड होऊन ते माघारी परत फिरल्याने, आपण मराठ्यांना मोडून काढू असं निजाम व त्याचा दिवाण मुशीरुद्दौला या दोघांना वाटलं आणि म्हणून त्यांनी आपल्या सैन्याचा तळ उठवून खर नदीच्या काठाने पश्चिमेकडे सरकण्याचा निर्णय घेतला. परिंड्याचा किल्ला हे जरी त्यांचं उद्दिष्ट असलं, तरी त्यांना मध्ये लोणी ते वाकी या दोन्ही गावांदरम्यान आणखी एक मुक्काम करावा लागला. तेथून हे सैन्य शिस्तीनं दक्षिणेकडे निघालं. निजामाच्या बिनीच्या सैन्याकडून पेशव्यांच्या

पथकाचा मोड होताच परशुरामभाऊ पटवर्धन आणि बाबाराव फडके आपल्या सैन्यासह दौडत निजामाच्या समाचारास निघाले. परशुरामभाऊ हे गनिमी युद्धात तरबेज होते. म्हणून त्यांनी दक्षिणेकडे निघालेल्या निजामाच्या सैन्यावर एका टेकडीच्या आडोशास दबा धरून राहून अचानकपणे हल्ला करण्याचा बेत केला. त्याप्रमाणे ते खर्डे गावच्या नैर्ऋत्येस सात मैलांवर असलेल्या एका टेकडीच्या आडोशास जाऊन राहिले. ही टेकडी नंतर रणटेकडी म्हणून अजरामर होणार होती. ही टेकडी मुख्य रस्त्यापासून बरीच आत असल्याने तिच्या आडोशास असलेलं सैन्य निजामाच्या सैन्याच्या दृष्टोत्पत्तीस येणं शक्य नव्हतं. भाऊ टेकडीवर तोफा चढवून, मोर्चे उभारून निजामाचं सैन्य माऱ्याच्या टप्प्यात येण्याची ते वाट पाहत होते; परंतु निजामाचं सैन्य निर्धास्तपणे वाटचाल करीत असेल, असा जर परशुरामभाऊंचा अंदाज असेल, तर तो चुकीचा होता. निजाम हादेखील कसलेला, सैन्य बाळगून असलेला एक मोठा सत्ताधारी होता. त्याच्याही सैन्यात निंबाळकर, शिंदे, जाधव वगैरे मराठे सरदार होते की, जे गनिमी युद्ध खेळण्यात प्रवीण होते. निजामानं आपला मोहरा परिंड्याच्या किल्ल्याच्या दिशेने वळविला, तेव्हा त्याची बिनीची आघाडी रावरंभा निंबाळकर सांभाळीत होते. ते जसे शूर होते, तसेच त्यांच्यापाशी वीस हजार पठाणांचं कडवं सैन्य होतं. रावरंभा सावधगिरीनं मार्ग आक्रमत होते. कदाचित मराठ्यांच्या गनिमी टोळ्या आपणावर अचानकपणे हल्ला करतील, असा त्यांचा कयास असावा म्हणून त्यांच्या मागावर त्यांनी आपले गुप्तहेर सोडले होते. त्यांनी जेव्हा बातमी आणली की, पेशव्यांच्या फौजा रणटेकडीच्या आडोशाला हल्ला करण्यासाठी दबा धरून बसल्या आहेत, तेव्हा त्यांनी आपल्या सैन्याला रणटेकडीवर जाऊन पेशव्यांच्या सैन्याला हुसकून लावण्याचा हुकूम केला.

परशुरामभाऊ पटवर्धन आणि बाबाराव फडके हे दोघं त्यांच्या गुप्तहेरांनी आणलेल्या बातम्यांप्रमाणे निजामाच्या सैन्यावर हल्ला करण्याच्या तयारीने रणटेकडीच्या आडोशाला दबा धरून बसले होते; परंतु आपण तिथं येऊन राहिलो असल्याचा सुगावा निजामाच्या सैन्याला लागला आहे, याची त्यांना कल्पना नव्हती; त्यामुळे रावरंभा निंबाळकर यांच्या पठाणांनी मागून येऊन अचानकपणे त्यांच्यावर हल्ला चढविला, तेव्हा ते पुरतेच भांबावून गेले. तरीही त्यांनी धीर धरून पठाणांचा प्रतिकार करण्यास सुरुवात केली. परशुरामभाऊंबरोबर बाबाराव फडके, बाबूराव वैद्य, गोविंदराव पिंगळे आणि इतर पटवर्धन सरदार होते. बाबाराव फडके हे हुजरातीचे सरदार असल्याने ते पेशव्यांच्या जरिपटक्यासह अंबारीत बसले होते; परंतु त्यांनी जन्मात कधी लढाई पाहिली नव्हती; त्यामुळे निजामाचे धिप्पाड पठाण सैनिक कापाकापी करीत जरिपटक्याच्या दिशेने येऊ लागताच त्यांची पुरतीच गाळण उडाली आणि त्यांनी माहुताला हत्ती मागे वळविण्याचा हुकूम केला; पण जरिपटक्याचा हत्ती

रणांगणातून माघारी पळून जाणं म्हणजे पराभव पत्करणं हे बाबारावांना माहीत नसावं; त्यामुळे पठाणांना निधड्या छातीनं तोंड देणाऱ्या परशुरामभाऊंना माघारी जाऊन जरिपटक्याचा हत्ती पुढं आणणं भाग पडलं; परंतु रणांगणावरील ती हातघाई पाहून बाबारावांच्या अंगाला इतकं कापरं भरलं की, हत्तीवरून खाली उतरून त्यांनी माघारी पळ काढला.

इकडे परशुरामभाऊ पटवर्धनांनी जरिपटक्याचा हत्ती आपल्याकडे आणल्याचं पाहून पंधरा हजार पठाणांनी त्यांच्या दिशेनं चाल केली. त्यांना तोंड देण्यासाठी पटवर्धनांचं सैन्य पुढं आलं. त्यांना रास्ते, विंचुरकर आदि सरदारांनी साथ केली. क्षणभर एकच रणधुमाळी माजली. पठाणांचा जोर झाल्याने पेशव्यांच्या फौजा माघार घेऊ लागल्या. सर्वांसमोर परशुरामभाऊ पटवर्धन होते. त्यांच्या कपाळावर आणि हाताला जखमा झाल्याने ते रक्तानं न्हाऊन निघाले होते. त्यांच्याजवळ त्यांचे पुतणे विठ्ठलराव पटवर्धन आणि चिंतामणराव खाडीलकर हे दोघं होते. ते दोघं लढता लढता कामास आले. ते पाहताच बाबूराव वैद्य, गोविंदराव पिंगळे वगैरेजणांनी माघारी पळ काढला; परंतु परशुरामभाऊ मागे फिरले नाहीत. ते पठाणांचा प्रतिकार करीतच राहिले. लढतालढता समरांगणावर देह ठेवण्याचा त्यांचा निर्धार होता.

परशुरामभाऊ निजामाच्या सैन्याशी सर्व सामर्थ्यानिशी झुंज देत होते. पेशव्यांचे बहुतेक सर्व सरदार पळून गेले होते आणि पेशव्यांचे तोफखान्याचे सरदार सखारामपंत पानशे यांचा कुठेच पत्ता नव्हता. त्यांच्या दीडशे तोफांपैकी पन्नास तोफा जरी परशुरामभाऊंच्या मदतीला आल्या असत्या, तर रणटेकडीवरील लढाईचा रंग बदलला असता; पण पानशांनाही पठाणांची भीती वाटल्याने ते माघारी राहिले होते. त्या दरम्यान, आपलं सैन्य मराठ्यांवर विजय मिळवीत असल्याची बातमी निजामाला कळताच त्यानं घाईघाईने दरबार भरवून तो विजय साजरा केला. त्या लढाईत भाग घेतलेल्या सरदारांच्या नावे त्यानं बक्षिसं जाहीर केली आणि तोफा डागून विजय घोषित केला.

निजामाच्या पठाण सैन्यानं अचानकपणे मागून येऊन पेशव्यांच्या सैन्यावर हल्ला चढविला, तेव्हा परशुरामभाऊंनी पेशव्यांच्या तळावर सांडणीस्वार पाठवून नानांना कुमक पाठविण्याबद्दल कळविलं होतं. भाऊंचा निरोप मिळताच नानांनी शिंदे, भोसले वगैरे सरदारांना चिठ्ठ्या पाठवून तातडीने भाऊंच्या मदतीस जाण्याची विनंती केली. नाना लिहीत होते. "मोगलाची फौज सरकारच्या जरिपटक्यावर धावली असता अजून तुम्ही सारे स्वस्थपणे पाहता, याला काय म्हणावे? आता लढाईची तयारी करून नबाब आपले कबजात आणावा."

नानांची चिठ्ठी जिवबादादा बक्षी यांना मिळाली, तत्पूर्वी त्यांना रणटेकडीवर

चालू असलेल्या रणधुमाळीची वार्ता कळली होती. फडके, पटवर्धन वगैरे सरदार शिंद्यांना न सांगता निजामावर चालून गेल्याची बातमी त्यांच्या सांडणीस्वारांनी आणली होती. ते निजामांच्या सैन्याचं सामर्थ्य ओळखून होते. सर्व सरदारांनी निजामावर एकवटून हल्ला केला, तरच त्याचा मोड होऊ शकेल, ही आपली विचारसरणी त्यांनी 'दलबादल' दरबारात ऐकविली होती, तदनुसार निजामावर संयुक्तपणे हल्ला करण्याची एकवाक्यताही झाली होती; परंतु घडलं होतं ते वेगळंच! तथापि, ती वेळ रुसण्या-फुगण्याची अथवा मानपानाची नव्हती. हुजरातीच्या सैन्याचा पराभव हा मराठ्यांचा पराभव, हे ओळखून जिवबादादांनी आपल्या सैन्यास परशुरामभाऊंच्या कुमकेस जाण्याची आज्ञा केली. त्यांनी नानांना प्रत्युत्तर धाडले.

"थोडंसं लढाईचं तोंड फुटलं इतक्यामुळे सरकार घाबरून सांडणीस्वार रवाना केला आणि त्यास हल्ली विनंती की, लढाईची सरशी करून नबाब निजामअली यास जिवंत धरून आणू किंवा डोके कापून आणू? याची काय ती आज्ञा द्यावी..."

परंतु जिवबादादाचं प्रत्युत्तर मिळण्यापूर्वीच नानांनी घाबरून जाऊन आपला डेरा उठवून पुण्याला माघारी परतण्याचा बेत केला होता. ते पाहून छावणीतील सरदार - मानकऱ्यांचा सात्त्विक संताप झाला. ते नानांना म्हणाले,

"आपण इतके घाबरलात का? अजून लढाईस पुरतं तोंड लागलेलं नाही. तोच आपण एवढे हवालदिल होऊ नये, अशी मसलत करू नये. हे नीट नाही. आम्ही पन्नास-साठ हजार स्वार एक्या मांडीचे (समान तोलाचे) आहोत. इतक्या फौजेनिशी सारा मोगल बुडवू."

सरदारांच्या कानउघाडणीनं नाना ओशाळले; परंतु त्यांची भीती मात्र कमी झाली नाही. प्रसंग आलाच, तर पेशवे सवाई माधवराव यांच्यासह पुण्याला पळ काढण्याची तयारी त्यांनी ठेवली.

इकडे परशुरामभाऊ, रावरंभा निंबाळकर याचा हल्ला परतवून लावण्याची शिकस्त करीत असता, हुजरातीच्या सैन्याचे सरदार बाबाराव फडके हे जिवाच्या भयाने माघारी पळत सुटले होते. जिवबादादा बक्षी यांना ते वाटेतच भेटले. एवढा मोठा जरिपटक्याचा सरदार शत्रूला पाठ दाखवून पळून आलेला पाहून जिवबादादा विस्मयचकित झाले. त्यांनी बाबारावांचा हत्ती थांबविला. त्यांना अंबारीतून खाली उतरावयास लावले व त्यांच्याकडे तिरस्काराने पाहत ते तुच्छतेने म्हणाले, "तुम्ही हरिपंत तात्यांचे चिरंजीव. हरिपंतांची सारी हयात रणमैदानावर गेली. त्यांनी शत्रूला कधी पाठ दाखविली नाही. त्यांच्या पोटी तुम्ही असे दिवटे पुत्र कसे निपजलात! हरिपंतांनी आज स्वर्गात आपल्या पुत्राचा हा पराक्रम पाहून शरमेनं मान खाली घातली असेल. लढाईला नुकतंच कुठं तोंड फुटलं, तर तुम्ही परशुरामभाऊंना नबाबाच्या पठाणांच्या तोंडी एकटे देऊन भागूबाईसारखे पळून आलात?"

जिवबादादा बक्षी, बाबाराव फडके यांची निर्भर्त्सना करीत असता महादजी शितोळे नावाचा शिलेदार तिथं हजर होता. बाबाराव फडके यांनी शत्रूला पाठ दाखवून मराठ्यांची इज्जत घालविली म्हणून शितोळे शिलेदाराचा भयंकर संताप झाला. तो बाबारावांना उद्देशून तुच्छतेनं उद्गारला, 'छीऽऽ तुमच्या जिनगानीवर!' आणि असं म्हणून तो बाबारावांच्या तोंडावर थूऽऽ करून थुंकला. बाबारावांनी लाजेनं मान खाली घातली. त्यांना मेल्याहून मेल्यासारखं झालं. त्यांच्या अंगात अकस्मात रणदेवता संचारली आणि त्यांनी आपला हत्ती मागं वळविला.

शिंद्यांचं सैन्य दौडत रणांगणाकडे जात होतं. इतर मराठे सरदारही वायुवेगानं निजामाच्या समाचारास निघाले होते. रणमैदान जवळ येताच सहस्त्रावधी मराठा शिलेदारांच्या तोंडातून 'हर हर महादेव'ची एकत्र आरोळी आकाशाचा भेद करीत उठली आणि मग भयंकर रणकंदनास प्रारंभ झाला. शिंद्यांच्या कवायती सैन्याचा सेनापती जनरल पेराँ आपल्या शिपायांचा गोल बांधून हळूहळू; पण धिमेपणाने पुढे सरकला. त्याच वेळी शिंद्यांच्या पस्तीस तोफा शत्रूवर आग ओकण्यासाठी रणटेकडीवर मोर्चे बांधून जय्यत उभ्या होत्या. जिवबादादा बक्षी यांनी, आपल्या पंधरा हजार घोडदळास हवेत तलवार परजून शत्रूवर तुटून पडण्याचा इशारा देताच शिंद्यांच्या तोफाही एकदम धडधडल्या. दुपारचे दोन प्रहर टळून गेले होते. सूर्य पश्चिमेकडे कलला होता. उन्हे मंदावू लागली होती; परंतु खर्ड्याच्या टेकडीवरील तोफांच्या मुखातून निघू लागलेल्या आगीने आकाश एकदम दीप्तिमान झाले. शिंद्यांच्या विध्वंसक तोफांनी शत्रूच्या फळीत हाहाकार माजविला. त्याच वेळी नागपूरकर भोसल्यांचे बाणही शत्रू सैनिक अचूक टिपीत होते. मराठ्यांचा जोर झाला, तरी निजामाचे सरदार आणि त्याच्या कवायती फौजा मराठ्यांना थोपवून धरण्याची पराकाष्ठा करीत होत्या. या हातघाईच्या भीषण रणकंदनात शेकडो सैनिकांची आहुती पडली. निजामाच्या अंबारीतील सरदार लालखान कडपेकर हा ठार झाला. रावरंभा निंबाळकर, भारमल माने, आसदअलीखान वगैरे घोडदळाचे सरदार जखमी होऊन छावणीत माघारी परतले; परंतु निजामाचा फ्रेंच सरदार रेमाँद मात्र आपल्या तेवीस पलटणींसह एका टेकडीवर घट्ट पाय रोवून बसला होता. तो तिथून हलला नाही. त्याला तेथून हुसकून लावणं, ही मराठ्यांच्या पराक्रमाची जणू कसोटीच होती. उभय पक्षांतील घोडदळांचं युद्ध आता मंदावलं होतं खरं; परंतु कवायती सैन्याच्या युद्धाला जोर आला होता. शिंद्यांच्या कवायती फौजांचा सेनापती जनरल पेराँ आणि होळकरांच्या कवायती कंपूचा सेनापती ड्युद्रेनेक हे दोघे जसे फ्रेंच होते, तसाच निजामाच्या कवायती कंपूचा सेनापती जेनेराल रेमाँद हादेखील फ्रेंचच होता. मराठा घोडदळाचं दडपण असह्य झाल्याने निजामाचं घोडदळ माघार घेऊन लागलं होतं; परंतु रेमाँद माघार घेण्यास तयार नव्हता. शत्रूला पाठ दाखविणं ही फ्रेंचांच्या दृष्टीने अत्यंत

नामुष्कीची गोष्ट होती. तो अखेरपर्यंत लढण्याच्या निश्चयाने आपल्या फळीत राहिला होता.

इकडे नबाब निजामअली हे रणमैदानापासून दूर राहून दुर्बीण डोळ्यांस लावून लढाईचं निरीक्षण करीत होते. क्षणाक्षणाला लढाईचा वृत्तान्त त्यांना त्यांच्या जासुदांकडून कळत होता. सुरुवातीला त्यांच्या फौजांचा जोर होता. आपण लढाई जिंकली असा विश्वास त्यांना वाटला म्हणून त्यांनी मर्दुमकी गाजविलेल्या सरदारांना बक्षिसं जाहीर केली होती. जेव्हा मराठ्यांचं ताज्या दमाचं सैन्य रणांगणावर आल्याने लढाईचं पारडं फिरलं आणि रावरंभा निंबाळकर, भारमल, आसदखान वगैरे नामांकित सरदार जखमी होऊन छावणीत परतले आणि लालखान पठाणासारखा शूर सरदार ठार झाला, तेव्हा निजामअलींचा धीर सुटला व त्यांनी आपली अंबारी मागे वळविण्याचा माहुतास हुकूम केला. आपल्या सैन्याची फळी फुटताच मराठ्यांचा लोंढा आपणाकडे वळेल आणि मग आपण पकडले जाऊ, अशी भीती निजामअलींना वाटली होती.

निजामअलींनी माघारी पळ काढताच त्यांचं दिवसभर लढून थकून गेलेलं सैन्यही माघार घेऊ लागलं. तरी जेनेराल रेमॉंद आपल्या सैन्यासह मराठ्यांना तोंड देत राहिला होता. त्याला निजामअलींनी जेव्हा निरोप धाडला की, तू आता इतर सैन्याबरोबर माघार घे, तेव्हा त्याचा नाइलाज झाला आणि त्यानं आपल्या सैन्यासही माघार घेण्याचा हुकूम केला. सूर्यास्त झाला होता. आता रणांगणावर गोळीबाराचा तुरळक आवाज ऐकू येत होता. लढाई संपुष्टात आली होती. मराठे विजयी झाले होते; परंतु कृष्ण पक्षातील दिवस असल्याने युद्धभूमी अंधारात बुडून गेल्यामुळे मराठ्यांना पळपुट्या शत्रूचा पाठलाग करणं अवघड झालं. ती निकडीची गोष्ट नव्हती, कारण शत्रूचा मोड झाला असल्याने तो पुन्हा लढाईस उभा राहण्याची फारच थोडी शक्यता होती. निजामाचा पाठलाग करण्याचं काम दुसऱ्या दिवसावर टाकून विजयी मराठे पोटा-पाण्याच्या तयारीला लागले. मात्र, पेंढाऱ्यांची चांगलीच पोळी पिकली. त्यांनी पळ काढणाऱ्या निजामाच्या सैन्यावर छापे घालून त्यांची मनसोक्त लूट केली. हत्ती, घोडे, उंट, बैल, दारूगोळा जे काय हातास लागेल ते त्यांनी रात्रीच्या अंधारात आधाशासारखं लुटलं. दारूगोळ्याचे छकडे आणि तोफा मराठ्यांनी दुसरे दिवशी आपल्या ताब्यात घेतल्या.

मराठ्यांना वाटलं होतं की, नबाबाचं सैन्य दुसऱ्या दिवशी लढाई देणार नाही; परंतु त्यांचा समज चुकीचा होता. निजामाच्या कवायती सैन्याचा सरदार रेमॉंद यानं आपल्या धन्याच्या आज्ञेवरून जरी माघार घेतली असली, तरी दुसऱ्या दिवशी भल्या पहाटेस लढाईस उभं राहण्याचा बेत करून तो ओढ्याकाठी आपल्या सैन्यासह विश्रांती घेत पडला होता. निजामाच्या इतर सरदारांचंदेखील दुसऱ्या दिवशी लढाई द्यावी हे मत होतं. त्यांनी माघार घेतली, तरी त्यांचा मोड झाला नव्हता. त्यांच्यापाशी

युद्धसामग्री आणि तोफाही मुबलक होत्या; परंतु नियतीच्या मनात निजामाचा विजय व्हावा असं नव्हतं. मराठेशाहीच्या इतिहासातील तो शेवटचा विजय मराठ्यांच्या पदरात टाकण्याचा निर्धार तिनं केला होता.

आता रणमैदान शांत होतं. सगळीकडे रात्रीची भयाण निरवता पसरली. अकस्मात मराठ्यांच्या एका टेहळणी पथकाला शत्रूचा सुगावा लागल्याने त्यानं एकदम गोळीबारास प्रारंभ केला. त्या गोळीबारानं सबंध आसमंत दणाणून गेलं आणि रात्रीची निरवता भंग पावली. जेनेराल रेमाँदचे डोळे दिवसभराच्या श्रमांनी झोपेच्या दडपणाखाली पेंगू लागले होते; परंतु त्याचे कान जागरूक होते. मराठ्यांच्या गोळीबाराचा आवाज ऐकू येताच तो धडपडून जागा झाला. तोपर्यंत त्याचं सैन्यही जागं झालं होतं. त्यांच्या हाताशी त्यांच्या बंदुका होत्या. त्यांनी मराठ्यांच्या गोळीबाराला गोळीबारानं उत्तर दिलं.

आकस्मिकपणे लढाईस प्रारंभ झाला. त्यातच रात्रीच्या अंधाराची भर; त्यामुळे सर्वत्र एकच गोंधळ उडाला. कोण शत्रू आणि कोण स्वकीय हेच कळेनासं झालं. तोपर्यंत खर्डे गावात विसावा घेत पडलेलं निजामाचं सैन्यही गोळीबाराचा आवाज ऐकून जागं झालं होतं. निजामअलींना वाटलं की, मराठ्यांचा हल्ला आला आणि भीतीनं त्यांची पुरतीच घाबरगुंडी उडाली. त्यांनी सरदारांचा सल्ला न घेता आपल्या बेगमांसह पळ काढण्यास प्रारंभ केला. तोपर्यंत चंद्रोदय होऊन अंधूक चंद्रप्रकाशात आसमंत दृश्यमान झाला होता. निजामअलींना जवळच्या टेकडीवरील खर्ड्याची गढी दृग्गोचर झाली. त्यांना वाटलं, खुदानेच आपलं रक्षण करण्यासाठी ती गढी रात्रीची उभारली. त्यांनी कृतज्ञतेनं परवरदिगार अल्लाचे आभार मानले आणि गढीच्या दिशेने धाव घेतली. त्यांचं सैन्य त्यांच्या मागे होतं, त्यानंही आपल्या धन्याचा मार्ग चोखाळला; परंतु काही बेशिस्त सैन्यानं जाता जाता स्वतःचाच गोट लुटून हातास लागेल त्या सामानासह हवेत गोळीबार करीत पळ काढला; पण ते बंडखोर सैनिक मराठ्यांच्या पेंढाऱ्यांच्या हातून सुटले नाहीत. सावजाच्या शोधार्थ सर्वत्र संचार करणाऱ्या तुफानी लांडग्यांप्रमाणे शिंदे-होळकरांचे पेंढारी लुटीच्या आशेनं निजामाच्या सैन्याच्या जवळपासच घिरट्या घालीत होते. निजामाचे पळपुटे सैनिक आयतेच पेंढाऱ्यांच्या तावडीत सापडले. त्यांनी त्यांच्यावर सर्व बाजूंनी झडप घातली आणि त्यांची सर्व चीजवस्तू लुटून हा हा म्हणता फस्त केली. त्यांच्या अंगावर त्यांनी कपडादेखला ठेवला नाही.

निजामाच्या सैन्याशी दुसऱ्या दिवशी आपल्याला लढाई द्यावी लागणार म्हणून मराठे आदल्या रात्री विश्रांती घेत पडले होते. दुसऱ्या दिवशी पहाटे जेव्हा त्यांची टेहळणी पथके निजामाच्या मागावर निघाली, तेव्हा त्यांना मोगलांचा सबंध गोट रिकामा असलेला पाहून विस्मयाचा धक्काच बसला. जणू काही एखाद्या अदृश्य

जादूने निजाम आपल्या सर्व सैन्यासह रात्रीच्या अंधाराची संधी साधून बेपत्ता झाला होता. गोटाच्या विस्तीर्ण मैदानात सर्वत्र तोफा, दारूगोळा, तंबू, राहुट्या आणि दाणागोटा अस्ताव्यस्त पडलेला होता. त्या चमत्काराचा त्यांना काही केल्या उलगडा होईना. तोपर्यंत काही सैनिक बरेच लांबवर गेले होते. त्यांनी डोळ्यांना दुर्बिणी लावून दूरवर न्याहाळून पाहिलं, तेव्हा त्यांना खर्ड्याच्या गढीखाली मोगल सैन्याची हालचाल दिसली. क्षणभर त्या दृश्यावर त्यांचा विश्वास बसेना. निजाम त्या लहानशा गढीच्या आश्रयास जाईल, याची त्यांनी स्वप्नातही कल्पना केली नव्हती. त्यांनी एकदम आनंदाची आरोळी ठोकली. आता निजाम आयता त्यांच्या तावडीत सापडला होता. त्यांनी आपले घोडे मागे पिटाळले आणि ती आनंदाची वार्ता आपल्या सरदारांना जाऊन विदित केली.

मराठ्यांच्या एका छोट्याशा टेहळणी पथकाच्या गोळीबाराच्या भयानं निजामअलींनी आपल्या छावणीतून पळ काढून खर्ड्याच्या गढीचा आश्रय घेतला होता; परंतु ती गढी एवढी लहान होती की, त्यांच्या सबंध सैन्याला ती सामावून घेऊ शकत नव्हती; त्यामुळे त्याच्या बऱ्याच सैन्याला गढीबाहेर तटाच्या आश्रयाला राहावं लागलं होतं. त्या सैन्याची अवस्था अत्यंत शोचनीय होती. मराठे त्याला लीलेनं कापून काढू शकत होते. निजामअली आणि त्याचे सरदार यांना दुसऱ्या दिवशी त्यांच्या असह्य स्थितीची कल्पना आली. आपण गढीच्या आश्रयास न जाता तसेच पुढे गेलो असतो, तर मराठ्यांच्या तावडीतून निसटलो असतो, हे निजामअलींना नंतर उमगलं.

निजामअली आपल्या सबंध सैन्यासह खर्ड्याच्या छोट्या गढीत अनायास कोंडला गेल्याचं पाहून मराठा सरदारांना हर्षाच्या उकळ्या फुटल्या. नाना फडणीसांचा आनंद तर गगनात मावेना. त्यांनी पुढच्या विचारविनिमयासाठी आपल्या डेऱ्यात मराठा सरदारांची बैठक बोलाविली. सर्वानुमते असं ठरलं की, निजामअलींनी दरबाराच्या सर्व अटी मान्य केल्याखेरीज त्यांचा तहाचा प्रस्ताव स्वीकारावयाचा नाही. नानांना तर सर्वप्रथम निजामअलींचा उन्मत्त दिवाण आपल्या तावडीत हवा होता. त्याची धिंड काढीत पुण्याला नेऊन त्याला आजन्म कारावासात ठेवण्याचा त्यांचा बेत होता. नानांची कल्पना दूरदृष्टीच्या काही सरदारांना पसंत पडली नाही, कारण मुशीरुद्दौलाचा पाताळयंत्रीपणा त्यांना माहीत होता. जरी त्याला पुण्याला नेऊन कडक बंदोबस्तात ठेवलं, तरी तो डोकं लढवून पुण्यातूनही कारस्थानं करील, अशी भीती त्यांना वाटत होती; परंतु नानांच्या हट्टापुढे त्यांचं काही चाललं नाही. नानांना जगाला आणि पुण्याच्या नागरिकांना दाखवायचं होतं की, नबाबाच्या दरबारात मराठी दौलतीचा अपमान करणारा निजामअलींचा मातब्बर दिवाण आपण पुण्यात धरून आणला.

अखेर मराठ्यांनी खर्ड्याच्या गढीच्या दिशेने चाल केली. त्यांनी सर्व बाजूंनी गढीस वेढा घालून तिच्यावर तोफांचे मोर्चे लावले.

निजामअलींनी सतत तीन दिवसपर्यंत मराठ्यांच्या तोफांची भीषण सरबत्ती सहन केली. त्यांचे अगणित सैनिक मराठ्यांच्या तोफांच्या भक्ष्यस्थानी पडले. असंख्य घायाळ झाले. त्यांच्या सरदारांनी मराठ्यांची कोंडी फोडण्याची पराकाष्ठा केली; परंतु जसजसा प्रतिकार लांबत होता, तसतसे सैन्य कमी होत होतं. दारूगोळा संपुष्टात आला होता. जगाचा संबंध तुटल्याने बाहेरून अन्नधान्य आणि दारूगोळा यांची कुमक येणं अशक्य झालं होतं. आणखी एक दिवस प्रतिकार चालू ठेवला, तर सर्वनाश अटळ होता. नबाबाच्या बेगमांनी तोपर्यंत जवळून लढाई कधी बघितली नव्हती. मराठ्यांच्या तोफांनी आपल्या सैनिकांचा केलेला तो भीषण संहार पाहून त्यांना झीट आली. त्यांनी रडून आकांत केला आणि निजामअलींना शरणागती पत्करण्यास भाग पाडलं. अखेर मराठ्यांनी आपल्या मानेभोवती आवळलेला फास आपण तोडू शकत नाही, याची खात्री झाल्यावर निजामअलींनी शरणागतीचं पांढरं निशाण फडकावलं.

नाना फडणीसांच्या आग्रहानुसार मराठ्यांनी निजामअलीकडे सर्वप्रथम कोणती मागणी केली असेल, तर मुशीरुद्दौलाला आपल्या हवाली करण्याची. त्याशिवाय त्यांनी आणखी काही मागण्या केल्या त्या अशा– परिंड्याच्या किल्ल्यापासून तापी नदीपर्यंतचा प्रदेश आपल्या ताब्यात देणे. या प्रदेशात दौलताबादचा किल्ला व १७६० मध्ये उदगीरच्या लढाईनंतर निजामाचा जो प्रदेश मराठ्यांनी काबीज केला होता, त्याचा अंतर्भाव होत होता. तीन कोटी रुपयांची थकबाकी फेडणे ही पूर्वीची मागणी होतीच. त्याशिवाय तीन लक्ष अठरा हजार रुपयांच्या महसुलाचा नवीन प्रदेशही मराठ्यांनी मागितला. रघुजी भोसले यांनी आपला जुना हिशेबही याच वेळी पुरा करण्याचा हट्ट धरला. गंगाथडीच्या साडेतीन लक्ष रुपयांच्या घासदाण्याची त्यांनी मागणी केली. त्याशिवाय आणखी एकोणतीस लक्ष रुपयांची थकबाकीही निजामानं त्यांना चुकती करायची होती. निजामअलींवर आकाश कोसळलं होतं. मराठ्यांच्या तावडीतून सहीसलामत सुटण्याची कोणतीच आशा उरली नव्हती. हैदराबादहून कुमक मागविण्याचीही आशा दुरावली होती. अशा अवस्थेत त्यांना मराठ्यांच्या मागण्या मान्य करण्यावाचून गत्यंतर उरलं नाही; परंतु आपला कर्तबगार दिवाण मुशीरुद्दौला यांना मराठ्यांच्या हवाली करण्यास त्यांचं मन काही केल्या तयार होईना. त्याच्याऐवजी आणखी वाटेल ते मागा, अशी विनवणी त्यांनी मराठ्यांकडे सतत केली; परंतु निजामअलींच्या काकुळतीनं नाना फडणीसांचं मन काही द्रवलं नाही.

नाना फडणीस निजामअलींकडे मुशीरुद्दौलाची मागणी करीत होते; पण मुशीरुद्दौलाला मराठ्यांच्या तावडीत देण्याची नामुष्की आपल्या माथी मारून घेण्यास निजामअलींचं

मन तयार नव्हतं. आपल्यावर ओढवलेल्या पराजयाच्या अनर्थास मुशीरुद्दौला कारणीभूत आहे, हे जाणूनदेखील त्याला मराठ्यांच्या हवाली करण्यास ते तयार नव्हते. आपण तसं केलं, तर एका मोठ्या राज्याचा राज्यकर्ता म्हणून जगण्यास आपण नालायक आहोत, असं जग म्हणेल, अशी भीती त्यांना वाटत होती. सर्वप्रथम त्यांना इंग्रजांची लाज वाटत होती. इंग्रजांचे दोन वकील मिस्टर मॅलेट आणि मिस्टर कर्कपॅट्रिक हे दोघं खर्ड्याच्या लढाईत जातीनं हजर होते. त्या दोघांनीही मराठ्यांच्या अटी मान्य करून, त्यांच्याशी तह करण्याचा सल्ला त्यांना दिला होता; पण आपल्या कवायती फौजांच्या सामर्थ्यावर विसंबून राहून त्यांनी इंग्रजांचा सल्ला धुडकावून लावला होता. आता आपला बचाव करण्यासाठी मुशीरुद्दौलाला मराठ्यांकडे कैदी म्हणून पाठविले, तर इंग्रज आपली छी थू करतील, या भीतीनं त्यांचा जीव अर्धमेला झाला होता.

आपल्या दिवाणाला मराठ्यांच्या हवाली करावं की न करावं याबाबतचा निर्णय मनाच्या दोलायमान अवस्थेत नबाबअली लवकर घेऊ न शकल्याने त्यांच्या सैन्याचे हाल कुत्रंदेखील खाईनासं झालं होतं. खर्ड्याच्या गढीत एक विहीर होती. तिचं पाणी अवघं दोन दिवस पुरलं. तिसऱ्या दिवशी ती आटून कोरडी शुष्क पडली. सैनिकांनी ती खोदून पाहिली; परंतु एक टिपूसभरदेखील पाणी तिच्यातून झिरपलं नाही; त्यामुळे हजारो लोकांवर पाणी पाणी करीत कंठशोष करण्याची वेळ आली. गढीबाहेर मुबलक पाणी होतं. पाण्याचा ओढा शिंद्यांच्या सैन्यानं आपल्या ताब्यात घेतला होता. गरीब बिचारे निजामाचे सैनिक हत्यारं खाली टाकून, ओढ्यावर जाऊन दीनवाण्या नजरेनं शिंद्यांच्या सैनिकांकडे पाणी मागत आणि तेही उदार मनाने त्यांना पाणी देत. पाणी नाकारण्याचा निर्दयपणा त्यांनी केला नाही.

अखेर निजामअलींनी सर्व बाजूंनी विचार करून, पेशव्यांचे वकील आणि त्यांचे वैयक्तिक मित्र गोविंदराव काळे यांना आपल्या भेटीस बोलावलं. गोविंदराव निजामाच्या छावणीतच होते. खर्ड्याच्या अनर्थानंतर निजामअली आणि त्यांची ती पहिलीच भेट होती. निजामअलींचा काळजीनं खंगून गेलेला रोड चेहरा पाहून गोविंदराव काळे यांच्या हृदयाचं पाणी पाणी होऊन गेलं. गंभीर वातावरणात दोघाही स्नेह्यांची मुलाखत सुरू झाली.

"खुदानं आमच्यावर कठीण प्रसंग आणला." निजामअली गोविंदरावांना उद्देशून कंपित स्वरात म्हणाले.

"खाविंदांनी श्रमी होऊ नये." गोविंदराव निजामअलींचं सांत्वन करीत म्हणाले, "काही झालं तरी ही लढाई आहे. त्यात हार-जीत ही व्हायचीच."

"ते खरं आहे गोविंदराव. आमची जीत झाली नाही म्हणून आम्हाला दुःख होत नाही; परंतु तुमच्या खाविंदांनी आमच्यावर ज्या अपमानास्पद अटी लादल्यात,

त्यांनी आमचं हृदय विदीर्ण झालं आहे.'' नबाब सुस्कारा सोडीत म्हणाले.

गोविंदरावांनी त्यावर प्रत्युत्तर केलं नाही.

''आम्ही तुमच्या खाविंदांच्या सर्व अटी मान्य करायला तयार आहोत, फक्त एक अट सोडून.'' निजामअली आपल्या निस्तेज आणि खिन्न नजरेने गोविंदराव काळे यांच्याकडे पाहत म्हणाले. ''दौलांना मी तुमच्या खाविंदांच्या हवाली कसं करू?''

तरीही गोविंदराव काही बोलले नाहीत. नाना मुशीरुद्दौलांना क्षमा करण्यास तयार नाहीत, हे त्यांना माहीत होतं.

''आम्ही दौलांना सहा महिन्यांच्या आत कारभारातून दूर करण्यास तयार आहोत. त्यांना कामाची आवराआवर करण्यास एवढी उसंत तरी द्यायला नको का? आणि ती तरी बस होईल की नाही याची आम्हाला शंका वाटते.''

''खाविंद, आमचे खाविंद आपली ही मागणी मान्य करतील, असं आम्हाला वाटत नाही.'' गोविंदराव काळे निश्चयी स्वरात म्हणाले. ते नानांकडे नबाबांच्या वतीने रदबदली करण्यास तयार नव्हते, कारण नबाब एकदा तह करून हैदराबादला परतला की, दौलाला तो कारभारातून दूर करणार नाही, हे ते जाणून होते. तहाच्या अटी शक्यतो पार न पाडण्याचा निजामांचा स्वभाव त्यांना पुरेपूर माहीत होता. मागं असं घडलं होतं.

''गोविंदराव, तुम्हाला तर माहीत आहे की, सर्व कारभार दौला पाहतात आणि त्यांना पुण्याला पाठविलं, तर तेरा-चौदा वर्षांचा हिशेब कोण तपासणार? सर्व हिशेब त्यांना माहीत आहे.'' नबाब म्हणाले.

''पण खाविंद, आमचा दरबार गेली कित्येक वर्षे आपल्या कानीकपाळी ओरडून थकला की, बाकीचा हिशेब करा म्हणून; पण आपण त्याकडे कधीच लक्ष दिलं नाही.'' गोविंदराव काळे गंभीर होत म्हणाले. त्यांच्या आवाजातील तीव्रता निजामअलींना जाणवल्यावाचून राहिली नाही. ते किंचित खजील स्वरात म्हणाले,

''दौलांकडून थोडा हलगर्जीपणा झाला हे आम्हाला कबूल; परंतु त्याबद्दल त्यांना पुण्यात नेऊन कैदेत ठेवण्याची शिक्षा भयंकर नाही का?''

गोविंदरावांनी प्रत्युत्तर केलं नाही. त्यांची चर्या गंभीर होती.

''सहा महिन्यांचा अवधी जास्त वाटत असल्यास दोन महिन्यांचा तरी द्यावा, अशी आमची मागणी आहे.'' निजामअली म्हणाले, ''आपण आमची मागणी, तुमच्या खाविंदांना कळवा आणि त्यांची आमची भेट घडवून आणा.''

''खाविंद, आम्ही आपली मागणी आमच्या खाविंदांना अवश्य कळवू; परंतु दौलांना कारभारातून त्वरित दूर करण्याची जी मागणी त्यांनी केली आहे, ती मान्य झाल्याखेरीज ते आपली भेट घेतील असं आम्हाला वाटत नाही.'' गोविंदराव काळे

म्हणाले.

निजामअली त्यावर काही बोलले नाहीत. बोलण्यासारखं काही उरलं नव्हतं. गोविंदराव काळ्यांनी नानांचं मनोगत विदित केलं होतं. त्यांनी गोविंदरावांना निरोप दिला.

गोविंदराव काळे यांनी मराठ्यांकडे निरोप धाडला की, आपणाला पेशवे आणि नाना यांच्या भेटीस जायचं आहे, तरी आपणाला सोबत करण्यासाठी कुणा सरदाराला निजामाच्या छावणीत रवाना करावं. त्या निरोपाप्रमाणे परशुरामभाऊ पटवर्धन यांनी बाबाराव काळे यांना सैन्य देऊन गोविंदराव काळे यांना आणण्यासाठी खर्ड्याच्या गढीत पाठविलं. बाबाराव काळे यांच्याबरोबर गोविंदराव काळे मराठ्यांच्या छावणीत गेले. त्यांनी प्रथम परशुरामभाऊ व नंतर दौलतराव शिंदे यांच्याशी तहाबाबत बोलणी केली. परशुरामभाऊ आणि दौलतराव शिंदे या दोघांचं मत पडलं की, लढाईचं मूळ मुशीरुद्दौला आहे. त्यानं जर निजामास बदसल्ला दिला नसता आणि श्रीमंत पेशवे, नाना आणि पेशव्यांचे सरदार यांची सोंगं भर दरबारातील तमाशात नाचविली नसती, तर प्रकरण विकोपास गेलं नसतं. नाना त्याची मागणी करतात ते बरोबर आहे. त्याला शासन झालंच पाहिजे. परशुरामभाऊ पटवर्धन आणि दौलतराव शिंदे यांच्या भेटीनंतर गोविंदराव काळे, सवाई माधवराव पेशवे आणि नाना यांच्या भेटीस गेले.

नानांनी गोविंदराव काळे यांना निक्षून सांगितलं की, ''नबाबास भेटण्याची आपली इच्छा नाही आणि पेशव्यांची आणि त्याचीही भेट आपण होऊ देणार नाही.'' कारण नानांना नबाबाचा स्वभाव माहीत होता. गोडीगुलाबीनं बोलून आणि प्रसंगी पडतं घेऊन तो आपलं काम साधण्यात पटाईत होता. पेशव्यांची आणि त्याची भेट झाली, तर तो भूलथापा मारून पेशव्यांवर वजन पाडील, अशी भीती नानांना सतत वाटत आली होती.

त्या दरम्यान मराठ्यांच्या छावणीत काही सरदारांच्या खलबतातून असा सूर निघाला की, निजाम आयता तावडीत सापडला आहे, तरी त्याला कायमचा बुडवून टाकावा. ही बातमी मराठ्यांच्या छावणीत संचार करणाऱ्या निजामाकडील गुप्तहेरांनी जाऊन निजामांना कळविली असावी. त्या वार्तेनं निजामाचे मराठे सरदार अस्वस्थ झाले, कारण निजाम बुडालेला त्यांना नको होता. जरी तो परका असला, तरी प्रसंगी त्यांच्या कलानं वागणारा होता. कित्येक मराठे सरदारांचा तो पोशिंदा होता. या सर्व मराठे सरदारांचे पुढारी रावरंभा निंबाळकर होते. त्यांनी पेशव्यांचे सरदार बाबाराव काळे यांना कळविलं होतं की, 'मला सांगाल तर मी मुशीरला उडवून लावून, तह घडवून आणतो. मात्र, गोविंदरावास ही बातमी कळवू नका, काही झालं तरी नबाबाची दौलत राखावी.'

रावरंभा निंबाळकर यांच्याप्रमाणे गोविंदराव काळे यांनादेखील नबाब बुडालेला नको होता आणि मराठ्यांच्या छावणीत नबाबास पार बुडवून टाकावा, असं म्हणणारे बरेच सरदार असले, तरी नाना फडणीसांनाही नबाबास बुडवायचं नव्हतं. त्यांना हवा होता तो नबाबाचा उन्मत्त दिवाण मुशीरुद्दौला. तो ताब्यात मिळाल्याखेरीज तह होणार नाही, असा ते हट्ट धरून बसले.

पण नबाब, मुशीरुद्दौलास मराठ्यांच्या हवाली करण्यास तयार नव्हता, इतकंच नव्हे, तर आपल्या हाताशी असलेलं सर्व सैन्य एकवटून मराठ्यांच्या वेढ्यातून धडक मारून निसटण्याचा एक धाडसी प्रयत्न करण्याचाही त्यानं बेत केला; परंतु निजामअलीची ज्येष्ठ बेगम बक्षी बेगम आणि त्यांचे मुत्सद्दी यांनी त्यांना या सर्वनाशापासून परावृत्त केलं. त्यांनी त्यांना सल्ला दिला की, या अनर्थास मुशीरुद्दौला जबाबदार आहेत, तेव्हा त्यांनाच यातून मार्ग काढावयास सांगा. निजामअली आपली थोरली बेगम, बक्षी बेगमचाही सल्ला काही वेळा मानीत असत. कदाचित त्यांनी विचार केला असेल की, मुशीरुद्दौलाच्या अदूरदृष्टीच्या, अविचारी सल्ल्यामुळे आपण गोत्यात आलो हे खरं आहे, तेव्हा आपण त्यांना मराठ्यांकडे पाठवावं, असं जर सर्वांचंच मत आहे, तर आपणही त्या मताची कदर करून जे सांभाळता येईल ते सांभाळावं हेच उचित! इकडे मुशीरुद्दौलाही स्वस्थ बसून नव्हते. मराठ्यांच्या गोटात त्यांच्याविरुद्ध जे काहूर उठलं होतं, त्याची बातमी त्यांना हरघडी मिळत होती आणि निजामाच्या गोटात त्यांच्याविरुद्ध चालू असलेल्या कटाचीही त्यांना कल्पना होती. आपली अप्रतिष्ठा होण्यापूर्वीच जर आपण मराठ्यांकडे जाण्यास तयार आहोत, असं निजामांना कळविलं, तर आपला मान राहील असा विचार त्यांनी केला. दुसरी गोष्ट म्हणजे त्यांच्यामुळे गोरगरीब, हत्ती, घोडे आणि भारवाहू जनावरं अन्न-पाण्याविना तडफडून मरण पावत असलेली ते पाहत होते. हे हाल त्यांना बघवत नव्हते, तेव्हा त्यांनी निजामास कळविलं की, 'माझ्यामुळे सहस्रावधी माणसं आणि जनावरं यांच्यावर अन्न-पाण्याविना टाचा घासून मरण्याचं घोर संकट कोसळलं आहे, तेव्हा या संकटातून त्यांची मुक्तता करण्यासाठी मी मराठ्यांकडे जाण्याचा बेत केला आहे. तरी त्यांना तसं कसं कळवावं आणि मला घेऊन जाण्यासाठी त्यांना एखादा सरदार पाठविण्यास सांगावं.'

मुशीरुद्दौलाचं पत्र मिळताच निजामअलींनी त्यांना आपल्या जनानखान्यात भेटीस बोलाविलं. ती भेट गुप्त व्हावी, अशी निजामअलींची इच्छा होती. ते मुशीरुद्दौलांना म्हणाले,

"तुमच्यासाठी आम्ही अजूनही मराठ्यांशी लढण्यास तयार आहोत. तुम्ही मराठ्यांकडे जावं, असं आम्हाला वाटत नाही."

त्यावर मुशीरुद्दौला म्हणाले,

"खाविंद, आता वेळ टळून गेली आहे. मराठ्यांशी लढा देणं म्हणजे जाणूनबुजून हजारो माणसांचं बलिदान करण्यासारखं आहे. मराठ्यांनी गढीस वेढा घातला त्याच वेळी मी औसाच्या किल्ल्यात जाऊन राहायला हवं होतं; परंतु परिस्थिती इतकी हाताबाहेर जाईल असं मला त्या वेळी वाटलं नाही. मी एक धाडसी प्रयत्न केला, तो एक जुगार होता. जेनेराल रेमू यांच्या कवायती सैन्याच्या बळावर जर आपण मराठ्यांना हटविण्यात यशस्वी झालो असतो, तर मराठ्यांच्या कटकटीतून आपण कायमचे मोकळे झालो असतो. जेनेराल रेमूनी आणि त्यांच्या सैन्यानं लढण्यात कसूर केली नाही, ते शेवटपर्यंत आपली ठाणी धरून होते. मराठ्यांचे हल्ले त्यांनी नेटानं परतविले; पण आपण त्यांना माघार घ्यावयास लावली-"

"होय, आम्ही जेनेराल रेमू यांना माघार घेण्यास लावलं. आमच्या बेगमा घाबरल्या. आपण लढाई हरणार आणि शत्रूच्या कचाट्यात सापडणार, अशी भीती त्यांना वाटली. म्हणून जेनेराल रेमूंना आम्हास साथ करण्यासाठी आम्ही बोलाविलं." नबाब निजामअली दिलगिरीच्या स्वरात म्हणाले.

"जे झालं त्याबद्दल शोक करण्यात फायदा नाही. मी मराठ्यांकडे जाईन; परंतु माझा इंगा नाना फडणीसांना माहीत नाही. जो डाव मी इकडे हरलो, तो डाव मी पुण्यात पेशव्यांच्या राजधानीत जिंकून, विजयी वीर म्हणून आपल्याकडे परत येईन." मुशीरुद्दौला आवाज चढवीत म्हणाले. एकाएकी त्यांची चर्या गंभीर बनली आणि ती खुनशी दिसू लागली. नबाब निजामअली मुशीरुद्दौलाकडे पाहतच राहिले. त्यांच्या खुनशी चर्येची त्यांना भीती वाटली. तशी त्यांच्याविषयी त्यांना नेहमीच भीती वाटत होती. आपल्या पाताळयंत्रीपणाची चुणूक त्यांनी त्यांना अनेकदा दाखविली होती.

"नाना फडणीस स्वतःला मोठे मुत्सद्दी आणि डावपेची समजतात. हिंदुस्थानात आपल्या तोडीचा राज्यकर्ता नाही, अशी घमेंड ते मिरवतात. ती घमेंड मला जिरवायची आहे. खाविंद, माझ्याविषयी आपण बिलकूल काळजी करू नका. मला आनंदाने निरोप द्या."

नबाब निजामअली यांचा मुशीरच्या कर्तबगारीवर विश्वास होता. तो पुण्यात जाऊन माघारी परत आल्यावाचून राहणार नाही, हे ते जाणून होते. म्हणून त्यांनी नाइलाजानं त्यांना मराठ्यांकडे जाण्यास परवानगी दिली. नाना फडणीसांना कळविलं की, मुशीरुद्दौलास तुमच्याकडे धाडण्यास आम्ही तयार आहोत. तरी त्यांना नेण्यासाठी एखादा सरदार पाठवावा.

नबाबाचं पत्र मिळताच मराठ्यांच्या गोटात सर्वत्र आनंदीआनंद पसरला. मुशीरुद्दौला नाक मुठीत धरून मराठ्यांच्या छावणीत कैदी म्हणून येणास तयार झाले होते. हा मोठा विजय होता. नाना फडणीसांना तर आकाश ठेंगणं वाटलं. नबाब निजामअली

यांच्या चढेल दिवाणास त्यांनी शरणागती पत्करावयास लावली होती. त्यांनी आपला एक विश्वासू हस्तक नारोपंत चक्रदेव यांना दहा हजार सैन्य देऊन मुशीरुद्दौलास मराठ्यांच्या छावणीत आणण्यासाठी खर्ड्याच्या गढीकडे रवाना केले. मुशीरुद्दौलास ताब्यात घेण्यासाठी मराठ्यांचं सैन्य खर्ड्याच्या गढीसमोर येऊन दाखल झालं, तेव्हा नबाब निजामअली आणि मुशीरुद्दौला या दोघांचे आश्रित आणि अभिमानी भयंकर खिन्न झाले. त्यांच्या तंबूमध्ये निराशेचं आणि खिन्नतेचं वातावरण पसरलं. सगळ्यांचे चेहरे सुतकी झाले. मुशीरुद्दौलाच्या बेगमांनी आणि नोकर-चाकरांनी तर रडून आकांत केला. ज्या अर्थी मुशीरुद्दौला मराठ्यांकडे कैदी म्हणून बिनशर्त जात आहेत, त्या अर्थी त्यांच्याकडून पेशवे, नाना फडणीस आणि बडे सरदार यांचा जो अपमान झाला, त्याचा सूड म्हणून त्यांना हाल हाल करून ठार मारलं जाईल, अशी भीती मुशीरच्या कुटुंबातील माणसांना आणि त्याच्या इमानी नोकरांना वाटणं स्वाभाविक होतं. त्यांची समजूत घालताघालता मुशीरुद्दौलाची अगदी पुरेवाट झाली. अखेर दोनशे स्वार, सात हत्ती, घोडे, उंट, तंबू, बाडबिछाना व नोकर-चाकर घेऊन ते निजामाच्या छावणीतून बाहेर पडले. त्यांना पोहोचविण्याकरिता निजामअली गढीच्या दिंडी दरवाजापर्यंत आले. गोविंदराव काळे यांना सद्‌गदित होत निजामअली म्हणाले, ''आमच्या जिवाचा कलिजा ठेव म्हणून तुमच्या स्वाधीन करीत आहोत. तुम्ही जतन करावा.''

''त्याची तुम्ही काळजी करू नका.'' गोविंदराव काळे यांनी निजामअलींना आश्वासन दिलं; मुशीरुद्दौलाची वरात बघण्यासाठी अख्खी बाजारपेठच लोटली. शेठ, सोनार, व्यापारी-उदीम सगळेजण मुशीरुद्दौलांना बघण्यासाठी रस्त्यात गोळा झाले. दौला मान खाली घालून जात होते. सगळ्यांनी त्यांना लाखोली वाहिली; त्यांच्याकडे अंगुलीनिर्देश करून म्हणाले,

'यानंच सर्वांना बुडविलं आणि नबाबास गोत्यात आणलं.'

मुशीर आपल्या छावणीत येतो आहे हे कळताच मराठ्यांची अख्खी छावणी त्याला बघण्यासाठी लोटली. मुशीरला वाटलं होतं की, एखाद्या सामान्य युद्धकैद्याप्रमाणे आपणास मराठ्यांच्या छावणीत नेलं जाईल; परंतु त्याला आणि सगळ्यांनाच आश्चर्याचा धक्का बसायचा होता. नाना एक कोस त्याला सामोरे गेले आणि त्यांनी आपल्या औदार्यानं त्याला लाजविलं. नानांनी त्याला युद्धकैदी म्हणून आपल्याकडे आणण्याचा आपला 'पण' खरा केला असला, तरी शरणागताला औदार्याने वागविण्याच्या मराठ्यांच्या परंपरेस ते जागले. त्यांनी मुशीरुद्दौलाचं त्याच्या दर्जाला अनुसरून स्वागत केलं.

मुशीरुद्दौलानं आपल्याबरोबर मिठाईचे व फळफळावळीचे पेटारे आणि नजराणे आणले होते. त्यांचा तर स्वीकार करण्यात आलाच; पण परतफेडही

केली गेली.

मुशीरुद्दौलांना घेऊन नाना फडणीस पेशवे सवाई माधवराव यांच्या डेऱ्याकडे निघाले. दौला येतो आहे, अशी खबर मिळताच पेशवे आपला जामानिमा करून डेऱ्याबाहेर आले आणि गोळीच्या टप्प्यापर्यंत गेले. दौला अंबारीतून येत होते. पेशवे आपल्याला सामोरे आले आहेत, हे कळताच ते अंबारीतून खाली उतरले. गोविंदराव काळे यांनी त्यांना सोबत केली. दौलांनी डोक्याचा रुमाल काढून, दोन्ही हात त्यानं बांधले आणि ते पेशव्यांच्या अंबारीसमोर येऊन उभे राहिले. त्याबरोबर पेशवे अंबारीतून खाली उतरले आणि हातास हात लावून त्यांनी सलाम केला. नंतर पेशवे, दौला आणि नाना असे तिघे तीन अंबाऱ्यांत बसून पेशव्यांच्या कचेरीकडे गेले. तेथे क्षणभर तिघांची औपचारिक बातचीत झाली आणि मग दौलांना त्यांच्यासाठी उभारण्यात आलेल्या डेऱ्यात नेण्यात आलं.

दौलाच्या मनातील धाकधूक नाहीशी झाली. नाना फडणीसांकडून त्यांनी अशा उदार वागणुकीची अपेक्षा केली नव्हती. ते मनातून पुरते खजील झाले. आपल्या हातून घडलेल्या कृत्यांबद्दल त्यांना मेल्याहून मेल्यासारखं झालं.

।सोळा।

नबाब निजामअली यांनी पांढरं निशाण फडकावून आणि आपली शिक्का-कट्यार मराठ्यांकडे पाठवून शरणागती पत्करली होती. पेशवे सांगतील त्या अटी मान्य करण्यास ते तयार झाले होते. मुशीरुद्दौलाला ताब्यात देणं, त्याशिवाय तह नाही, ही पेशव्यांनी घातलेली पहिली शर्त होती. त्या शर्तीप्रमाणे मुशीरुद्दौला मराठ्यांच्या छावणीत डोक्याच्या रुमालानं हात बांधून गेल्यावर पेशव्यांनी तहाच्या उरलेल्या शर्ती निजामास घातल्या. त्या अशा होत्या.

१. दक्षिणेत बिलकूल गोवध न करावा. मुसलमानी राज्याचा जो धर्म निजामरोखा, खुदापर्वस्ती वगैरे करावी.

२. हिंदू-मुसलमान दोन्ही धर्म ईश्वराचे. मुसलमानानं हिंदूंचे जाग्यास उपद्रव न करावा, हे बेमुनासफ व हिंदूने आजतागायत मुसलमानाचे जागे, पीर, पैगंबर यासी दुसरी गोष्ट समजण्यास आणली नाही, तेव्हा मुसलमानानं हिंदूंचे धर्मास खलश करू नये. आपले चालीने कायम धर्मावरी असावे. परस्परे मुजाहीम नसावे.

तहातील या दोन अटींशिवाय इतर अटी निजामअलींना पूर्वी सादर करण्यात आल्या होत्या आणि त्यांनी त्या मान्य केल्या होत्या. मागील थकबाकी आणि सरदेशमुखीची बाकी मिळून पाच कोटी रुपये निजामअलींनी पुणे दरबाराला द्यायचे होते. त्या रकमेपैकी तीस लक्ष रुपये त्यांनी तत्काळ फेडले आणि तीस लक्ष रुपयांचा मुलूख तोडून दिला. त्याशिवाय त्यांच्याकडून दरबार खर्चाबद्दल पंधरा लक्ष रुपये मिळाले. त्या रकमेची वाटणी अशी झाली; नाना फडणीस चार लक्ष रुपये, दौलतराव शिंदे चार लक्ष रुपये, परशुरामभाऊ एक लक्ष, रामचंद्रपंत ऊर्फ बाबाराव फडके एक लक्ष. उरलेली रक्कम इतर सरदार आणि मुत्सद्दी यांना ज्या त्या त्यांच्या श्रेणीनुसार वाटून देण्यात आली.

निजामअलींनी पेशव्यांचे मोठे सरदार शिंदे व नागपूरकर रघुजीराजे भोसले यांची त्यांच्या कारभाऱ्यांशी वाटाघाटी करून सरबराई केली.

तहावर सह्या झाल्यावर निजामअलींनी पेशव्यांकडे मागणी केली की, पेशव्यांच्या मामलेदारांनी त्यांच्या मुलखाच्या ज्या

जप्त्या केल्या होत्या, त्यांच्या सोडचिठ्ठ्या मामलेदारास द्याव्या. नाना फडणीसांनी निजामअलींना कळविले की, 'सरकारची स्वारी पुण्यास दाखल झाल्याखेरीज सोडचिठ्ठ्या द्यायच्या नाहीत.' निजामअली पराभूत असल्याने त्यांना नाना फडणीसांचा निर्णय निमूटपणे मान्य करावा लागला; परंतु पेशव्यांच्या सर्व अटी मान्य करूनही त्यांना खर्ड्याच्या गढीतून बाहेर पडण्याचा हिय्या होईना. आपण गढीतून बाहेर पडलो, तर मराठे आपणावर दगलबाजीने हल्ला करून आपली चटणी उडवतील, अशी भीती त्यांना वाटत होती; म्हणून त्यांनी मराठ्यांना कळविले की, 'तुम्ही प्रथम तुमचा तळ हलविल्याखेरीज मला माझा तळ सोडणं धोक्याचं वाटतं.' मराठ्यांनी निजामअलींची केविलवाणी अवस्था लक्षात घेऊन त्यांच्या विनंतीनुसार प्रथम आपला तळ हलविण्याचं कबूल केलं.

पेशव्यांनी आपला तळ हलविण्यापूर्वी दरबार भरवून खर्ड्याच्या लढाईत भाग घेतलेल्या सर्व सरदारांचा ज्याच्या त्याच्या दर्जाप्रमाणे सत्कार केला. जिवबादादा बक्षी हे शिंद्यांचे सरदार असले, तरी खर्ड्याच्या लढाईत त्यांनी ऐन वेळी येऊन उडी घेतली नसती, तर मराठ्यांना लढाई जिंकणं कठीण जाणार होतं, म्हणून त्यांचा पराक्रम लक्षात घेऊन, पेशव्यांनी त्यांचा उचित सत्कार केला. त्यांच्याप्रमाणेच नागपूरकर रघुजीराजे भोसले हेही खर्ड्याच्या विजयाचे दुसरे मोठे भागीदार होते; म्हणून पेशव्यांनी त्यांचाही गौरव करून त्यांचा सत्कार केला. नंतर परशुरामभाऊ पटवर्धन, तुकोजी होळकर, विठ्ठलपंत पटवर्धन वगैरे खर्ड्याच्या लढाईत विशेष पराक्रम गाजविलेल्या सरदारांना कोणास शिरपेच, कोणास कंठी, कोणास मोत्यांची जोडी, कोणास शेला-पागोटे अशी बक्षिसे देऊन सत्कार करण्यात आला. ज्यांनी रणांगणावर देह ठेवला, त्यांच्या बायका-मुलांना वेतनं देण्यात आली, तर घायाळ झालेल्यांची शुश्रूषा करण्याची जबाबदारी त्या त्या सरदारांवर टाकण्यात आली. अशा रीतीने लढाईत पराक्रम गाजविलेल्या सर्व वीरांची पेशव्यांनी सर्फराजी केली.

मराठ्यांनी लढाई जिंकली असल्याने त्यांच्या छावण्यांत अनेक दिवस विजयोत्सव साजरा करण्यात आला. त्यांना लागणाऱ्या सर्व जिनसा पुण्याहून आणविल्या जात असत. मराठे सरदार लहान-मोठे सणदेखील घरच्याप्रमाणे आपल्या छावण्यांत साजरे करीत. नागपूरकर रघुजीराजे भोसले यांच्याकडे रामनवमीचा उत्सव झाला, सर्व विधी यथासांग पार पडले. पुण्याहून कथेकरी आणविण्यात आले होते. रघुजींनी नऊ दिवस उपवास केला आणि पारण्याच्या दिवशी बाराशे ब्राह्मणांना भोजन घालून दक्षिणा वाटली. अशा रीतीने मराठ्यांच्या छावणीत जीवन आरामात चाललं होतं, तर तिकडे निजामाच्या छावणीत दुष्काळाची छाया भेडसावीत होती. मराठ्यांनी निजामाची कोंडी केल्याने त्यांच्या सैन्यावर उपासमारीचा प्रसंग गुदरला होता.

अन्नाची बेगमी संपुष्टात आल्याने निजामाचे मुसलमान शिपाई गुरे-ढोरे मारून त्यांच्या मांसावर कशीबशी गुजराण करीत होते; परंतु निजामाच्या या हालांकडे मराठ्यांचं बिलकूल लक्ष नव्हतं आणि ते त्यांनी का द्यावं? निजामअलींवर जो प्रसंग ओढवला होता, त्याला तेच कारणीभूत नव्हते का? आपल्या कर्माचं फळ त्यांना भोगावं लागलं होतं.

अखेर हो-ना करताकरता मराठ्यांनी खर्ड्याच्या मैदानातून आपला तळ हलविला. निजामअलीचे जे गुप्तहेर मराठ्यांच्या छावणीभोवती घिरट्या घालीत होते, त्यांनी ती आनंदाची बातमी आपल्या धन्याला जाऊन कळविताच निजामअलींनी सुटकेचा श्वास सोडला. गेले पंधरा-वीस दिवस त्यांना एका भयंकर दिव्यातून जावं लागलं होतं. असा प्रसंग त्यांच्यावर आयुष्यात तत्पूर्वी कधी आला नव्हता. त्यांचा आणि त्यांच्या बेगमांचा दिमाख पार उतरला होता. माणसाचं जीवन कसं मोताद असतं त्याचा अनुभव निजामअलींना आपल्या उतारवयात या पंधरा दिवसांत आला. ते एक भयंकर असं दिवास्वप्न होतं. अखेर मराठे लांब गेल्याचं कळल्यावर त्यांनी एका मोठ्या संकटातून आपली सुटका झाली म्हणून परवरदिगार अल्लाचे कृतज्ञतेनं आभार मानले आणि सरदारांना तळ हलविण्याची आज्ञा केली.

मराठे रमतगमत पुण्याच्या रोखाने निघाले होते. त्यांनी वाटेत अनेक ठिकाणी देवदर्शन केले आणि सृष्टिसौंदर्याचा मनमुराद आनंद लुटला. त्यांनी परिंड्याचा किल्ला पाहून घेतला व सोनारी देवीचं दर्शन घेऊन ते मग दक्षिणेकडून पश्चिमेस पुण्याच्या मार्गास लागले. वैशाख शुक्ल पक्षाच्या प्रारंभी पेशवे पुणे शहराच्या परिसरात येऊन दाखल झाले. थेऊरास जाऊन त्यांनी पेशव्यांच्या कुलदैवताचं गणपतीचं दर्शन घेतलं आणि आपणास विजय मिळाला म्हणून विघ्नहर्त्या गणरायास अभिषेक करून ब्राह्मणांना दक्षिणा वाटली. नंतर पेशवे थेऊराहून वानवडीस आले व पुणे शहरात प्रवेश करण्यासाठी वैशाख शुद्ध पंचमीच्या रात्री बारा घटिकेस मुहूर्त निश्चित करण्यात आला होता. तोपर्यंत पेशव्यांना शहराच्या वेशीवर थांबावं लागलं. सरदारांना उद्देशून आज्ञा काढण्यात आली की, 'आज रात्री शहरात जायचे, त्यास सर्वांनी आपले खासे असतील त्या खाशांनिशी सायंकाळचे चार घटिका दिवसास सरकार डेऱ्याजवळ यावे.' या सूचनेनुसार सर्व लहान-मोठे सरदार आपापल्या सरंजामासह सायंकाळच्या सुमारास पेशव्यांच्या डेऱ्यापाशी येऊन दाखल झाले.

पेशव्यांच्या स्वागताची तयारी करण्यासाठी राघोपंत गोडबोले यांना अगोदर शहरात धाडण्यात आलं होतं. त्यांनी शहर कोतवाल आनंदराव काशी यांना बोलावून घेऊन शहराची आरास कशी करायची तत्संबंधी काही सूचना दिल्या. त्या सूचनांनुसार आनंदराव काशी यांनी माणसं लावून, शहरातील रस्ते झाडून घेऊन कुंकुमाचे सडे घातले. जागोजागी गुढ्या-तोरणे उभारून, पताका लावल्या. शुक्रवार

पेठेतून बुधवार पेठमार्गे शनिवारवाड्याकडे जाणाऱ्या रस्त्यावर सुतारांनी दुतर्फा खांब ठोकून त्यावर तवगे मांडून पणत्या मांडून ठेवल्या. पणत्या पावशेर तेल मावू शकतील एवढ्या मोठ्या होत्या. चिरागदानात तेल घालण्यासाठी हजारो हमाल बुधले घेऊन रस्त्याच्या दुतर्फा उभे राहिले. अंधार पडल्यावर चिरागदाने पेटविण्यात आली, तेव्हा वरती तारांगणाने शोभायमान झालेलं आकाशाचं निळं छत आणि खाली असंख्य दिव्यांच्या लांबच लांब मालिका यामुळे पुणे शहर स्वप्ननगरीसमान भासू लागलं. खर्ड्याचा विजय मिळवून पेशवे पुण्यात येत आहेत म्हणून पुण्याच्या नागरिकांना आनंदाचं उधाण आलं होतं. सर्व पुणे शहर पेशव्यांच्या स्वागतासाठी घराबाहेर पडलं.

ठरल्याप्रमाणे पंचमीच्या रात्री पहिल्या चार घटिका झाल्यावर पेशवे शहराकडे निघाले. त्यांच्यासमवेत मोठे सरदार चालले होते. सर्वांपुढे जरिपटका होता. त्याच्याबरोबर हजार स्वार होते. त्यांच्या मागे पेशव्यांबरोबर जितके सरदार होते तितक्यांचे चौघडे जरिपटक्याच्या मागे होते. त्यांच्यामागे माहीमरातबचे पाच हत्ती व त्यांच्या मागे नालकी होती. त्यांच्या मागे सोन्याचे गंडे पट्टे, गळ्यात पुतळ्यांच्या माळा व पाठीवर भरगच्च किनखापी झूल घातलेले चारशे कोतवाल घोडे व मोतद्दार घेऊन चालले होते. त्याच्या मागे लाल डगलेवाले गारदी, त्यांचे जमादार व चाऊस दफेदार, अरब व सिद्दी, रोहिले, पठाण, खासे खासे दोन हजार निशाणांचे फरारे सोडून ताशे-मरफे वाजवीत चालले होते. त्यांच्या मागे खास जिलीब, पेशवे, शिंदे, भोसले व होळकर यांचे खासबारदार बोथाट्या, विटे, बाण आणि बल्लम घेऊन चालले होते. ती लग्गीसुद्धा हजार माणसं होती. त्यांच्या मागे रुप्याच्या अंबारीत बसून पेशवे चालले होते. त्यांचा हत्ती भरजरी वस्त्रांनी आणि सोन्या-चांदीच्या आवरणांनी मढवलेला होता. पेशव्यांच्या पाठीमागे खवासखान्यात अप्पा बळवंत व अमृतराव पेठे बसून पेशव्यांवर चवऱ्या व मोरचेले ढाळीत होते. पेशव्यांच्या हत्तीबरोबर हजारो मशाली चालल्या होत्या. पेशव्यांच्या हत्तीबरोबर रघुजी भोसले, दौलतराव शिंदे, तुकोजी होळकर, फत्तेसिंग गायकवाड वगैरे सरदार अंबारीत बसून चालले होते. नाना फडणीसांचा हत्तीही त्यांच्याबरोबर होता. पुढे जिलिबीचे हत्ती होते. त्यांच्यावर हवया लावल्या होत्या. त्यांच्या पुढे शे-दोनशे सांडणीस्वार होते. सर्व अंबाऱ्यांच्या मागे वीस-पंचवीस साहेबनौबत्ती हत्तींच्या पाठीवर ठेवलेल्या होत्या. शिवाय उंटांवर ठेवलेल्या दोनशे नौबती होत्या त्या वेगळ्याच! या सर्व हत्तींच्या मागे नबाब निजामअली यांचे दिवाण मुशीरुद्दौला हेही हत्तीवरून चालले होते. त्यांच्या रखवालीस पाच हजार स्वार आणि गारदी होते.

मिरवणूक पानशे यांच्या वाड्यासमोर आल्यावर श्रीमंतांवर सोन्या-रुप्याची

फुले उधळण्यास प्रारंभ झाला.

ती भव्य आणि प्रेक्षणीय मिरवणूक पाहून पुण्याच्या नागरिकांच्या डोळ्यांचं अक्षरशः पारणं फिटलं. तो देखावा अपूर्व होता.

अखेर चौदा घटका रात्री पेशव्यांची स्वारी शनिवारवाड्यासमोर येऊन दाखल झाली. पेशवे अंबारीतून दिल्ली दरवाजात उतरल्यावर दही-भाताच्या कित्येक पाट्या त्यांच्यावरून उतरून टाकण्यात आल्या आणि त्यांनी आत प्रवेश केल्यावर थोरल्या चौकात त्यांच्यावर सोन्या-रुप्याची फुलं उधळण्यात आली. पेशव्यांनी आत जाऊन देवदर्शन केलं आणि मग ते दरबारात बसले. सरदार, मानकरी, मुत्सद्दी, कारकून वगैरे झाडून सारे दरबारात उपस्थित होते.

पेशवे पुण्यात प्रवेश करीत होते, तेव्हा पुण्याबाहेर पहाटेस पाच घटिका रात्रीपासून प्रातःकाळच्या चार घटिकांपर्यंत पाचशे तोफांचा धडाका सुरू झाला. ते तोफांचे बार म्हणजे जणू मराठ्यांनी निजामावर मिळविलेल्या विजयाची निशाणी होती.

मुशीरुद्दौलांना धरून आणलं होतं, त्यांची राहण्याची व्यवस्था खजिन्याच्या विहिरीपाशी असलेल्या वाड्यात करण्यात आली. त्यांच्या हाताखाली दोन कारकून ठेवण्यात आले. तथापि, जरी ते युद्धबंदी असले, तरी एखाद्या शाही मेहमानासारखा पाहुणचार ते घेऊ लागले. त्यांना काय पाहिजे, काय नको त्याची हरघडी चौकशी केली जाई. त्यांना लागेल तो जिन्नस पुरविण्याची व्यवस्था नाना फडणीसांनी केली.

निजामावरील मोहिमेत भाग घेतलेल्या मराठे सरदारांनी बरेच दिवस पेशव्यांचा पाहुणचार घेतला आणि मग त्यांच्याकडे मुलखास जाण्याची परवानगी मागितली. पेशव्यांनी सरदारांना निरोपाची जंगी मेजवानी दिली. सगळ्यांना वस्त्रे, अलंकार व ज्यांच्या-त्यांच्या दर्जाप्रमाणे पोशाख दिले. नंतर एकेक सरदार पुण्याहून निर्गमन करू लागला. पुणं हळूहळू रिकामं होऊ लागलं. एक वर्षभर पुणं गजबजलेलं होतं. ते रिकामं पडू लागलेलं पाहून पुण्याच्या नागरिकांना अस्वस्थता भासू लागली. पुण्यात पुन्हा पूर्वीची स्मशानशांतता पसरणार म्हणून ते बेचैन झाले.

।सतरा।

सवाई माधवराव पेशवे मोगलाईतून माघस्नान करून आले आणि शनिवारवाड्यातील देव्हाऱ्यात पुन्हा जाऊन बसले. आता त्यांना नेहमीप्रमाणे सनदा व कागदपत्रांवर सह्या करणं, सारसबागेत जाऊन शिकारखाने बघणं, मैना, पोपट, चंडोल इत्यादी पक्ष्यांचं कौतुक करणं, बदकं, पाणकोंबड्या, मोर वगैरे पक्ष्यांच्या पिंजऱ्यांना भेट देणं. हरणं, काळवीट, चित्ते याचं निरीक्षण करणं, विविध रंगांच्या सशांना कुरवाळणं, एडक्यांच्या टकरी लावणं, पैलवानांच्या कुस्त्या बघणं, तिरंदाजी, दांडपट्टे, तलवारीचे हात करणं, मुद्‌गल पेलणं, लेझीम खेळणं अथवा सायंकाळी तालीमखान्यात जाऊन थोड्या दंड-बैठका काढणं, थोडी घोडदौड करणं, अधूनमधून हत्तींच्या झुंजी लावणं, वाघांच्या लढाया लावणं, शिकारी चित्ते घेऊन शिकारीस जाणं या नेहमीच्या दिनक्रमावाचून अन्य काही काम उरलं नाही. वयाच्या पंधरा-सोळाव्या वर्षापर्यंत या खेळांत त्यांना आनंद वाटत होता. आपण अजून लहान असल्याने राज्यकारभार बघण्याचं आपलं वय झालेलं नाही, तोपर्यंत व्यायाम करून ताकद कमवावी, युद्धकलेत निपुण व्हावं, असं त्यांना वाटत होतं; परंतु वयाची अठरा वर्षं होऊन गेली, तरी नाना आपणास राज्यकारभाराचं काम सांगत नाहीत, इतकंच नव्हे तर, सारसबागेतील शिकारखाना वाढविण्याचं त्यांचं काम चाललंच आहे आणि ते आपणासाठी करीत आहोत असं ते लोकांना सांगत असलेलं पाहून पेशवे बेचैन झाले होते. नानांनी अलीकडे हिंदुस्थानातील वेगवेगळ्या भागांतून नानाविध पशू आणि पक्षी सारसबागेत आणविले होते. ते पशु-पक्षी आले की, त्यांचं पहिलं निरीक्षण करणं, हे पेशव्यांचं काम होतं. जणू काही पशु-पक्षी बघण्यासाठी आणि श्वापदांच्या लढाया लावण्यासाठीच त्यांचा जन्म झाला होता! आता त्यांना सारसबागेत जाण्याचा कंटाळा येत होता, पैलवानांच्या कुस्त्या, हत्तींच्या झुंजी, वाघांच्या लढाया आणि शिकारी चित्त्यांच्या शिकारी यात त्यांना स्वारस्य वाटेनासं झालं होतं. त्यांना राज्यकारभार बघायचा होता. मुत्सद्देगिरीत डोकं लढवयाचं होतं; परंतु नाना त्यांना ते काम करू देत नव्हते; त्यामुळे त्या दोघांमध्ये विसंवाद सुरू झाला होता. त्याच अवस्थेत खर्ड्याची मोहीम सुरू झाली

होती. ती मोहीम आपण जिंकणार असल्याचा आत्मविश्वास सवाई माधवरावांच्या मनात निर्माण झाला होता, कारण महादजी शिंदे जिवंत असताना ते पेशव्यांना नेहमी म्हणायचे की, 'रावसाहेब, तुम्ही भाग्यवान आहात, सुलक्षणी आहात. तुमचा जन्म झाल्यापासून दौलतीला आता कोणी मोठा शत्रू उरलेला नाही.' महादजी शिंदे यांची पेशवे-स्तुती नाना फडणीसांना आणि त्यांच्या चाहत्यांना आवडत नव्हती, कारण नानांना वाटत होतं की, मराठी दौलतीचा हा जो अवाढव्य विस्तार झाला, तो आपल्याच कर्तबगारीमुळे आणि आता महादजी शिंदे यांच्या मृत्यूनंतर खर्ड्याच्या लढाईत निजाम आणि त्याचा चढेल दिवाण मुशीरुद्दौला या दोघांची खुमखुमी जिरविल्यापासून तर नानांना आणि त्यांच्या आश्रितांना स्वर्ग दोनच बोटे उरला होता. महादजी शिंदे असताना नाना नुसते मुत्सद्दीच होते; परंतु आता जातीनं खर्ड्याच्या मोहिमेवर जाऊन त्यांनी निजामाचा पाडाव करून लष्करी नेतृत्वातही आपण कमी नाही, हे सिद्ध केलं होतं आणि जगालाही ते खरं वाटत होतं, कारण जग आतल्या गोष्टी बघावयास जात नव्हतं; ते बाह्य गोष्टींवरून माणसाचा मोठेपणा ठरवीत होतं.

सारांश, खर्ड्याची मोहीम जिंकून आल्यापासून नानांच्या कीर्तीत मोठीच भर पडली. त्यांचा दरारा वाढला आणि त्यांच्या वागणुकीतही फरक पडला. मराठी दौलतीचे ते निरंकुश सत्ताधारी बनले. त्यांना जाब विचारू शकणारी त्यांच्या तोलामोलाची एकही असामी पुण्यात अथवा अन्यत्र कुणी नव्हती. सगळेजण त्यांची आर्जवं करण्यासाठी आणि त्यांची मर्जी संपादण्यासाठी पुढेपुढे करीत होते; परंतु या लोकांत सवाई माधवराव पेशवे नव्हते. खर्ड्याच्या मोहिमेपूर्वी नानांविषयी त्यांच्या मनात दुजाभाव निर्माण झाला होता, तो वृद्धिंगत होऊन त्याची परिणती द्वेषभावनेत झाली. नाना निजामाचा पाडाव करून आल्याने सर्वंकष सत्ताधारी बनले आहेत, याची पेशव्यांना कल्पना आली होती आणि त्यामुळे ते हयात असेतोवर आपल्या हाती राज्यकारभार येण्याची सुतराम आशा नाही, याचीही जाणीव त्यांना झाली होती; त्यामुळे त्यांना निराशेनं पछाडलं होतं व त्यातून नानांचा कसा पाडाव करता येईल, याचा विचार ते करू लागले होते. शिवाय खर्ड्याच्या मोहिमेच्या निमित्तानं चार-पाच महिने पुण्याबाहेर राहिल्याने त्यांचा अनेक व्यक्तींशी संबंध आला होता. त्यांच्याभोवती नानांच्या लोकांचा कडक पहारा असायचा. त्यांना भेटावयास येणाऱ्या लोकांकडे नानांच्या गुप्तहेरांची बारीक दृष्टी असायची. त्यांच्या राहुटीत चाललेल्या संभाषणाकडे त्यांचे कान लागलेले असायचे. तरी नानांच्या विरोधकांनी नानांविरुद्ध पेशव्यांचे कान फुंकण्याची एकही संधी दवडली नव्हती. त्या संधीचा उपयोग त्यांनी नानांविषयी पेशव्यांचं मत कलुषित करण्यासाठी केला होता. पेशव्यांना भेटावयास येणाऱ्या सरदारांमध्ये जसे मोठे सरदार आणि मोठे मुत्सद्दी असत, तसेच लहान सरदार आणि लहान मुत्सद्दीही असत. या लोकांना पुण्यात कधी पेशव्यांच्या भेटीचा लाभ झाला

नव्हता; परंतु आता तो झाला होता. पेशव्यांना वीस वर्षांच्या आयुष्यात ज्या गोष्टी पुण्यात कधी ऐकावयास मिळाल्या नाहीत, त्या चार-पाच महिन्यांमध्ये खर्ड्याच्या मोहिमेत ऐकावयास मिळाल्या होत्या; परंतु त्या गोष्टी ऐकल्यामुळे त्यांचा फायदा असा मुळीच झाला नाही. उलट त्यांच्या अवस्थेत आणि विषण्णतेत भरच पडली. ते सबंध वेळ आपल्या विचारात मग्न असलेले दिसू लागले. अशाच स्थितीत एके दिवशी नानांच्या गुप्तहेरांची नजर चुकवून त्यांच्या दिमतीला असलेल्या एका खिदमतगाराने त्यांना एक चिठ्ठी आणून दिली. त्यांनी ती उघडून बघितली, तेव्हा ती बाजीराव रघुनाथ यांची असल्याचं त्यांना आढळून आलं. बाजीराव रघुनाथ हे आपल्या दोघा भावांसह जुन्नर येथील किल्ल्यात कारावासाचं जीवन कंठीत होते. खर्ड्याच्या मोहिमेपूर्वी ही तिन्ही भावंडं आनंदवल्ली येथे नजरकैदेत होती; परंतु आपण निजामाच्या मोहिमेवर गेल्यावर बाजीराव रघुनाथ हे काहीतरी कारस्थानं करून आनंदवल्लीहून आपल्या भावांसह पळून जातील, या भीतीने नानांनी त्या तिघांना जुन्नरच्या किल्ल्यात आणून बंदोबस्तात ठेवलं होतं. तथापि, बाजीराव रघुनाथ हे जरी जुन्नरच्या किल्ल्यात बंदोबस्तात असले, तरी त्यांच्या चळवळ्या आणि उपद्व्यापी मनाला नाना कारावासात ठेवू शकले नव्हते. आपल्या लाघवी आणि मिठ्ठास बोलण्यानं त्यांनी जुन्नरच्या किल्ल्यातील पहारेकऱ्यांचा विश्वास संपादन करून आपले वडील राघोबादादा यांच्या पुण्यातील अनुयायांशी संधान जुळविण्यात यश संपादन केलं होतं. ते जरी नानांच्या कारावासात दिवस काढीत असले, तरी सवाई माधवरावांविषयी त्यांनी खडान्‌खडा माहिती मिळविली होती. सवाई माधवरावांना नानांचा सासुरवास असह्य झाला असून, ते त्यांचा द्वेष करीत असल्याची माहिती त्यांना मिळाली होती आणि म्हणून त्यांना खिजवून नानांविषयीचा त्यांचा द्वेष अधिक प्रज्वलित करण्यासाठी त्यांनी माधवराव पेशवे यांना पुढील चिठ्ठी लिहिली होती. 'तुम्ही नावाचे पेशवे आहात. वस्तुतः तुम्ही आणि मी समदुःखी आहो. इतकेच की, मी जुन्नरच्या किल्ल्यात कैदेत आहे. तर तुम्ही शनिवारवाड्यात कैदेत आहात.'

बाजीराव रघुनाथांची चिठ्ठी वाचल्याने सवाई माधवरावांच्या अवस्थेत आणखी भर पडली. त्याचबरोबर आपणासारखी पेशव्यांच्या कुटुंबातील आणखी तीन माणसे समदुःखी आहेत म्हणून त्यांच्या मनाची थोडी समाधानी झाली. त्यांनी बाजीराव रघुनाथ यांना उत्तर धाडलं की, तुम्ही लिहिता त्याप्रमाणे मी शनिवारवाड्यात कैदेत आहे हे खरं आहे. आपण चौघे समदुःखी आहोत; परंतु ईश्वराची इच्छा असल्यास आपण कारावासातून मुक्त होऊ.

सवाई माधवराव पेशवे यांचं उत्तर मिळताच बाजीराव रघुनाथ यांच्या मनात आशेचा किरण चमकला. पेशवे आणि आपण तिघे बंधू एक झालो तर, नाना फडणीसांशी दोन हात करू शकू, असा आत्मविश्वास त्यांच्या मनात निर्माण

झाला. त्यांनी सवाई माधवरावांशी गुप्त पत्रव्यवहार चालू ठेवला. त्यांनी सवाई माधवरावास लिहिलं, 'स्वामींचे पाय पाहावे, असे चित्तात आहे. भेट होईल तो उत्तम दिवस.' बाजीराव रघुनाथांसारखी पेशव्यांच्या कुटुंबातील एक व्यक्ती आपणास आर्जवाने आणि लीनपणे पत्र लिहीत आहे, हे पाहून सवाई माधवरावांचं अंतःकरण गहिवरून आलं. त्यांनी बाजीराव रघुनाथ यांना उत्तर धाडलं. 'तुमचा हेतू तद्वतच आमचा हेतू की, तुमची भेट व्हावी. त्यास थोड्याच दिवसांत चित्तानुरूप अर्थ घडतील, चिंता न करणे.'

अशा रीतीने बाजीराव रघुनाथ आणि सवाई माधवराव पेशवे यांचा चोरटा पत्रव्यवहार नियमितपणे सुरू झाला. बाजीराव रघुनाथ आणि त्यांचे दोन बंधू अमृतराव आणि चिमणाजी यांच्या रखवालीसाठी नानांनी आपल्या खास विश्वासातील एक सरदार बळवंत नागनाथ यास जुन्नर किल्ल्यात ठेवलं होतं. सुरुवातीला हा सरदार नानांच्या आदेशानुसार बाजीराव आणि त्यांचे बंधू या तिघांवर कडक नजर ठेवायचा; परंतु बाजीरावाचा स्वभाव अत्यंत लाघवी असल्याने त्यानं बळवंतराव नागनाथ वांबोरीकर यावर मोहनास्त्र टाकून त्याला आपलासा केला होता आणि त्याच्यामार्फत सवाई माधवराव पेशवे यांच्याशी संबंध जुळविला होता. बळवंतराव नागनाथ यांचा शनिवारवाड्यात चांगला राबता होता. नानांच्या मर्जीतला मनुष्य असल्याने सवाई माधवरावांच्या आणि त्यांच्या कितीही भेटी झाल्या, तरी सवाई माधवरावांवर पहारा ठेवणारे नानांचे गुप्तहेर या गाठीभेटीविषयी संशय घेत नसत.

बाजीराव रघुनाथ यांनी आपल्या पत्रांतून सवाई माधवरावांच्या मनात भरविलं होतं की, जसे थोरल्या बाजीराव साहेबांचे कारभारी चिमाजी आप्पा होते, नाना साहेबांचे सदाशिवराव भाऊसाहेब आणि माधवराव साहेबांचे नारायणराव म्हणजे तुमचे पिता, तद्वत तुमचे कारभारी होण्याचा मान माझा आहे. मी तुमच्याहून सहा महिन्यांनी लहान असल्याने तुम्ही पेशवे आणि मी तुमचा कारभारी हा संबंध चांगलाच जुळतो; पण आपला हा संबंध नाना जुळवू देत नाहीत. म्हणून आपण दोघांनी नानांचा बंदोबस्त केला पाहिजे.

सवाई माधवराव पेशवे यांची मर्जी संपादन करण्यात बाजीराव रघुनाथ यांनी यश मिळविल्याने त्यांनी आपल्या मार्गातील नानांचं धोंड दूर करण्याचा प्रयत्न सुरू केला. त्यांना जन्मतःच लाघवीपणा आणि साखरपेरणी या गुणांची देणगी लाभली होती. त्यातच पाताळयंत्रीपणाची भर पडली. सवाई माधवराव पेशवे नानांची धोंड दूर करू शकत नाहीत, याबद्दल त्यांची खात्री झाली होती. म्हणून त्यांनी नानांच्या विरोधकांशी संदर्भ लावण्याचा प्रयत्न चालविला होता.

नाना उणीपुरी दोन तपे पेशवाईच्या कारभारात होते. एवढा दीर्घकालीन कारभार करण्याची संधी पेशवाईत आणखी कुणाच्याच वाट्याला आली नव्हती; त्यामुळे

त्यांच्या हितशत्रूंप्रमाणे त्यांच्या मित्रमंडळींनाही त्यांच्याविषयी असूया वाटत होती. नानांनी पुष्कळ दिवस कारभार केला. कोट्यवधी रुपयांची संपत्ती जोडली, तेव्हा त्यांनी कारभारातून बाहेर पडून आपणाला संधी द्यावी, असं त्यांच्या काही हितचिंतकांना वाटत होतं; परंतु नाना बऱ्या बोलानं कारभारीपद सोडणार नाहीत, हे ते जाणून होते आणि म्हणून त्यांना कारभारातून हुसकून लावण्याच्या संधीची ते वाट पाहत होते. त्या दरम्यान बळवंतराव नागनाथांचा शनिवारवाड्यातील राबता वाढत चालला होता. सवाई माधवरावांशी त्यांची वारंवार गुप्त खलबतं होत होती.

एके दिवशी सखोपंत साने आणि दिनकरपंत भडभडे हे दोघे शनिवारवाड्यातील नानांचे हस्तक नानांना भेटण्यासाठी त्यांच्या वाड्यात गेले. शनिवारवाड्यात सवाई माधवरावांच्या हालचालींवर नजर ठेवण्यासाठी नानांनी ज्या अनेक माणसांची नेमणूक केली होती, त्यात त्या दोघांचा अंतर्भाव होत होता. नानांच्या खास ममतेची माणसं होती, त्यात ते दोघं होते. नानांनी त्या दोघांना लगेच मुलाखत दिली.

"काय काम आहे?" नानांनी सखोपंत आणि दिनकरपंत या दोघांना प्रश्न केला.

"आपल्या कानावर एक गोष्ट घालण्यासाठी मुद्दाम आलो आहोत." दिनकरपंतांनी सखोपंतांकडे साभिप्राय बघत म्हटलं.

"हल्ली बळवंत नागनाथांची आणि श्रीमंतांची वारंवार गुप्त खलबतं होऊ लागली आहेत."

"त्याची माहिती आम्हाला आहे." नाना गंभीर चर्येनं म्हणाले.

"परंतु बळवंत नागनाथांची चिन्हं धडाची दिसत नाहीत." दिनकरपंत काळजीच्या स्वरात म्हणाले.

"कशावरून?" नानांनी किंचित गोंधळलेल्या नजरेने पृच्छा केली.

"बळवंत नागनाथ, बाजीराव रघुनाथ यांना फितूर झाले असावेत, असा आम्हाला संशय येतो." सखोपंत म्हणाले.

नाना सखोपंत आणि दिनकरपंत या दोघांकडे बघतच राहिले. ते दोघे त्यांना जे काही सांगत होते, त्यावर त्यांचा विश्वास बसत नव्हता, कारण बळवंत नागनाथ हा आपला एक विश्वासू हस्तक असल्याचं ते समजत होते. कदाचित त्यांचा हेवा वाटल्याने सखोपंत आणि दिनकरपंत हे दोघं त्यांच्याविषयी आपले कान तर भरत नाहीत ना, असा संशय त्यांना आला होता. ते त्या दोघांना उमगल्यावाचून राहिलं नाही. ते दोघं नानांना म्हणाले,

"आपल्या जुन्नरच्या किल्ल्यातील माणसांना बळवंत नागनाथावर पाळत ठेवण्यास सांगितलेलं बरं."

"त्याची व्यवस्था करतो; परंतु बळवंत नागनाथाविषयी संशय घेण्यास काही पुरावा हवा आहे. त्यासाठी रावसाहेबांच्या महालातील एखाद्या खिदमतगाराला

विश्वासात घेतला पाहिजे.'' नाना गंभीर चर्येनं म्हणाले.

''श्रीमंतांच्या महालात वावरणारे त्यांचे सर्व खिदमतगार त्यांना एकनिष्ठ आहेत; त्यामुळे त्यांच्यापैकी एखाद्याला फोडणं हे कठीण काम आहे.' सखोपंत साने म्हणाले.

''नोकरलोक आपल्या धन्याशी इमानीपणाने वागतात हे ठीक; परंतु पैशाची लालूच दाखविली की, माणसं फुटतात.'' नाना म्हणाले.

''परंतु रावसाहेबांचे खिदमतगार पैशाच्या लालचेला बळी पडणार नाहीत.'' दिनकरपंत भडभडे म्हणाले, ''ते आपल्या नोकरांशी किती प्रेमानं वागतात ते आपणाला माहीत आहेच. त्यांच्या हातून कितीही चुका झाल्या, तरी ते त्यांना रागे भरत नाहीत आणि हल्ली तर त्यांचं नोकर-चाकरांच्या वागण्याकडे लक्ष नसतं. ते दिवसभर आपल्याच विचारात मग्न असतात.''

ते ऐकताच नाना विचारात पडले. त्यांची चर्या गंभीर झाली. बराच वेळ विचार केल्यावर ते सखोपंत साने आणि दिनकरपंत भडभडे या द्वयीला म्हणाले,

''रावसाहेबांचा एखादा खिदमतगार फितूर झाल्याखेरीज बळवंत नागनाथांना पकडता येणार नाही. पुरावा सापडल्याखेरीज एखाद्या माणसाला केवळ संशयावरून गिरफतार करणं योग्य नव्हे. तुम्ही असं करा, रावसाहेबांचा एखादा खिदमतगार वश होण्यासारखा आहे का बघा आणि त्याला इकडे घेऊन या; पण हे काम शिताफीनं झालं पाहिजे. या कानाची गोष्ट त्या कानाला कळता कामा नये. कळलं?''

''तशी आम्ही काळजी घेऊ.'' सखोपंत आणि दिनकरपंत या दोघांनी नानांना आश्वासन दिलं. नंतर नानांनी त्या दोघांना रजा दिली.

सखोपंत साने आणि दिनकरपंत भडभडे ही दुक्कल नानांच्या वाड्यातून बाहेर पडली. नाना म्हणाले, त्याप्रमाणे बळवंत नागनाथावर पुराव्याशिवाय फितुरीचा आरोप ठेवता येत नव्हता. फितुरीचा पुरावा हस्तगत करणं आवश्यक होतं आणि नानांच्या सूचनेप्रमाणे सवाई माधवरावांच्या एखाद्या खिदमतगाराला फोडण्याची जरुरी होती आणि मग ते नानांच्या सूचनेप्रमाणे सवाई माधवरावांच्या एखाद्या खिदमतगाराला फोडण्याच्या मार्गास लागले. त्यांच्या सुदैवानं आणि बळवंतराव नागनाथ आणि सवाई माधवराव पेशवे यांच्या दुर्दैवानं एका खिदमतगाराला वश करून घेण्यात ते दोघं यशस्वी झाले. एका रात्री ते त्याला घेऊन नानांच्या वाड्यात गेले. नानांनी खिदमतगाराची कसून जबानी घेतली. खिदमतगारानं सर्व गोष्टींचा कबुलीजबाब दिला. बळवंतराव नागनाथ व सवाई माधवराव पेशवे या दोघांची गुप्त खलबतं कशी होतात व बळवंतराव नागनाथांच्या कारकुनामार्फत सवाई माधवराव आणि बाजीराव रघुनाथ यांच्या पत्रांची अदलाबदल कशी होते, ते त्यानं नानांना विदित केलं. खिदमतगाराचा कबुलीजबाब नानांनी गंभीर चर्येनं श्रवण केला. त्यांनी

खिदमतगारास पैसे देऊन त्याची चांगलीच खुशामत केली आणि त्याला बळवंतराव नागनाथ व सवाई माधवराव पेशवे यांच्या हालचालींवर नजर ठेवण्यास बजावलं.

नानांचं बरंच काम झालं होतं. आता बळवंतराव नागनाथांच्या कारकुनास फोडण्याचं काम तेवढं उरलं होतं. ते काम विशेष कठीण नव्हतं, कारण कारकुनांना वश करून घेण्याचं तंत्र नानांना चांगलं अवगत होतं. त्यांनी दुसऱ्या दिवशी बळवंतराव नागनाथांच्या कारकुनास बोलावून घेतलं. बळवंतराव नागनाथ सवाई माधवरावांच्या चिठ्ठ्या बाजीराव रघुनाथ यांना पोहोचत्या करतात आणि त्यांच्या चिठ्ठ्या सवाई माधवरावांना आणून देतात. मात्र, या चिठ्ठ्यांची अदलाबदल प्रत्यक्ष न होता कलमदानातून अथवा गोमुखातून होते, हे त्यानं नानांना सांगितलं. नानांनी कारकुनास सूचना केली की, अशी एखादी चिठ्ठी आपणास आणून दे. नानांची कामगिरी पार पाडण्यास कारकून तयार झाला, कारण नानांकडून त्याला बढतीचं आश्वासन मिळालं होतं.

आणि कबूल केल्याप्रमाणे बळवंतराव नागनाथांच्या कारकुनानं बाजीराव रघुनाथ यांना सवाई माधवराव पेशवे यांनी लिहिलेली एक चिठ्ठी नानांना आणून दिली. ती चिठ्ठी पाहून नाना खूश झाले व कारकुनास बक्षीस देऊन त्यांनी त्याला रजा दिली.

सवाई माधवरावांनी बाजीराव रघुनाथ यांना लिहिलेली चिठ्ठी हस्तगत केल्यानं नानांना आनंद झाला खरा; परंतु ते कारस्थान किती गंभीर स्वरूपाचं होतं हे पाहून ते चिंतातुर झाले. सवाई माधवराव आणि बाजीराव रघुनाथ हे दोघं एक झाले, तर त्यांच्या आसनाला धोका पोहोचणार होता. सवाई माधवराव त्यांच्याविरुद्ध बिथरले होते. त्यांनी त्यांचा शत्रू जो बाजीराव रघुनाथ यांच्याशी सख्य साधलं होतं. त्या दोघांचा कसा बंदोबस्त करायचा हा एक काळजीचा प्रश्न होता. तरीही त्यांनी लगेच पुढचं पाऊल उचललं. त्यांनी जुन्नरला बळवंतराव नागनाथ यांना, आपणास भेटून जाण्याचा निरोप धाडला.

आपलं कारस्थान उघडकीस येईल, अशी बळवंतराव नागनाथ यांना कल्पनाही नव्हती. आपणावर नाना फडणीसांची मर्जी बहाल असल्याने आपल्या फितुरीविषयी त्यांना शंका येणार नाही, म्हणून ते निर्धास्त होते; त्यामुळे नानांचा निरोप मिळताच त्यांना भेटण्यासाठी ते त्वरित पुण्यास निघाले. नाना त्यांची वाटच पाहत होते. त्यांच्या स्वागताची त्यांनी जी तजवीज केली होती, त्याची त्यांना यत्किंचितही कल्पना नव्हती. नानांनी नेहमीप्रमाणे गंभीर मुद्रेनं त्यांचं स्वागत केलं.

"काय जुन्नरची हालहवाल कशी आहे?" नानांनी बळवंत नागनाथ यांना सवाल केला.

"ठीक आहे." बळवंतराव नागनाथांनी प्रत्युत्तर केलं.

"तिघे बंधू गुण्यागोविंदानं वागतात ना?" नानांनी बळवंतराव नागनाथांच्या

मुद्रेकडे सखोल नजरेनं पाहात पृच्छा केली.

"थोरला अमृतराव स्वभावानं गंभीर आहे. तो आपल्याच विचारात मग्न असतो. त्याच्या मनाचा थांगपत्ता लागणं कठीण. मधला बाजीराव चंचल वृत्तीचा, थोडा चळवळ्या आहे, हे आपणास माहिती आहेच. तिसरा चिमणाजी लहान आहे." बळवंतराव नागनाथ नानांच्या नजरेला नजर भिडविण्याचं टाळीत म्हणाले.

"हल्ली जुन्नरच्या किल्ल्यात नायकिणींचा आणि कलावंतिणींचा बराच राबता आहे असं ऐकतो." नानांच्या गंभीर नजरेत फरक झाला नव्हता.

"त्या गोष्टींकडे दुर्लक्ष करण्याची सूचना आपण आम्हाला देऊन ठेवली असल्याने आम्ही त्या स्त्रियांना किल्ल्यात येण्यास मनाई करीत नाही." बळवंतराव नागनाथांनी जबाब दिला.

"पण गरत्या स्त्रियांबरोबर घरंदाज स्त्रियाही बाजीराव रघुनाथांभोवती पिंगा घालतात असं कानी आलंय, खरं का?' नानांची नजर आता धारदार बनली होती.

नानांच्या प्रश्नाचा जाब बळवंतराव नागनाथांना लगेच देता आला नाही. नानांना मिळालेली बातमी खोटी नव्हती. त्यांना जुन्नरच्या बित्तंबातम्या कळत होत्या. बळवंतराव नागनाथांच्या चर्येवर घर्मबिंदू दृग्गोचर झाले. कदाचित आपल्या फितुरीची बातमी तर त्यांना लागली नाही ना? म्हणून त्यांच्या पोटात भीतीचा गोळा उठला.

"बोला, बोला बळवंतराव." नाना म्हणाले.

ज्या घरंदाज स्त्रियांचा नानांनी उल्लेख केला होता, त्या स्त्रिया कोण ते त्यांना कळून चुकलं होतं तर.

"म्हणजे कुंपणच शेत खातंय असा याचा अर्थ समजायचा का?" नानांनी पृच्छा केली. "बाजीराव रघुनाथांची सलगी तुमच्या माजघरापर्यंत झालीय, याचा तुम्हाला थांगपत्ता लागू नये, अं!" नानांनी बळवंतराव नागनाथांकडे उपरोधिकपणे पाहत म्हटलं.

"बाजीराव रघुनाथांना तुम्ही गोकुळातला कृष्ण केलाय. बळवंतराव, त्यांच्या बाललीला तुम्हाला पसंत आहेत, असाच का याचा अर्थ?"

बळवंतराव नागनाथांचा चेहरा घामानं डबडबून गेला.

"हल्ली रावसाहेबांच्या महालात तुमचा बराच राबता सुरू झालाय असं आम्ही ऐकतो, खरं का?" नानांनी प्रश्न केला.

"कामानिमित्तानं आपणाला भेटावयास आलो की, श्रीमंतांकडेही जातो. त्यांना भेटण्याची परवानगी आपण आम्हाला दिली आहे." बळवंतराव नागनाथ आवंढा गिळीत म्हणाले.

"तुम्हाला रावसाहेबांना भेटण्याची परवानगी आम्ही दिली हे खरं आहे; पण रावसाहेबांशी तुमची तासन्तास कसली खलबतं होतात, हे तुम्ही आम्हाला सांगितलेलं

नाही!'' नाना म्हणाले.

"श्रीमंतांशी आमची तासन्‌तास खलबतं होतात हे खोटं आहे. आमच्या वाईटावर टपून बसलेल्या आमच्या हितशत्रूंनी आमच्यावर हा खोटा आळ आणला आहे.'' बळवंत नागनाथ उसनं अवसान आणून नानांच्या चर्येकडं पाहत म्हणाले.

"अस्सं!'' नाना उद्‌गारले! "मग तुमची आणि रावसाहेबांची खलबतं होत नाहीत, म्हणता? तुम्ही हे शपथपूर्वक सांगू शकाल?'' नानांनी आपली थंड पण धारदार नजर बळवंत नागनाथावर स्थिर करून प्रश्न केला.

बळवंत नागनाथ नानांच्या आव्हानानं गडबडले. नानांची थंड नजर त्यांच्या अंतःकरणाचा शोध घेत होती. जणू काही ती आपलं हृदयच चिरीत असल्याची संवेदना त्यांना झाली. त्या थंड नजरेनं अनेक निर्ढावलेल्या बेडर मनांचा पोखरून भुगा केला होता.

"श्रीमंतांची आणि आमची गुप्त खलबतं होत नाहीत हे आपणाला शपथपूर्वक सांगतो.'' बळवंत नागनाथ आपलं भेदरलेलं मन घट्ट करण्याचा प्रयत्न करीत म्हणाले.

"आणि बाजीराव रघुनाथांची आणि तुमची सलगी सुरू झालेली नाही?'' नानांनी प्रश्न केला.

"आपण रघुनाथदादांच्या मुलांना करड्या नजरेनं वागवू नका, अशी सूचना आम्हाला दिली होती. मुलं लहान आहेत, त्यांना आई-बाप नाहीत. पोरकी आहेत म्हणून थोडी आपुलकी दाखविली.'' बळवंत नागनाथ म्हणाले.

"त्या आपुलकीचा काय परिणाम झाला ते तुम्हाला कळलंच असेल.'' नानांनी प्रश्न केला.

बळवंत नागनाथांनी प्रत्युत्तर केलं नाही.

"ठीक आहे.'' नाना म्हणाले. "आता एक सांगा. तुमच्यातर्फे रावसाहेब आणि बाजीराव रघुनाथ यांच्यामध्ये चिठ्ठ्यांची अदलाबदल होत असल्याचा सुगावा लागला आहे, हे खरं का?'' नानांनी प्रश्न केला.

नानांचे शब्द कानी पडताच बळवंत नागनाथांची छाती धडधडली. त्यांच्या पायांच्या पोटऱ्या थंडगार पडल्या. नानांच्या दिवाणखान्यातून एकदम पळून जावं असं त्यांना वाटलं; परंतु ते शक्य नव्हतं. दिवाणखान्यात नाना एकटे असले, तरी त्यांच्या आजूबाजूस त्यांची माणसं सावध स्थितीत वावरत असत. नानांनी टाळी वाजविताच त्या माणसांनी त्यांचा पाठलाग केला असता. आता आपली धडगत नाही, हे त्यांनी ताडलं; परंतु मृत्यूशी दोन हात करणारा मनुष्य जशी अखेरची धडपड करतो तद्वत बळ आणून ते म्हणाले.

"आमच्यामार्फत श्रीमंत आणि बाजीराव यांच्या चिठ्ठ्यांची अदलाबदल होत असल्याचा जो आरोप आपण आमच्यावर करता, तो निखालस खोटा आहे.

आमच्या हितशत्रूंनी हे बालंट आमच्यावर रचलं आहे. आपणाला मिळालेल्या खोट्या माहितीवरून आमच्याविषयी आपल्या मनात गैरविश्वास निर्माण झाला आहे, असं दिसतं; तसं असेल तर आमची आपणाला विनंती आहे की, आम्हाला सरकारी सेवेतून रजा द्यावी.''

''तुम्हाला आता सुखासुखी रजा मिळणार नाही. गुन्हेगारांना आता मोकळं सोडण्याची प्रथा नाही, हे तुम्हाला माहीत आहे.'' नाना बळवंत नागनाथांकडे क्रुद्ध नजरेनं पाहत म्हणाले, ''तुम्ही गुन्हा केला तो केलाच; पण त्याची कबुली न देता आमच्याशी प्रतारणा केलीत; त्यामुळे तुम्ही दोन गुन्ह्यांबद्दल दोषी ठरता. त्याचं प्रायश्चित्त तुम्ही भोगलंच पाहिजे.'' आणि इतकं बोलून आपल्या तक्क्यामागं लपवून ठेवलेली चिठ्ठी काढून ती बळवंत नागनाथांसमोर धरीत ते म्हणाले. ''ही रावसाहेबांनी रघुनाथांना लिहिलेली चिठ्ठी तुमच्या कारकुनाच्या झडतीत सापडली. तुम्ही रावसाहेबांच्या चिठ्ठ्या बाजीराव रघुनाथांना पोहोचत्या करता आणि त्यांच्या रावसाहेबांना आणून देता, असा कबुलीजबाब तुमच्या कारकुनानं दिला आहे. यावर तुमचं काय म्हणणं आहे?''

नानांनी बळवंत नागनाथांच्या फितुरीचा प्रत्यक्ष पुरावा त्यांच्या तोंडावर फेकताच त्यांचं उसनं अवसान गळून पडलं. त्यांची चर्या काळीठिक्कर पडली. अकस्मात त्यांची चर्या लाचार बनली. त्यांनी एकदम नानांच्या पायांवर उडी घेतली आणि ते गयावया करीत म्हणाले,

''मला क्षमा करा. मी गरीब कुटुंबवत्सल मनुष्य; मोठ्या माणसांच्या भरीस पडल्याने माझ्या हातून हे कृत्य घडलं.'' परंतु नानांनी बळवंत नागनाथांना क्षमा केली नाही. आपल्याविरुद्ध कारस्थान करणाऱ्यांना ते कधीच क्षमा करीत नसत. ते बळवंत नागनाथांना दूर सारीत म्हणाले,

''ज्यांना राज्यकारभार करायचा असतो, त्यांना गुन्हेगाराची गय करून चालत नाही. तसं केल्यानं तर राज्यात बजबजपुरी माजून राज्य संकटात येतं.'' आणि इतकं बोलून त्यांनी टाळी वाजवली. त्याबरोबर दोन हत्यारबंद शिपाई तत्काळ दिवाणखान्यात हजर झाले. त्यांना उद्देशून नाना म्हणाले,

''यांच्या हाता-पायांना बेड्या चढवून बंदोबस्तात ठेवा.''

नानांच्या आज्ञेची त्वरित तामिली झाली. हत्यारबंद शिपायांनी बळवंत नागनाथांच्या मुसक्या आवळून त्यांना दिवाणखान्याबाहेर नेलं.

।अठरा।

बळवंत नागनाथांचा कारकून फितूर झाल्याने बळवंत नागनाथांना अंधार कोठडीची हवा दाखविणं नानांना शक्य झालं; परंतु या घटना इतक्या शीघ्रगतीनं घडल्या की, शनिवारवाड्यातील एकाही व्यक्तीला त्याचा सुगावा लागला नाही. खुद्द सखोपंत साने आणि दिनकरपंत भडभडे या द्वयीनं नानांविरुद्ध शिजत असलेल्या कटाचा सुगावा लावूनदेखील, बळवंत नागनाथ गजाआड झाल्याचा थांगपत्ता त्यांना लागला नाही. नाना इतक्या शिताफीनं आपल्या शत्रूचा काटा काढीत की, त्याचा कधीच गाजावाजा होत नसे; त्यामुळे बळवंत नागनाथ नानांकडून पकडला गेल्याची बातमी सवाई माधवराव पेशवे किंवा बाजीराव रघुनाथ या दोघांपैकी एकालाही कळली नाही; परंतु बळवंत नागनाथास तुरुंगात टाकल्याने नानांचं समाधान व्हायचं नव्हतं. त्यांना बळवंत नागनाथाप्रमाणेच माधवराव पेशवे व बाजीराव रघुनाथ या दोघांनाही अद्दल घडवायची होती आणि ते काम त्यांनी दुसऱ्याच दिवशी केलं. नेहमीप्रमाणे ते शनिवारवाड्यात गेले असता त्यांनी सवाई माधवरावांना गणेश महालात भेटीस बोलावलं. नानांच्या निरोपाप्रमाणे सवाई माधवराव नानांच्या भेटीस गेले. भेटीच्या वेळी गणेश महालात त्या दोघांशिवाय आणखी कुणीही नव्हतं. ते पेशव्यांना खटकल्यावाचून राहिलं नाही. दोघेही आसनस्थ झाले. नाना गंभीर होत म्हणाले,

"मी आपणाकडे एका गोष्टीचा खुलासा मागण्यासाठी आलो आहे."

"कोणत्या गोष्टीचा?" पेशव्यांनी नानांकडे पाहत उत्कंठेनं पृच्छा केली.

"बाजीराव रघुनाथ आणि आपल्यामध्ये चिठ्ठ्या-चपाट्यांची अदलाबदल होते, अशी खबर आम्हाला मिळाली आहे."

"कुणी सांगितलं तुम्हाला हे?" सवाई माधवरावांनी प्रश्न केला.

"बळवंत नागनाथांनी." नाना म्हणाले.

"ते खोटं आहे. आम्ही बाजीरावांना चिठ्ठी पाठविली नाही." पेशवे म्हणाले.

"तर मग ही चिठ्ठी कुणाची?" सवाई माधवरावांनी बाजीरावास लिहिलेली चिठ्ठी माधवरावांसमोर धरीत नानांनी प्रश्न केला.

ती चिठ्ठी पाहून सवाई माधवरावांचा चेहरा एकदम उतरला. ते निरुत्तर झाले. ती संधीं साधून नाना म्हणाले,

“आपल्या हितकर्त्याशी आपण प्रतारणा केलीत. गेली वीस-एकवीस वर्षे आम्ही आपला प्रतिपाळ केला. आम्ही आपणास कधी माता-पित्याची आठवण होऊ दिली नाही. आमचेच पुत्र समजून आपणास वाढविलं. आपणाला लहानाचं मोठं केलं; पण त्याचे पांग आपण असे फेडलेत. आपल्या हितकर्त्याविरुद्ध कारस्थान रचून बाजीराव रघुनाथाविषयी आपणाला आपुलकी वाटू लागली. ज्या रघुनाथरावांनी आपल्या गळ्याला जन्मतेवेळीच नख लावण्याचा प्रयत्न केला होता. पुरंदरावर आपलं संरक्षण करताकरता आमची नुसती दमछाक झाली. आपल्यावर आमची घारीसारखी नजर असायची. ही यातायात करण्याची आम्हाला काय जरुरी होती? आपणासाठी व दौलतीसाठी आम्हाला अनेकांशी सामना द्यावा लागला. अनेक वर्षांचे आमचे कारभारातले सहकारी आमचे शत्रू झाले. आम्हाला मन घट्ट करून त्यांचा बंदोबस्त करावा लागला. आम्ही तसं वागलो नसतो, तर आपण आज कोठे असता हे सांगणं कठीण आहे; पण त्याची जाण आपणाला नाही. आमचा आणि रघुनाथदादांचा संघर्ष झाला; त्यात जर आम्ही हरलो असतो, तर आज आपण या जगात राहिला नसता आणि राहिला असता, तरी तळकोकणातील अथवा सह्याद्रीच्या टेकड्यांतील एखाद्या जुनाट किल्ल्यातल्या तळघरात आपणाला तुरुंगाची हवा खात दिवस कंठावे लागले असते. आपणाला वाटतं की, आम्ही राज्यकारभार आपल्या हाती द्यावा आणि हरहर करीत बसावं; परंतु दौलतीच्या हितासाठी आम्हाला तसं करता येत नाही. एखाद्या कुटुंबातला कर्तासवर्ता वृद्ध बाप आपल्या जानव्याच्या किल्ल्यांचा जुडगा कधी आपल्या मुलांच्या हवाली करतो का? आम्ही हयात असेतोवर दौलतीचा कारभार आपल्याकडे यायचा नाही, हे आम्ही आपणाला निक्षून बजावू इच्छितो. तोपर्यंत आपणाला आहे त्या स्थितीत जीवन घालवावं लागेल. आपल्या सुदैवानं आम्ही आपणास कशाची उणीव पडू दिली नाही. एखाद्या राजालाही हेवा वाटावा, अशा ऐश्वर्यात आम्ही आपणाला ठेवलं आहे; पण जास्त खाल्लं की, माणसाला अजीर्ण होतं तशी आपली स्थिती झाली आहे. कुठल्याही पेशव्यांच्या वाट्याला न आलेलं ऐश्वर्य आपल्या वाट्याला आल्याने आपण शेफारून गेलात आणि म्हणून आम्ही ठरविले आहे की, आपणाला थोडं साधेपणानं वागविण्यास शिकवावं. आजपासून आमच्या परवानगीशिवाय आपणाला वाड्याबाहेर पडता येणार नाही, कळलं?” नाना संथ स्वरात म्हणाले व जाण्याकरिता उठले. ते पाहताच सवाई माधवराव मनाचा हिय्या करीत म्हणाले,

“आमचं जे व्हायचं असेल ते होऊ दे. आमचं जीवन आपल्या मर्जीवर अवलंबून आहे, हे जगजाहीरच आहे; परंतु आमच्यासाठी गरीब बिचाऱ्या बळवंत

नागनाथांना शिक्षा करू नका, अशी आमची आपणाला हात जोडून प्रार्थना आहे. त्यांनी बाजीरावांच्या चिठ्ठ्या आम्हाला आणून दिल्या आणि आमच्या त्यांना नेऊन दिल्या, यात त्यांचा कोणताच गुन्हा नाही. गुन्हेगार आहोत आम्ही.''

''चोर कोण आणि साव कोण, याचा न्यायनिवाडा करण्याचा अधिकार आमचा आहे, यात आपण लक्ष घालण्याचं कारण नाही. बळवंत नागनाथ यांची नेमणूक आम्ही जुन्नरच्या किल्ल्यावर रघुनाथदादांच्या मुलांवर देखरेख करण्यासाठी केली, ती एक विश्वासू मनुष्य म्हणून; परंतु जुन्नरला जे काही चालत होतं, याची माहिती त्यांनी आम्हाला दिली नाही. आमच्या कानांवर आलं आहे की, बळवंत नागनाथांच्या संमतीने पुरंदरावर चेटूक, जादूटोणा, मंत्र-तंत्र वगैरे गोष्टी घडत होत्या. बाजीरावांनी आपणावर करणीचा प्रयोग केल्याचंही आमच्या कानांवर आलं आहे. बापसे बेटा सवाई! बापाची हयात अशाच गोष्टींत गेली. आता बेटा बापाचा वारसा चालवतोय. बळवंत नागनाथ बाजीरावांच्या चिठ्ठ्या आपणाला आणून देत होते, त्या मंतरलेल्या होत्या, असं आम्हाला कळलं. अशा गोष्टींना आम्ही किंमत देत नाही, ती गोष्ट अलाहिदा; परंतु बळवंत नागनाथांनी हरामखोरी केली म्हणून त्यांना शासन झालंच पाहिजे. विश्वासू माणसाकडून असा दगाफटका झाला, तर जगात विश्वास ही चीज औषधालाही शिल्लक उरणार नाही. बळवंत नागनाथांना आम्ही कडक शिक्षा करणार आहोत, ती इतरांनी धडा घ्यावा म्हणून-'' नाना महालाच्या दाराकडे जात म्हणाले.

नाना गणेश महालातून बाहेर पडल्यावर सवाई माधवराव पेशवे कितीतरी वेळ सुन्न होऊन आपल्या आसनात बसून होते. नाना फडणीसांच्या पोलादी पालकत्वाच्या पिंजऱ्यातून बाहेर पडण्याचा त्यांनी एक धाडसी प्रयत्न केला होता; परंतु तो अयशस्वी झाला होता. त्याबद्दल त्यांना दुःख होत होतं ते बळवंत नागनाथ बळी पडले म्हणून. नाना गुन्हेगारांना कधीच दयामाया दाखवीत नसत. त्यांच्या अवकृपेस बळी पडलेली शेकडो माणसं मणामणाच्या बेड्या ओढीत अनेक किल्ल्यांच्या तळघरांतील कोंदट व दमट हवेत आयुष्याचे क्षण मोजीत होती. त्यांच्या मुक्तीची आशा नव्हती. केवळ मृत्यूकडूनच त्यांची मुक्तता व्हायची. बळवंत नागनाथांचीही तीच अवस्था होणार होती. शेकडो दुर्दैवी कैद्यांमध्ये आणखी एकाची भर पडणार होती आणि त्यांच्या नशिबी हा भोग त्यांच्यामुळे आला होता. बळवंत नागनाथ नानांच्या दृष्टीने अपराधी होते. पेशव्यांविषयी हळहळ करणारी जी लक्षावधी माणसं राज्यामध्ये होती, त्यांच्यापैकी बळवंत नागनाथ हेही एक होते. नानांच्या एकतंत्री, अनियंत्रित राजवटीत राज्यातील ती लक्षावधी माणसं असहाय होऊन राहिली होती. नानांच्या कारभाराविरुद्ध एक शब्दही काढण्याचं त्राण त्यांच्यात नव्हतं. जे तसा प्रयत्न करीत होते, त्यांचा छळ होत होता. त्यांना बंदखणीत सडत राहावं लागत होतं. त्या लोकांना आता कुणीही वाली नव्हता.

कितीतरी वेळ आपल्या भवितव्याचा विचार करीत पेशवे गणेश महालात बसून होते. त्यांच्यासमोर अंधार पसरलेला होता. त्यातून मार्ग काढण्याचा, आशेचा किरण त्यांना दिसत नव्हता. नानांना विरोध करणारी सर्व कर्तबगार माणसं निजधामास गेली होती. आता ते निरंकुश होते. अखेर बराच वेळ विचार केल्यावर पेशव्यांनी सुस्कारा सोडला आणि ते गणेश महालातून बाहेर पडले.

नानांनी बजावल्याप्रमाणे पेशव्यांना शनिवारवाड्यात नजरकैदेत राहावं लागलं. नानांच्या परवानगीविना त्यांना शहरात हिंडण्या-फिरण्याची मनाई झाली, त्याचप्रमाणे बाजीराव रघुनाथ आणि त्यांचे दोन बंधू जुन्नरच्या किल्ल्यात नजरकैदेत पडले. त्यांच्यावर सक्त पहारा बसविण्यात आला. कुणीही त्यांना भेटू शकत नव्हता.

अशा स्थितीत महिना-दीड महिना निघून गेला. सवाई माधवराव पेशवे शनिवारवाड्यात नजरकैदेत असल्याची बातमी पूर्ण शहरात पसरली. पेशव्यांविषयी सगळ्यांनी हळहळ व्यक्त केली; परंतु त्यांच्या नजरकैदेविरुद्ध एकानंही आवाज उठविण्याचं धाडस केलं नाही. प्रत्येकाला आपल्या भवितव्याची चिंता होती. नानांना विरोध करणं म्हणजे जाणूनबुजून विनाश करून घेणं हे सगळ्यांनाच माहीत होतं. ज्यांनी विरोध केला, ते तुरुंगाच्या गजाआड झाले होते; परंतु पेशवे नजरकैदेत पडले म्हणून राज्यकारभारास खीळ बसली नव्हती की सरकारी सोहळे-समारंभही बंद पडले नव्हते; ते नेहमीसारखेच चालू होते. इतकेच नव्हे, तर पेशवेही त्या समारंभांना उपस्थित असल्याचं लोकांना दिसत होतं. नाना दरवर्षी आपल्या वाड्याच्या भव्य आवारात एक उद्यानभोजन घालीत असत. त्याला पेशवे, मोठमोठे सरदार, मानकरी, परदेशाचे वकील आणि प्रतिष्ठित नागरिक उपस्थित असत. सालाबादाप्रमाणे या वर्षीही नानांनी ज्येष्ठ महिन्यात प्रारंभी उद्यानभोजन घातलं. भोजनाच्या विविध पक्वान्नांमध्ये आमरसाला विशेष प्राधान्य होतं. वैशाख-ज्येष्ठ हे दोन महिने म्हणजे आंब्याचा मोसम; त्यात गोव्याचा आंबा अग्रेसर होता. गोव्याच्या व्हिसरेकडून पेशवे, नाना आणि पुणे दरबारातील थोर मुत्सद्द्यांना पेट्या भेट म्हणून येत असत. गोव्याच्या व्हिसरेकडून भेट म्हणून येणाऱ्या आंब्यांचा स्वाद पाहुण्यांना चाखता यावा म्हणून नाना ज्येष्ठ महिन्यात हे उद्यानभोजन घालीत असत.

उद्यानभोजनाच्या दिवशी नानांच्या वाड्याचं ऐसपैस आवार निमंत्रितांनी फुलून गेलं होतं. त्यात सरदार, मानकरी, मुत्सद्दी, पुण्यातील परदेशी वकील आणि प्रतिष्ठित नागरिक बहुसंख्येनं उपस्थित होते. इंग्रज वकील मिस्टर मॅलेट हे परदेशी लोकांपैकी पुण्याच्या नागरिकांना चिरपरिचित होते. ते सगळ्यांशी हसतमुखानं बातचीत करीत असलेले दिसत. उद्यानभोजनाला कोण हजर आहेत आणि कोण नाहीत याकडे त्यांचं बारीक लक्ष होतं. त्यांच्या हास्यविनोदाला उधाण आलं होतं. अखेर भोजनाची वेळ होताच पेशवे सवाई माधवराव यांचं नाना वाड्यात आगमन

झालं. त्यांच्या स्वागतासाठी नाना स्वतः वाड्याच्या प्रवेशद्वारावर हजर होते. पेशवे आपल्या गाडीतून उतरताच त्यांनी त्यांचं सस्मित मुद्रेनं स्वागत केलं आणि ते त्यांना भोजनाच्या जागी घेऊन आले. नंतर रीतीरिवाजाप्रमाणे त्यांनी भोजन समारंभास उपस्थित असलेल्या निमंत्रितांपैकी शेलक्या मंडळींचा पेशव्यांशी परिचय करून दिला. पेशव्यांनी सुहास्य मुद्रेनं सगळ्यांच्या अभिवादनाचा स्वीकार केला.

वाड्याच्या आवारात सुवासिक अगरबत्त्यांचा, धूप-दीपांचा आणि अत्तरांचा दरवळ व्यापून राहिला होता. पाहुण्यांच्या सरबराईसाठी शागिर्द तिष्ठत उभे होते. आचारी आणि वाढपी यांची धावपळ चालू होती. ओळीनं पानं मांडण्यात आली होती आणि त्याभोवती सुंदर रंगीबेरंगी रांगोळ्या घालण्यात आल्या होत्या. पेशव्यांचं पान शेलक्या मंडळींच्या पंगतीच्या सुरुवातीला मांडण्यात आलं होतं. मुदपाकखान्यातून पक्वान्नांचा घमघमाट येत होता.

अखेर भोजनाची सर्व तयारी झाल्यावर समारंभाचे यजमान नानांनी भोजनास बसण्याची विनंती केली. पंगती नीट बसल्यावर त्यांनी पंगतीमधून पाणी सोडलं. निमंत्रितांच्या तोंडून 'हरहर महादेव'ची एकच घोषणा निघाली. काही उत्साही पाहुण्यांच्या कवित्वाला उधाण आलं. अनेकांनी अनेक श्लोक म्हणून भोजनप्रिय गणपतीला आवाहन केलं आणि मग भोजनाला सुरुवात केली.

भोजनं सावकाश चालली. वाढप्यांवर नानांची खास देखरेख होती. सगळे पाहुणे व्यवस्थित अन् पोटभर जेवले. नंतर पक्वान्नांची तारीफ सुरू झाली. अनेकांना अनेक पक्वान्नं आवडली. सगळ्यांनी आचवून झाल्यावर विडे तोंडात टाकले. विडे चघळीत असताना आचाऱ्यांच्या पाककलेचं कौतुक होत होतं. समारंभ यशस्वी झाला, म्हणून नाना संतुष्ट झाले. इतक्यात पेशव्यांची निघण्याची तयारी झाली. नानांनी त्यांचे आभार मानलेव त्यांना पोशाख अर्पण करून त्यांचा निरोप घेतला.

पेशवे निघून गेल्यावर निमंत्रितही निरोप घेऊन जाऊ लागले. सगळ्यात शेवटी मिस्टर मॅलेट गेले. भोजन समारंभातील बारीकसारीक गोष्टींकडे त्यांचं लक्ष होतं. पेशवे आणि नाना यांच्यामध्ये विसंवाद सुरू झाल्याचा आणि पेशवे शनिवारवाड्यामध्ये नजरकैदेत असल्याच्या बातम्या त्याच्या कानांवर जात होत्या; त्यामुळे पेशवे उद्यानभोजनास उपस्थित राहणार किंवा नाही आणि राहिले तर भोजन व्यवस्थित करणार किंवा नाही, सगळ्यांशी सुहास्य मुद्रेनं वागणार की नाही, याविषयी त्यांना जिज्ञासा होती. मिस्टर मॅलेटप्रमाणेच भोजन समारंभास उपस्थित असलेल्या आणखीही बऱ्याचशा निमंत्रितांचं हा समारंभ कसा काय पार पाडतो त्याकडे लक्ष लागून राहिलं होतं. त्यांनी जेव्हा पाहिलं की, नाना आणि पेशवे हे दोघं समारंभात दिलखुलासपणे वागताहेत, तेव्हा त्यांना शहरात पसरलेल्या पेशव्यांच्या नजरकैदेच्या अफवेविषयी कोडं वाटल्यावाचून राहिलं नाही.

नाना वाड्यात झालेल्या भोजनाप्रमाणेच त्या वर्षीचा श्रावण मासाचा रमणा आणि शनिवारवाड्यातील गणेश चतुर्थीचा उत्सवही नेहमीच्या थाटात पार पडला. रमण्यात ब्राह्मणांना दक्षिणा वाटण्यासाठी पेशवे पर्वतीवर गेले होते. गणेश चतुर्थीच्या उत्सवातही ते वावरताना लोकांना दिसले. दरवर्षीप्रमाणे गणेशोत्सवात हरदासांची कथा-कीर्तनं झाली. कलावंतिणींचे ताफे नाचले. गुरव पखवाजी यांनी श्रोत्यांना आपल्या कलेची झलक दाखविली व सगळ्यांकडून वाहवा मिळविली. ब्राह्मण चोपदारांचा गणपतीच्या मखरासमोर सोंगं नाचविण्याचा कार्यक्रमही उत्कृष्ट झाला. शनिवारवाड्यातील गणेशोत्सवात करमणुकीचे असे अनेक कार्यक्रम पार पडले. सर्व कलाकार आणि कलावंत ज्याच्या त्याच्या योग्यतेप्रमाणे बिदागी घेऊन गेले. अखेर भाद्रपद महिना गेला. आश्विन महिना आला. शनिवारवाड्यात घटस्थापना झाली. नवरात्रीतील सर्व कार्यक्रम व्यवस्थित पार पडले. खंडेनवमीच्या दिवशी शिलंगणे पुजण्यात आली. शिलंगणाची यथासांग पूजा झाली. अखेर दसरा उजाडला.

दसऱ्याच्या दिवशी सवाई माधवराव पेशवे आपल्या लवाजम्यासह सीमोल्लंघनास गेले. मिरवणुकीत मोठमोठे सरदार, मानकरी, मुत्सद्दी आणि प्रतिष्ठित नागरिक सामील झाले होते. पेशव्यांच्या अंबारीत खवाशीत निवडक माणसं बसली होती. पेशव्यांवर सक्त नजर ठेवण्याची ताकीद त्यांना देण्यात आली होती. अलीकडे पेशवे फार गंभीर असत. त्यांचं बोलणं-चालणं अगदी मोजकं असे. ते सदैव आपल्याच विचारात गर्क असत. दसऱ्याच्या दिवशी त्यांची दिनचर्या मुकाट्यानं चालली होती. शनिवारवाड्यातील सेवकांच्या नजरेतून ही गोष्ट सुटली नव्हती, त्यांनी ती नानांच्या कानांवर घातली होती. ते चिंतातुर झाले होते आणि त्यांनी आपल्या माणसांना, पेशव्यांवर जागता पहारा ठेवण्याची आज्ञा केली होती. पेशव्यांच्या खवाशीत अप्पा बळवंत होते. त्यांची नजर सारखी पेशव्यांकडे लागलेली होती. मिरवणूक संथपणे चालली होती. इतक्यात काय झालं कुणास ठाऊक; पेशव्यांनी खवाशीतील माणसांची नजर चुकवून अकस्मात अंबारीतून खाली झेप घेतली. ते पाहताच अप्पा बळवंत जिवाच्या आकांतानं ओरडले, ''श्रीमंत पडले!'' पण त्याचबरोबर त्यांनी पेशव्यांना सावरलं.

पेशवे पडले म्हटल्याचं मिरवणुकीतील लोकांच्या कानी जाताच एकच गलका झाला. मिरवणूक जागच्या जागी थबकली. पेशव्यांच्या अंबारीभोवती माणसं गोळा झाली. मिरवणूक मोडली गेली. खवाशीतील माणसांनी सारवासारव करण्यास प्रारंभ केला. ते म्हणाले, ''श्रीमंतांना बरं नाही. त्यांना चक्कर आली.''

पेशवे आजारी असून, त्यांना चक्कर आली म्हटल्यावर मिरवणुकीतील लोक नाउमेद झाले. त्यांच्या उत्साहावर पाणी पडलं. काही लोक म्हणाले, 'पेशवे आजारी असता मिरवणूक पुढे नेणं बरं नव्हे. मिरवणूक माघारी घेऊ या' आणि मग हो ना

करताकरता मिरवणूक माघारी परतली. दरवर्षी सीमोल्लंघन होईतोवर अंधार पडायचा आणि मग मशालीच्या उजेडात मिरवणूक माघारी परतायची; परंतु या वर्षी ती चार घटका दिवसा माघारी परतली. शहरात तर्क-वितर्कांना आणि अफवांना उधाण आलं. लोक घोळक्याघोळक्यांनी नाक्यानाक्यांवर आणि गल्लीबोळांत जमून चर्चा करू लागले. सगळ्यांच्या चर्चा उत्कंठेनं आणि विषण्णतेनं भरून गेल्या होत्या. सीमोल्लंघनाची मिरवणूक अर्ध्या वाटेवरून परत आल्याची ती पहिलीच घटना होती. सवाई माधवराव पेशवे आणि नाना या दोघांची भांडणं होत असल्याच्या बातम्या शहरात आधीच पसरल्या होत्या. त्यात या घटनेची भर पडली. लोक कुजबुजू लागले की, पेशव्यांनी नानांच्या जाचास कंटाळून अंबारीतून उडी घेऊन आत्महत्या करण्याचा प्रयत्न केला.

सीमोल्लंघनाची मिरवणूक सोने न लुटताच परत आलेली पाहून शनिवारवाड्यावर विषण्णतेची छाया पसरली. शनिवारवाड्याच्या दिल्ली दरवाजात पेशव्यांना ओवाळण्याचा कार्यक्रम झाला नाही. पेशवे अंबारीतून उतरले आणि थेट आपल्या महालाकडे गेले. त्या दिवशी दरबार भरला नाही. नजरा झाल्या नाहीत. पेशव्यांनी आपल्या सरदार- मानकऱ्यांना सोनं वाटलं नाही.

त्या रात्री पेशव्यांना आलोचन जागरण घडलं. रात्रभर ते आपल्या महालात येरझारा घालीत होते. त्यांच्या डोळ्यांची पाती निमिषमात्रही लवली नाही. दुसऱ्या दिवशी एकादशी होती. पेशव्यांची दिनचर्या नेहमीसारखी सुरू झाली. त्यांच्या समाचारासाठी लोकांची रीघ लागली; पण ते कुणाशीच बोलले नाहीत. त्यांच्या आजी - ताई साने - यांच्याशीही ते बोलले नाहीत. दुसऱ्या दिवशीही त्या समाचारास आल्या, तरीही पेशवे अबोलच राहिले.

तिसऱ्या दिवशी पेशवे सकाळी स्नानासाठी खाली आले. त्यांची नाडी तपासण्यासाठी वैद्य केव्हाचे येऊन बसले होते. स्नान आटोपून पेशवे वर गेल्यावर एका खिदमतगाराने वैद्यास वर बोलावून घेतले. वैद्यांनी पेशव्यांची नाडी धरून पाहिली; परंतु त्यांच्या प्रकृतीत त्यांना फरक आढळून आला नाही. ते पेशव्यांना मुजरा करून निघून गेले.

वैद्य पेशव्यांची नाडी तपासत होते, तेव्हा ताई साने बाहेर बसल्या होत्या. वैद्य महालातून बाहेर पडल्यावर त्या आत गेल्या. पेशवे आपल्या मंचकावर विमनस्क स्थितीत बसले होते. ताई साने यांची चर्या खिन्न वाटत होती. पेशव्यांनी बळेच चेहऱ्यावर हास्य आणून आजींना उठून उत्थापन दिलं आणि जवळच्या आसनावर त्यांना बसावयास सांगितलं.

"बाळ, आता प्रकृती बरी आहे ना?" आजींनी नातवाच्या प्रकृतीची वास्तपूस्त केली.

पेशव्यांनी प्रकृती बरी आहे म्हणून सांगितलं.

"तुम्ही हे काय चालविलंय?" म्हातारीनं कंपित स्वरात प्रश्न केला.

"काही नाही." पेशव्यांनी निर्विकार चर्येनं प्रत्युत्तर केलं.

"देवानं मला हे दुर्दैवाचे दशावतार बघण्यासाठी मागं ठेवलं." म्हातारी दुःखातिरेकानं पुटपुटली.

पेशव्यांनी प्रत्युत्तर केलं नाही. ते आपल्याच विचारात गर्क होते.

"असं करून कसं चालेल? आल्या परिस्थितीला तोंड दिलंच पाहिजे. देव चांगले दिवस दाखविल्यावाचून राहणार नाही. सूर्य उगवतो आणि मावळतोही. जगाचं रहाटगाडगं असंच चालायचं. त्यातून माणूस कसा सुटेल?" म्हातारी आजी नातवाला उपदेशाच्या गोष्टी सांगू लागली; परंतु नातवाचं तिच्या गोष्टीकडे अजिबात लक्ष नव्हतं.

"तुमचा छळ करणाऱ्याचं कधीच चांगलं होणार नाही." ताई साने आवाज चढवीत म्हणाल्या, "देव त्यांना शासन केल्यावाचून राहणार नाही." म्हातारीच्या अंतर्यामी धुमसत असलेल्या क्रोधाचा स्फोट झाला होता.

ते ऐकताच पेशवे दचकले; भानावर आले आणि भीतियुक्त स्वरात ते म्हणाले, "असं बोलू नका आजी, भिंतीला कान असतात."

"त्यांनी ऐकलं म्हणून काय झालं? त्यांनी ऐकावं म्हणूनच मी बोलते आहे. मला त्यांच्या भीतीची पर्वा नाही. भीतीच्या पलीकडे गेले आहे मी. ज्यांच्या गोवऱ्या स्मशानात गेल्या आहेत, त्यांना कशाची भीती? फक्त तुमच्यासाठी माझा जीव मागं राहतो." म्हातारी आवेशाने म्हणाली.

सवाई माधवरावांनी प्रत्युत्तर केलं नाही. ते आपल्याच विचारात गर्क होते. आपल्या बोलण्याकडे नातवाचं लक्ष नाही म्हणून ताई साने मनातून खट्टू झाल्या. तरीही त्या म्हणाल्या,

"तुमचं माझ्या बोलण्याकडं लक्ष नाही. आम्ही म्हातारी माणसं, आमचं कोण ऐकतो?" म्हातारीचा चेहरा रडकुंडीस आला होता.

"नाही, नाही. तुमच्या बोलण्याकडे आमचं लक्ष आहे आजी." सवाई माधवराव भानावर येत म्हणाले.

"काही अविचार करू नकोस बाबा, थोडा धीर धर." ताई साने म्हणाल्या आणि त्या जाण्यासाठी उठल्या. पेशवे त्यांना पोहोचविण्याकरिता महालाच्या दरवाजापर्यंत गेले. त्या महालाबाहेर पडल्यावर त्यांनी चटकन दार लावून घेतलं, कारण ताई साने महालातून बाहेर पडताक्षणी एखादा खिदमतगार काहीतरी निमित्त काढून आत येण्याची शक्यता होती. सीमोल्लंघनाच्या मिरवणुकीत तो प्रकार घडला, तेव्हापासून त्यांच्यावर माणसांचा सदैव पहारा असायचा."

सकाळची वेळ असल्याने शनिवारवाड्यात माणसांची विशेष वर्दळ नव्हती. जो तो स्नान-संध्येच्या कामात गर्क होता. फक्त वाड्याच्या चौकातील बगीच्यात काही

कामाठी काम करीत होते तेवढेच. इतक्यात त्यांना 'धप्' असा आवाज ऐकू आला. त्यांनी कान टवकारले आणि आवाजाच्या दिशेनं ते पळत सुटले. मग त्यांना जे दृश्य दिसलं, ते पाहून त्यांना एकदम झीट आली. सवाई माधवराव पेशवे त्यांच्या महालाच्या खालच्या कारंजावर पडून, कारंजाची तोटी त्यांच्या मांडीत शिरून भळाभळा रक्त वाहत होतं. ते दृश्य खरोखरच भोवळ आणणारं होतं. कामाठी ओरडले. "धावा, धावा! श्रीमंत सरकार पडले."

कामाठ्यांची आरोळी ऐकताच लोक धावून आले. पेशवे बेशुद्ध पडले होते. त्यांचं तोंड वाकडं झालं होतं आणि सर्वांग रक्तानं माखलं होतं. सगळ्यांनी त्यांच्याभोवती गराडा घातला. इतक्यात दाजीबा आपटे आणि मोरोपंत भावे हे दोघं धापा टाकीत पळतच आले. त्यांनी लगबग पेशव्यांना उचललं. त्याबरोबर गर्दीतील काही लोकही त्या दोघांना मदत करण्यासाठी पुढे सरसावले. सगळ्यांनी मिळून पेशव्यांना वर नेलं. सवाई माधवरावांनी आपल्या महालातून खाली उडी घेतली, तेव्हा नाना फडणीस स्नानास बसले होते. पेशव्यांनी आत्महत्या करण्याचा प्रयत्न केल्याचं त्यांना कळताच ते स्नान तसंच टाकून बाहेर आले आणि कसाबसा पोशाख करून शनिवारवाड्याकडे धावले; परंतु वाड्यातून बाहेर पडताना दरवाजाच्या उंबरठ्यात ठेच लागून ते पडले. तरीही तो अपशकुन मनात न धरता ते शनिवारवाड्यात गेले. पेशव्यांना वरच्या मजल्यावरील दालनात ठेवण्यात आलं होतं. नानांची दृष्टी त्यांच्याकडे गेली मात्र, तोच ते भयानक दृश्य पाहून ते एकदम दचकले आणि 'अऽऽ' असा उद्गार त्यांच्या तोंडून बाहेर पडला.

❖❖❖

॥ स्वामी ॥

रणजित देसाई

'स्वामी' : महाराष्ट्रातल्या जनतेला जिने मंत्रमुग्ध केले, अशी मराठी सारस्वतातील अजरामर साहित्यकृती. रणजित देसाई : मराठी साहित्याला समृद्ध करणारे थोर साहित्यिक. १९४६ साली 'भैरव' या कथेला लघुकथा स्पर्धेत वाचकांकडून एकमुखाने पहिले पारितोषिक. १९५२मध्ये 'रूपमहाल' हा पहिला कथासंग्रह प्रकाशित. त्यानंतर सातत्याने कथालेखन. ग्रामीण जीवनावरील व ऐतिहासिक व्यक्तिरेखांवरील लेखन अधिक रसरशीत.

'स्वामी'ला साहित्य अकादमी पुरस्कार प्राप्त. मराठीमध्ये अतिशय लोकप्रिय असलेली व रसिकमान्यता पावलेली रणजित देसाई यांची कादंबरी. थोरले माधवराव पेशवे यांचे राजकीय जीवन, कर्तृत्व आणि त्यांचे वैयक्तिक करुणगंभीर जीवन याचे अतिशय उदात्त व प्रभावी चित्रण 'स्वामी'त केलेले आहे. इतिहास आणि साहित्य ह्याचे एवढे ऊर्जस्वल नि रोमहर्षक रसायन मराठी भाषेत आजतागायत कोणी निर्माण करू शकलेले नाही. कादंबरीतील अतिशय उठावदार आणि कलात्मक व्यक्तिरेखा आहेत, माधवराव, रमाबाई आणि राघोबादादा यांच्या. सद्‌गुणी आणि तेजस्वी, कर्तव्यदक्ष माधवराव. स्वार्थी, भोळसट, राजद्रोही राघोबा आणि सोशिक, त्यागी, साध्वी रमाबाई, या तिन्ही चरित्ररेखा वाचकांच्या मनावर विलक्षण परिणाम करतात. थोरल्या माधवराव पेशव्यांची ही चरित्रगंगा वाचताना करुणेने मन भरून येते. उदात्ततेने भारावून जाते आणि पूर्वजांच्या अभिमानाने मान ताठही होते. 'स्वामी' वाचून वाचक दिपून जातो. दिङ्मूढ होतो. इतिहास आणि ललितकृती या दृष्टींनी रसोत्कट असलेली शोकात्मिक कादंबरी.

www.ingramcontent.com/pod-product-compliance
Lightning Source LLC
LaVergne TN
LVHW032333220825
819400LV00041B/1360
* 9 7 8 9 3 5 3 1 7 5 5 9 7 *